D1771112

முனைவர் எம். எஸ். எம். அனஸ் (பி. 1949) இலங்கைப் பேராதனைப் பல்கலைக்கழகத்தில் மெய்யியல்துறையில் பேராசிரியராகப் பணியாற்றியவர். தற்போது அதே பல்கலைக்கழகத்தில் வருகைதரு விரிவுரையாளராகப் பணிபுரிகிறார். மெய்யியல், வரலாறு, இலக்கியம், பண்பாடு, நாட்டாரியல், மார்க்சியக் கோட்பாடு, மத்திய-கிழக்கு அரசியல் போன்ற பல துறைகளில் ஈடுபாடுகொண்டவர். குறித்த துறைகளில் பல நூல்களையும் பலநூறு ஆய்வுக் கட்டுரைகளையும் எழுதியுள்ளார். தற்போது இஸ்லாமிய இசை, மத்தியகால இஸ்லாமிய மெய்யியல் பற்றிய ஆய்வுகளை மேற்கொண்டு வருகின்ற அவர் அந்தத் துறைகளிலும் ஆய்வுக் கட்டுரைகளை எழுதியுள்ளார். சமூக விஞ்ஞானம், இறையியல், இஸ்லாமிய அறிவியல் போன்ற துறைகளிலும் அவருடைய நூல்கள் வெளிவந்துள்ளன.

மெய்யியலின் பெருங்கனவு

சோக்ரடீஸ்

• தத்துவம் பேசும் நாகரிகம் • வாதக்கலை • பகுத்தறிவுவாதம்
• ஒழுக்கவியல் • விமர்சனப் பாதை • மெய்யியல் கிளர்ச்சி
• ஆன்மாவின் இரகசியம் • வாழ்க்கையின் அர்த்தம்

எம். எஸ். எம். அனஸ்

அடையாளம்

முதல் பதிப்பு 2022
© எம். எஸ். எம். அனஸ்
வெளியீடு: அடையாளம், 1205/1 கருப்பூர் சாலை, புத்தாநத்தம் 621310, திருச்சி மாவட்டம், இந்தியா, தொலைபேசி: 04332 273444, 9444 77 2686
நூல் வடிவம்: த பாபிரஸ், அச்சாக்கம்: அடையாளம் பிரஸ், இந்தியா
ISBN 978 81 7720 341 7
விலை: ₹ 260

Meyyiyalin Perunkanavu Cokratis is the Life and Philosophical Contribution of Socrates in Tamil by M. S. M. Anes, Published by Adaiyaalam, 1205/1 Karupur Salai, Puthanatham 621310, Thiruchi Dist.., Tamilnadu, India, email: info@adaiyaalam.net

சோக்ரடீஸ் சிந்தனைகளைத்
தமிழ்ப் பண்பாட்டு மரபில் இணைத்த
பெரியார் ஈ. வெ. ராமசாமிக்கும்
கலைஞர் மு. கருணாநிதிக்கும்

முந்தை இருந்து நட்டோர் கொடுப்பின்
நஞ்சும் உண்பர் நனிநா கரிகர் *(நற்றிணை 355)*

பொருளடக்கம்

முன்னுரை	ix
1 கிரேக்க நாகரிகம்	
தொடக்ககால மெய்யியலின் கருவூலம்	1
2 சோபிஸ்ட்டுகள்	
வாதக்கலையின் ஆசான்கள்	25
3 ஏதெனிய அரசியல்	
மரபுகளை மறுத்த பயணம்	44
4 அறிவுத் தேடல்	
சிந்தனை மலர்ச்சிக்கான பாதை	74
5 நடுவர்மன்றத்தில் சோக்ரடீஸ்	
வாதங்களும் எதிர்வாதங்களும்	92
6 கடவுள் கொள்கை	
தொல்சமய நம்பிக்கையும் நிராகரிப்பும்	100
7 ஜனநாயகம் என்னும் செல்வந்தராட்சி	
நல்லாட்சிக்கான சோக்ரடீசின் விமர்சனங்கள்	120
8 சோக்ரடீசின் குற்றமறுப்புரை	
நடுவர்களின் தீர்ப்பை மாற்றாதது ஏன்?	136
9 சோக்ரடீசின் மெய்யியல் விசாரணை	
சிந்தனைக் களமாகிய சிறைக்கூடம்	149
10 மரண தண்டனை	
நீதியின் முடிவா?	185

11 தமிழ்நாட்டில் பகுத்தறிவுக் காலம்
   மு. கருணாநிதியின் திரைநாடகம்   201
12 பின்னுரை
   அரசியலில் சோக்ரடீசின் மெய்யியல் கிளர்ச்சி   227
13 உசாத்துணை   237

முன்னுரை

கிரேக்கத்தில் நடந்த, ஆனால் உலகத்தையே உலுக்கிய மரண தண்டனையும் அதைச் சூழ நடந்த நிகழ்வுகளும்தான் இந்த நூலின் சாரம். தண்டனை வகைகளில் மன்னிக்க முடியாததும் கொடூரமானதும் மரண தண்டனைதான். சோக்ரடீஸ் அதற்கு முகம்கொடுத்தார். சட்டம், நீதி, அரசு, மனிதவுரிமை, ஒழுக்கம் சார்ந்த பல கேள்விகளை அந்த நிகழ்வு இன்றும் எழுப்பி வருகின்றது. கிரேக்க நாகரிகத்தின் உன்னத மனிதனுக்குக் கிரேக்கம் வழங்கிய தண்டனையின் கதை இது. ஆனால், அங்கு நடந்தது என்ன?

சோக்ரடீஸ் மரண தண்டனையை அனுபவிக்கும் போது அவருக்கு வயது எழுபது. அவர் கிரேக்கத்தின் புகழ்பெற்ற சிந்தனையாளர், தத்துவஞானி. அவருடைய சிந்தனைகளை உலகம் இன்றும் ஆராய்ந்து வருகின்றது. அவருக்கு எதிராகக் கொண்டுவரப் பட்ட குற்றச்சாட்டுகள் பற்றியும் வாதப் பிரதிவாதங்கள் நடந்து வருகின்றன.

இரண்டாயிரம் ஆண்டுகளுக்கு முன்னர் ஏதென்ஸ் நகரில் அந்த விசாரணை நடைபெற்றது. சோக்ரடீஸ் தண்டிக்கப்பட்டார். அவருடைய உயிர் பிரிந்தது. அது ஒரு வரலாற்று நிகழ்வு.

பிளேட்டோவும் ஷெனோபனும் சோக்ரடீசின் நீதிமன்றக் காட்சி களை நமக்குத் தந்துள்ளனர். நீதிமன்ற நடவடிக்கைகளையும் இறுதிக்கட்ட சிறைக்கூட நிகழ்வுகளையும் நாடகக் காட்சிகள் போல் பிளேட்டோவின் பீடோவும் அப்போலொஜியும் நமக்குக் கூறுகின்றன. இவை உலகின் பெரிய இலக்கியங்களாகவும் புகழ்பெற்றுள்ளன.

நமது பாடசாலைக் கல்வியில் சோக்ரடீஸ் பற்றி அறிய அதிகம் வாய்ப்புக்கள் இல்லை. சோக்ரடீஸ் பற்றி அதிகம் மௌனம்

சாதிக்கப்பட்டது. ஆனால் பாடசாலை வாழ்வினூடாகத்தான் ஒரு காலத்தில் அவருடைய பெயர் எமது உள்ளங்களில் தாக்கத்தைக் கொண்டுவந்தது.

எமது பாடசாலைக் காலத்தில் ஏழாம் எட்டாம் வகுப்புக்களில் இரு பெரும் சிந்தனையாளர்கள் அறிமுகமானார்கள். ஒருவர் சோக்ரடீஸ், இன்னொருவர் கார்ல் மார்க்ஸ். இந்த இருவரின் சிந்தனைகளுக்கும் பாடசாலைப் பாடத்திட்டத்திற்கும் எந்தவிதத் தொடர்பும் இருக்கவில்லை. அப்போது நான் கல்விகற்ற ஊரான கல்பிட்டியின் அறிவுச் சூழலும் இலக்கியச் சூழலும் அரசியல் சூழலும்தான் அதற்கு முக்கிய காரணம்.

1950களில் பெரியார் சிந்தனைகளும் திமுக அரசியலும் இலங்கையின் பல நகரங்களில் செல்வாக்குச் செலுத்தின. அந்த நகரங்களில் கல்பிட்டியும் ஒன்றாகும். திமுக பிரசுரங்களையும் ஈ. வெ. ராமசாமி, சி. என். அண்ணாதுரை, மு. கருணாநிதி (இவர்களுடைய அறிவு, கலை போன்ற புலமைகளால் முறையே பெரியார், அறிஞர், கலைஞர் என பொதுமக்களால் அழைக்கப்படுகின்றனர்) போன்றோரின் எழுத்துகளையும் கல்பிட்டி இளைஞர்களும் பாடசாலை மாணவர்களும் ஆர்வத்துடன் படித்தனர். சொந்த நாட்டு அரசியலைவிடத் தமிழ்நாட்டு அரசியலில் இளைஞர்கள் அதிகம் அக்கறை காட்டினர். மறுபுறத்தில் மு. கருணாநிதியின் கல்லக்குடிப் போராட்டமும் சோக்ரடீஸ் திரைநாடகமும் அங்குப் பெரும் தாக்கத்தை ஏற்படுத்தின.

பாடசாலை முடிந்து மஹ்பூப் திரையரங்கம் வழியாக, ஹனீபா கடையைக் கடக்கும் போது கருணாநிதியின் *கல்லக்குடி காவியம்*, இங்கர்சாலின் *சமுதாய விடுதலை*, அண்ணாவின் கடிதங்கள் மற்றும் *மாலை முரசு* என்பன காட்சிப்படுத்தப்பட்டிருப்பதைக் காணலாம். *மாலை முரசு*வைப் படிப்பதற்காகக் கல்பிட்டி மக்கள் காத்திருந்த காலமும் நினைவில் உள்ளது. இலங்கையின் இடதுசாரி சமவுடைமைவாத (சமசமாஜக்) கட்சிக்கு கல்பிட்டி மக்கள் ஆதரவு வழங்கிய காலமும் அதுதான். அதனால் மார்க்சிய சிந்தனைகளுக்கும் தூண்டுதல் இருந்தது.

மு. கருணாநிதியின் சோக்ரடீஸ் திரைநாடகம் இளைஞர்கள் மத்தியில் சோக்ரடீசுக்கு ஒரு தனி இடத்தைப் பெற்றுத் தந்தது.

மருதமுனையைச் சேர்ந்த ஆசிரியர் சக்காப் மௌலானா மு. கருணாநிதியின் சோக்ரடீஸ் நாடகத்தை மீண்டும் மீண்டும் ஓரங்க நாடகமாக நடித்து அந்த நாடகத்தையும் சோக்ரடீசையும் பாட சாலையில் புகழ்பெறச் செய்தார். மாணவர்களை நடிக்க வைத்துக் கருணாநிதியின் நாடகத்தை மேடையேற்றினார். சோக்ரடீசாக எம். எச். எம். ராசிக்கும் மெலிட்டசாக எஸ். சுபைர்தீனும் நடித்த அந்த நாடகக் காட்சிகள் இன்றும் நினைவில் உள்ளன. அறிவைத் தூண்டும் சோக்ரடீஸ், சி. என். அண்ணாதுரை, மு. கருணாநிதி கருத்துகளால் கல்பிட்டி இளைஞர்கள் பெரிதும் கவரப்பட்டனர். கருணாநிதியின் சோக்ரடீஸ் திரைநாடகம் பற்றி மட்டுமல்ல தமிழகச் சூழலில் சோக்ரடீசின் சிந்தனை, பகுத்தறிவுவாதம் என்பவற்றின் தாக்கங்களையும் படிப்படியாக நாங்கள் அறிந்து கொண்டோம். ராஜாஜியின் *சோக்ரதர்* நூலையும் மறக்க இயலாது.

சோக்ரடீஸ் ஒரு மெய்யியலாளர் (தத்துவவாதி) என்பதுதான் நாம் அறிந்த முதன்மைச் செய்தி. அவர் குற்றவாளியாக்கப்பட்டு, தூக்கிலிடப்பட்டது பற்றி மிகவும் குறைவான தகவல்களையே நம்மில் சிலர் அறிந்திருக்கிறோம். ஜனநாயகத்தின் தொட்டில் என்று போற்றப்படும் ஏதென்ஸ் பெரிய மெய்யியல் சிந்தனை யாளருக்கு மரண தண்டனை வழங்குகின்றது.

மனித வாழ்வும் வாழ்வின் பொருளும் சோக்ரடீசின் விவாதப் பொருள்கள். மெய்யியல் மனித வாழ்வை ஆராயலாமா என்று அன்று எழுப்பப்பட்ட கேள்வியை சோக்ரடீசின் சிந்தனைகள் உடைத்தெறிந்தன. சிசரோ கூறியிருப்பதைப் போல மெய்யியலை விண்ணிலிருந்து பூமிக்குக் கொண்டுவந்தவர் சோக்ரடீஸ்தான்.

அவருடைய பேச்சுகளில் அரசியல் விமர்சனங்கள் இருந்த தாகவும் அரசியல் மாற்றங்களுக்காக மக்களை அவர் தூண்டுவதாகவும் அரசியல்வாதிகள் அஞ்சினர். கடவுளர் பற்றிய அவருடைய மரபு கடந்த சிந்தனைகள் சமயவாதிகளிடத்தில் பெரும் பரபரப்பை ஏற்படுத்தின. இந்தப் பின்னணியில்தான் சோக்ரடீஸ் குற்றவாளிக் கூண்டில் நிறுத்தப்படுகின்றார். இது பற்றிய விசாரணைதான் இந்த நூலின் முதன்மைப் பேசு பொருள்.

நேரடியாக வினாக்களை எழுப்புவதாயின் சோக்ரடீஸ் ஒரு குற்றவாளியா, அவரைக் குற்றவாளியாக்கி, கிரேக்கம் பெரும்

தவறை இழைத்துவிட்டதா என்ற கேள்விகளுக்கு நாம் செல்ல வேண்டும். எதிரிகளின் அரசியல் சூழ்ச்சிகளுக்குப் பலியிடப் பட்டாரா, சட்டமும் நீதியும் நிலைநாட்டப்பட்டனவா, சோக்ரடீஸ் தற்துணிவோடு சட்டத்தையும் நீதியையும் காப்பாற்றுவதற்காக, தம்மை மரண தண்டனைக்கு அர்ப்பணித்தாரா அல்லது அவருடைய மரணம் ஒரு 'தற்கொலையா', மேலும் அவரை வழிநடத்திய அரசியல், உளவியல் சூழ்நிலைகள்தாம் என்ன என்ற கேள்விகளை நோக்கியும் இந்த நூல் நகர்கின்றது.

சோக்ரடீசின் மெய்யியல் போதனைகளை நாம் இங்கு அதிகம் பேசவில்லை. ஆனால் மரண தண்டனைக்கு ஆளாகும் அளவுக்கு அரசியல், சட்டம், மெய்யியல் ஆகியவற்றுக்கிடையில் இருந்த மோதல்களை இந்த நூல் விரிவாகக் கவனப்படுத்துகிறது.

சர்வாதிகாரத்திற்கும் ஜனநாயகத்திற்கும் இடையில் உருவான அரசியல் போட்டியையும் ஒரு விவாதப் பொருளாக்கி இருக்கிறது. அந்த வகையில் அரசியல்-மெய்யியல் மோதலை முழுவீச்சுடனும் வெளிப்படுத்துகிறது.

இந்த நூல் உருவாக்கத்தின் போது மேனாள் துணைவேந்தர் ம. இராசேந்திரன் படித்து, சில மதிப்புமிக்க திருத்தங்களைக் கூறினார். அவருக்கு நான் நன்றிக் கடன்பட்டிருக்கிறேன்.

இந்த நூல் உருவாக்க முயற்சியில் எனக்கு ஆர்வமளித்தவர் மனைவி முப்லிஹா; அதுபோல் இந்த நூலின் செம்மை யாக்கத்திலும் வெளியிடுவதிலும் அடையாளம் பதிப்புக் குழுவினரின் பங்களிப்பு கணிசமானது; அனைவருக்கும் நன்றி.

முஹம்மத் ஸாலிஹ் முஹம்மத் அனஸ்

மெய்யியலின் பெருங்கனவு
சோக்ரடீஸ்

பெயக்கண்டும் நஞ்சுண் டமைவர் நயத்தக்க
நாகரிகம் வேண்டு பவர் (குறள் 580)

1

கிரேக்க நாகரிகம்
தொடக்ககால மெய்யியலின் கருவூலம்

கிரேக்க நாகரிகத்தின் அரசியல், பண்பாட்டுப் பின்னணி கிமு 5ஆம் நூற்றாண்டுக்கு முற்பட்டது. பண்டைய கிரேக்கத்தின் நாகரிக நகரம் ஏதென்ஸ். இங்கிருந்துதான் சோக்ரடீஸ் (கிமு 470-399) வாழ்ந்த காலமும் அவர் எதிர்கொண்ட அரசியல் சூழலும் தோற்றம் பெறுகின்றன.

சோக்ரடீசை உருவாக்கிய, அவரை நேசித்த, அவரைக் குற்றவாளிக் கூண்டில் நிறுத்திய சமூகமும் பண்பாடும் ஏதென்ஸ் நகருக்குரியவை. கிரேக்கப் பண்பாடும் அரசியலும் சோக்ரடீசை வளப்படுத்தியது எவ்வளவு தூரம் உண்மையோ அதே அளவு சோக்ரடீசிற்கும் அவற்றுக்கும் இடையில் முரண்பாடுகளும் மோதல்களும் இருந்தன என்பதும் உண்மை. சோக்ரடீசின் சிந்தனைகளுக்கும் கிரேக்க மரபுகளுக்கும் இடையிலான பிரச்சினைகளும், அரசியலுக்கும் மெய்யியலுக்கும் இடையிலான மோதல்களும் ஒரு சிக்கலான வரலாற்றுப் பின்புலத்துக்கு உரியவை.

நகர அரசுகள்
கிமு 5ஆம் நூற்றாண்டளவில் கிரேக்கம் பல சிறிய சுதந்திர அரசுகளாகவும் தனித்தனி அரசாங்கங்களாகவும் இயங்கி வந்தது. நீதிமன்றங்கள், இராணுவம், கப்பல்படை போன்றவை அந்த

நான் ஒரு ஏதெனியன் அல்ல; கிரேக்கனும் அல்ல;
ஆனால், உலகின் குடிமகன்.
- சோக்ரடீஸ்

அரசுகளின் முக்கிய உறுப்புகளாக இருந்தன. இந்த அரசுகளுக் கிடையில் சுதந்திரம், நட்பு போன்றவற்றில் பெரியதாக உறவுகள் இருக்கவில்லை. வெளிநாட்டுப் படையெடுப்புக்களுக்கு தமது நாடு முகங்கொடுக்கும்போது மட்டுமே, தமக்கிடையிலான ஒத்துழைப்பு, ஒற்றுமை பற்றி அந்த அரசுகள் சிந்திப்பது வழக்கம்.

கொறின், ஸ்பாட்டா, தபேஸ், டெல்ஃபி போன்றவை அங்கிருந்த சிறிய நகர அரசுகள். அவை வணிகத்தில் சிறந்து விளங்கின. ஸ்பாட்டாவில் ஓர் இறுக்கமான இராணுவ ஆட்சி நடைபெற்றது. இது சிறிய அளவில் சில்லோராட்சி மரபைப் பெற்றிருந்த நாடு. மக்கள் படைவீரர்களாக இருப்பதையும் சுகதேகிகளாக வாழ்வதையும் ஸ்பாட்டா பெரிதாகக் கருதியது. இவற்றிற்கு அடுத்த முக்கியமான நாடு அல்லது நகர அரசு ஏதென்ஸ் ஆகும்.

கிமு 6ஆம் நூற்றாண்டு அரசியல் மாற்றங்கள்

ஐரோப்பாவும் மேற்காசியாவும் இணையும் இடத்தில் கிரேக்கம் அமைந்துள்ளது. இதற்கு வடக்கே அல்பேனியாவும் மாசிடேனியாவும் பல்கேரியாவும் கிழக்கே துருக்கியும் உள்ளன. மேற்கே அயோனியன் கடல், கிழக்கே மத்தியத் தரைக்கடலில் பல கிரேக்கத் தீவுகள் அமைந்துள்ளன.

ஏதென்ஸ் கிரேக்க நாட்டின் தொன்மை நகரம். உலகில் புகழ் பெற்ற பழமையான நகரங்களில் ஒன்று. அறிவுக்கும் போருக்கு மான 'அத்தீனா' என்ற பெண் தெய்வத்தின் பெயரால் இது அழைக்கப்படுகின்றது. அட்டிக்காவின் மத்திய சமவெளியில் மலைகளின் நடுவே ஏதென்ஸ் நகர் உள்ளது. கிரேக்க நகர அரசு களில் ஏதென்சும் ஸ்பாட்டாவும் முக்கியமான நகரங்கள். கல்வி, கலை, மெய்யியல் சிந்தனைகளின் பெரிய மையமாக விளங்கியது ஏதென்ஸ் நகரம். பிளேட்டோவின் அக்கடமி, அரிஸ்டோட்டிலின் லைசிம் ஆகிய கல்விக்கூடங்கள் இங்குதான் இருந்தன.

பல நகர அரசுகளைக் கொண்டதுதான் அன்றைய கிரேக்கம். வெவ்வேறு அரசாங்க வடிவங்களையும் கலாசார வேறுபாடு களையும் நகர அரசுகள் பிரதிபலித்தன. அவை ஒவ்வொன்றும் சுதந்திர அரசுகள். ஒவ்வொரு நகரத்தின் வளர்ச்சிக்கும் நகர அரசாங்கங்கள் பொறுப்பேற்றிருந்தன. இவற்றிற்கிடையே பல

ஏதென்ஸ். கிரேக்க நாட்டின் தலைநகரமும் மிகப் பெரிய நகரமுமாகும். உலகின் தொன்மையான நகரங்களில் ஒன்று. பொருளாதாரத்திலும் நாகரிகத்திலும் வலிமை பெற்ற இது சுமார் 3400 ஆண்டு கால வரலாற்றைக் கொண்டுள்ளது.

பொதுத் தன்மைகளும் இருந்தன. மொழி, கடவுளர், பழக்க வழக்கங்கள் போன்றவற்றை முக்கியமாகக் குறிப்பிடலாம்.

கிரேக்க நாகரிகத்தின் செவ்வியல் காலத்தில் நகர-அரசு என்ற அரசியல் வடிவம் அறிமுகமாகின்றது. பழங்குடி முறை, தேசிய வடிவம் என்பவற்றிலிருந்து நகர அரசு வேறுபட்ட வடிவம். நகர அரசுகளுக்கிடையில் போட்டிகள் நிலவின. போர்களும் நடந்தன. கிமு 800ஆம் ஆண்டளவில் பொருளாதார நெருக்கடியில் பழங்குடி அமைப்புக்கள் சிதறியபோது, பிளவுண்ட குழுக்கள் நகர அரசுகளை நிறுவியிருக்கலாம். கிரேக்க தீபகற்பத்திலும் ஏஜியன் தீவுகளிலும் சின்னாசியாவிலும் இவ்வாறு பல நகர அரசுகள் தோன்றின.

நகர-அரசுகளைத் தெய்வங்கள் காப்பாற்றுவதாக மக்கள் நம்பினர். அதேவேளை, அரசியல் சாசனம், சட்டத் தொகுதி களைக் கொண்ட அரசாங்கங்கள் அறிமுகமாயின. வரி சேகரிக்கும் முறைகளும் இராணுவமும் சட்ட அமலாக்கமும் நடைமுறைக்கு வந்தன. நிலமும் விவசாயமும் நகர அரசுகளின் அடிப்படைப் பொருளாதாரமாக இருந்தபோதும் காலம் செல்லச் செல்ல விவசாயமும் பொருளாதாரமும் வணிகப் பொருளாதாரமாக மாற்றம் பெறுகின்றன. செல்வந்த வகுப்பின் தோற்றத்தையும் நுகர்வுக் கலாசாரத்தையும் கொண்ட சமூக மாற்றம் நகர அரசுக்குள் நிகழ்கின்றது (இதற்குச் சிறந்த எடுத்துக்காட்டாக ஏதென்ஸ், ஸ்பாட்டா போன்ற நகரங்கள் விளங்கின). அகோரா போன்ற பெரிய வணிகர்கள் கூடும் சந்தைகள் நிர்மாணிக்கப்பட்டதோடு, கிமு 6ஆம் நூற்றாண்டில் இருந்து நன்கு வளர்ச்சியடைந்த வணிகமும் கடல் வணிகமும் பணப் பயன்பாடும் இருந்தமை விரிவான பொருளாதார வளர்ச்சிக்கு வழிவகுத்தன.

ஏதென்ஸின் ஜனநாயகத் தோற்றத்திற்கு வணிக வளர்ச்சி முதன்மைக் காரணியாக இருந்துள்ளது. வணிகம், சமூக இயக்கத்தைச் செயல்படுத்துகின்றது. ஆளும் உயர்குடியினரின் அரசியல் ஆதிக்கத்தில் இது உடைவுகளை ஏற்படுத்துகின்றது. பிரபுத்துவக் குழுக்களிடையேயும் மோதல்கள் வெடிக்கின்றன. அதேவேளை, வணிகப் பெருக்கமும் சமூக இயக்கமும் மத்திய தர வகுப்பைப் வலிமைப்படுத்துவதையும் காண்கிறோம்.

ஏனைய நகர-அரசுகளைவிட ஏதென்சின் வணிக முன்னேற்றம் மிகவும் உயர்ந்த நிலையை அடைந்திருந்தது. பொருட் கொள் முதலிலும் வணிகத்திலும் ஏதென்ஸ் பெரிதும் திறந்த கொள்கையைக் கடைப்பிடித்ததாகக் கருதலாம். குடி வரவுக்கும் பெரிய தடைகள் இருக்கவில்லை. மக்களும் வணிகர்களும் நாட்டிற்குள் நுழைவதற்கு ஊக்கமளிக்கப்பட்டது. ஏதென்சின் இந்தப் பொருளாதாரக் கொள்கையை ஆதரிக்கும் வகையில் ஷெனோபன் பின்வருமாறு கூறினார்.

> இந்த நடவடிக்கைகளால் கிடைக்கும் வருமானங்களின் முழுப் பலனையும் அடைய வேண்டுமானால், சமாதானம் நிலைக்க வேண்டும் (ரோடெரிக் டீ லாங், 2015).

கடல் வணிகத்தால் வெளிநாட்டு வாணிபம் பெருவளர்ச்சி யடைந்தது. நாட்டில் பல முன்னேற்றங்கள் நடந்தன. ஆனால், ஏழைகள், விவசாயிகள் தேவையுள்ளவர்களின் பிரச்சினைகளுக்குத் தீர்வு கிடைக்கவில்லை. செல்வந்தர்கள் மேலும் செல்வந்தர் களாவதோ, நாட்டின் செல்வவளம் பன்மடங்கு அதிகரிப்பதோ, வறிய மக்களின் பிரச்சினைகளுக்குத் தீர்வாகாது என்பது இங்கும் நிரூபணமாகியது.

எதேச்சாதிகார அரசியலுக்கு எதிரான கிளர்ச்சிகளும் பொருளாதார நெருக்கடிகளும் ஒன்றிணைந்த போது, சமூகத்தின் அமைதி குலைந்தது. குழப்பங்களும் மோதல்களும் அதிகரித்தன. இந்தக் குழப்ப நிலைகளுக்கு வர்க்க வேறுபாடு ஒரு முதன்மைக் காரணி யாகச் செயல்பட்டுள்ளது.

தொன்மைக் கிரேக்கத்தின் வர்க்க வேறுபாடுகளில் மிகவும் கீழ் நிலையில் அடிமைகளும் அடித்தட்டு மக்களும் இருந்தனர். கிரேக்கத்தில் அடிமைமுறை ஏற்றுக்கொள்ளப்பட்ட சமூக நிறுவனம். கிரேக்க வணிக நடவடிக்கைகளில் அடிமை வணிகமும் ஒரு பகுதி என்று கூறலாம். அடிமைகளை வாங்குவதற்கும் விற்பதற்கும் அடிப்பதற்கும் சட்டம் இடமளித்தது.

விவசாயம், கட்டடம் கட்டுதல், கனிமப் பொருள் அகழ்வு போன்ற பல்வேறு கடினமான வேலைகளுக்கு அடிமைகள் பயன் படுத்தப்பட்டனர். ஏழைகள் அல்லாத ஒவ்வொரு வீட்டிலும் மூன்று அல்லது நான்கு அடிமைகள் இருந்தனர். அடிமைமுறை

இயல்பானது என்றும், அடிமை உயிருள்ள உடைமை என்றும் பெரிய சிந்தனையாளர்களே அங்கீகாரம் அளித்திருந்தனர்.

விவசாயிகள், கூலி வேலையில் ஈடுபடுவோர், அடித்தட்டு மக்கள் எனப் பல பிரிவினர் இருந்தனர். செல்வப் பகிர்வு சென்றடையாத பிரிவினர் இவர்கள். அரசியல் உரிமைகள் மறுக்கப்பட்ட பிரிவினரும் இவர்கள்தாம்.

நாட்டில் அன்றிருந்த பொருளாதாரச் சூழலில் ஏழைகளும் விவசாயிகளும் பெரும் கடன் சுமைகளுக்காளாகினர். கடனை அடைக்க முடியாதவர்கள் எஜமானர்களுக்குத் தம்மையே அடிமைகளாக விற்பனை செய்துகொண்டனர். இதற்கிடையில் விவசாயிகள், கைவினைஞர்கள், வணிகர்களைக்கொண்ட ஒரு நடுத்தரப் பண்புகளைக்கொண்ட ஒரு வகுப்பும் உருவாகியிருந்தது.

இவை, அசைவற்ற சித்திரங்கள் அல்ல. மக்கள் கிளர்ச்சிகளுக்கு ஆயத்தமாகி வந்தனர். பொருளாதார ஏற்றத்தாழ்வும் அரசியல் ரீதியான வேறுபாடுகளும் சமூகத்தில் ஒரு கொதிநிலையை உருவாக்கியிருந்தன.

கிமு 6ஆம் நூற்றாண்டின் இறுதிப் பகுதியில் ஏதென்சில் ஒரு புதிய அரசியல் மாற்றம் நிகழ்கின்றது. அரசியல் சமத்துவம், அரசியல் உரிமைகள், பேச்சுச் சுதந்திரம், நாட்டின் அரசியலில் மக்களின் பங்களிப்பு போன்ற மக்கள் நிலைப்பட்ட அரசியலுக் கான கோரிக்கைகள் வலுவடைகின்றன. இங்கிருந்துதான் ஜனநாயக அரசியல் தோற்றம் பெறுகிறது. அடிமைகளின் அவலம், ஏழைகளின் துயரம் என்ற கருத்துகளும் இதன் பின்னணியில் இருந்தன. இந்தக் காலத்தில் நடைபெற்ற அரசியல், சட்டச் சீர்திருத்த வரலாறுகளிலிருந்து இந்த உண்மைகளை நாம் பார்க்கிறோம்.

சோலோன்: சட்ட சீர்திருத்தங்கள்

நீதி, சமத்துவம், நன்நெறி என்பவற்றை அடித்தளமாகக் கொண்ட சட்டங்களால் நாடுகளில் சிறந்த ஆட்சி முறைகளைக் கொண்டு வர முடியும். ஏதென்சின் சட்டத் திருத்தத்தில் சோலோனின் வருகை அதற்கான சான்று. கிபி 6ஆம் நூற்றாண்டில் ஏதென்சில் ஏற்பட்டிருந்த குழப்ப நிலைகளுக்கும் அரசியல், பொருளாதார

நெருக்கடிகளுக்கும் தீர்வாகச் சட்டங்களை இயற்றியவர், சோலோன் (கிமு 638-558). சோலோன் அரசியல் அறிஞர், சட்டம் இயற்றுபவர், ஒரு கவிஞர்.

வர்க்க ஏற்றத்தாழ்வுகளாலும் பொருளாதார நெருக்கடிகளாலும் பெரும் சீர்குலைவுக்குள்ளாகி இருந்த ஏதென்ஸ் நகரை மீட்டெடுக்கும் பொறுப்பைச் சோலோன் ஏற்றிருந்தார். நகர அரசுகளில் ஆட்சியாளர் சட்டமியற்றும் அதிகாரிகளை நியமிப்பது வழக்கம். கிபி 630இல் டிரெக்கோ நியமிக்கப்பட்டார். ஏதென்சுக்கான முதலாவது அரசியல் சாசனத்தையும் எழுதப்பட்ட சட்டத்தையும் டிரெக்கோ உருவாக்கினார்.

மக்களுக்கான சில பாதுகாப்புக்களை டிராக்கோவின் சட்டங்கள் வழங்கியிருந்த போதும் அவருடைய சட்டங்கள் மிகக் கடினமானவை. சட்டங்களில் மாற்றம் தேவை என்ற பொதுக் கோரிக்கை ஏதென்ஸில் உருவாகியிருந்தது. இந்தச் சூழலில்தான் (கிபி 594இல்) அரசாங்கம் சட்டச் சீர்திருத்த அதிகாரத்தைச் சோலோனிடம் வழங்கியது.

கடன் சுமையிலிருந்து ஏழைகளைப் பாதுகாப்பதற்கு அவர் முன்னுரிமை தந்தார். கூலியாட்களையும் கட்டாய அடிமை முறையையும் அவர் தடுத்தார். நடுத்தர வகுப்பினரின் உரிமைகளை அரசாங்கம் நீக்கியிருந்தது. அந்த வகுப்பினர் மீண்டும் அந்த உரிமைகளைப் பெறுவதற்கும் சட்ட ஏற்பாடுகளைச் செய்தார். அரசியலில் எல்லாக் குடிமக்களின் பங்களிப்பும் இருக்க வேண்டும் என்பது அவருடைய அரசியல் சீர்திருத்தத்தின் முக்கிய இலட்சியமாக இருந்தது.

ஏதென்ஸ் நகர அரசாக இருந்த போதும், உயர்குடியினரும் பிரபுக்களும்தான் ஆட்சியாளர்கள். அவர்கள் செல்வந்தர்கள். பெரு நிலக்கிழார்கள். அரசியல் தீர்மானங்களை அவர்களே எடுத்தனர். நீதிமன்றங்களிலும் இதர எல்லா இடங்களிலும் ஏழைகள் புறக்கணிக்கப்பட்டனர். மக்கள் அரசுக்கு எதிராகக் கிளர்ச்சி செய்யக் காரணங்கள் இருந்தன.

இந்தப் பின்னணியில்தான் சோலோன் தமது சட்ட அரசியல் சீர்திருத்தங்களை முன்வைக்கின்றார். அவருடைய சீர்திருத்தங்களில் நெருக்கடிகளுக்கான தீர்வுகளும் ஒரு ஜனநாயக அரசை

நிறுவுவதற்கான அடிப்படைகளும் இருந்தன. நவீன ஜனநாயகக் கருத்துகளோடு பொருந்தாத கருத்துகள் அவற்றில் இருந்தாலும் புரட்சிகர ஜனநாயக இலக்குகளைச் சோலோன் வடிவமைத்திருந்தார்.

அரசியல் பதவிகளைப் பெற பிறப்பை அடிப்படையாகக் கொள்வதை மாற்றி, செல்வநிலையைச் சோலோன் அளவு கோலாக்கினார். பழைய பிரபுத்துவத்தின் அதிகாரம் இதனால் குறைக்கப்பட்டது. நீதித் தீர்ப்புகளுக்கு எதிரான மேல் முறையீட்டு மன்றமாகக் கீழவையை மாற்றினார். சாதாரண மக்களுக்கு அங்கத்துவம் தரக்கூடிய மேலவையையும் சோலோன் உருவாக்கினார். அந்த வகையில் சோலோன் அறிமுகப்படுத்திய அரசியல் சாசனம் உயர்குடியினரின் அதிகாரத்தைக் கட்டுப் படுத்தும் பல சீர்திருத்தங்களைக் கொண்டிருந்தது.

சோலோனின் ஜனநாயக முன்னெடுப்புக்கள் பற்றி விமர்சனங்கள் இருக்கின்றன. ஆனால், கிரேக்கத்தின் ஜனநாயக அரசியல் பாதையும் சிந்தனையும் சோக்ரடீஸ் வரை நீடித்ததில் சோலோனின் சீர்திருத்தங்களுக்கு ஒரு முக்கியப் பங்குள்ளது. இதிலிருந்த முரண்பாடு என்னவெனில், நாம் ஜனநாயகம் (டிமோக்ரஸி) என்று எடுத்துக்கொள்ளும் எண்ணக்கரு டைமோக்கரஸி (செல்வந்தராட்சி) என்னும் வரையறையைத்தான் பெற்றிருந்தது. *

கிரேக்க வரலாற்றில் முதல் ஜனநாயக ஆட்சி முறையையும் பேரரசு ஆதிக்கத்தையும் கொண்ட நாடாக ஏதென்ஸ் போற்றப் படுகிறது. முக்கியமாக எல்லா மத்தியத்தரை நாடுகளின் வணிக மையங்களிலும் அதனுடைய செல்வாக்குப் பரவியிருந்தது. மிகவும் உயர்ந்த கலைப் படைப்புக்களும் கவிதையும் சிந்தனையும் ஏதென்சைப் புகழின் உச்சத்திற்குக் கொண்டுசென்றிருந்தன. ஏதென்ஸ் நகரின் மிகவும் மனக்கிளர்ச்சி ஊட்டக்கூடிய பெருமைக்குரிய காலகட்டத்தில் சோக்ரட்டீஸ் வாழ்ந்தார்.

---

* சோலோனின் சட்டங்கள் செல்வந்தர் ஆட்சிக்கு (Timocracy) வழிவகுத்தது. சில்லோராட்சி முறையைவிடச் சில முன்னேற்றங்களோடு மக்களாட்சிக்கான அடிப்படைகளும் இதில் இருந்தன. இதன் அடுத்த கட்டமாக மக்களாட்சி தொடங்குகிறது. மக்களாட்சி ஊழலுக்கும் எதேச்சதிகாரத்துக்கும் பலியாகி உள்ளதாக சோக்ரடீஸ் எதிர்க் கருத்துகளை வெளியிட்டார்.

அரசியல், வரலாற்று ரீதியான தாக்கங்கள், கிரேக்கத்தின் அரசியல் சூழ்நிலைகளுக்குச் சில முக்கியமான வாய்ப்புகளை உருவாக்கித் தந்தன. அவற்றுள் பாரசீகப் பேரரசு கிரேக்கத்தைத் தனது பேரரசின் ஒரு மாகாணமாக ஆக்குவதற்கு எடுத்த முயற்சி முக்கியமானது. எனினும் கடும்போராட்டங்கள் மூலம் கிரேக்க அரசுகள் இதைத் தவிர்க்க முயன்றன. அடுத்ததாகக் கிரேக்கத்தில் ஏதெனிய மக்கள் எழுச்சியையும் முக்கியமாகக் குறிப்பிடலாம். ஒழுக்கம், ஆய்வறிவுத் தலைமைத்துவம், ஏதெனியப் பேரரசு உருவாக்கம் என்பவற்றில் இந்த எழுச்சி புலப்பட்டது. இவை தவிர கவிதையும், கட்டடக்கலையும், சிற்பக்கலையும் மனித நாகரிக வரலாற்றில் பெருமை தரும் படைப்புகளாக கிரேக்க நாகரிகத்தை மேலும் மெருகூட்டின.

ஏதெனிய அதிகாரத்திற்கு எதிராகப் பொறாமைகொண்ட ஏனைய நகர அரசுகள் தமக்குள் ஒருங்கிணைப்பை ஏற்படுத்திக் கொண்டதோடு போர் முயற்சிகளிலும் ஈடுபட்டன. கிரேக்க வரலாற்றில் முக்கியமாக வர்ணிக்கப்படும் பெலப்போனேசியன் போர் இந்த நெருக்கடிகளிலிருந்தே தோற்றம் பெற்றது. இந்தப் போர் கிமு 431இல் தொடங்கி 404இல் முடிகின்றது. மகத்தான வெற்றி, பெரிய அரசியல், ஆன்மிகச் செல்வாக்கு, செல்வவளம், நீண்டகாலப் போர், மோசமான தோல்விகள் என்றுதான் ஏதெனியப் பேரரசின் கிமு 5ஆம் நூற்றாண்டு வரலாறு எம் கண்முன் விரிகின்றது.

அரசியல் மாற்றங்கள்

சோக்ரடீஸ் வாழ்ந்த காலத்தில் ஏதென்ஸ் புதிய ஆட்சிமுறை களின் பரிசோதனைக் களமாக விளங்கியது. அதே நேரத்தில் முன்னேற்றத்திற்கான அடையாளங்களையும் அந்த அரசியல் மாற்றங்கள் வெளிப்படுத்தின. 'எமது அரசியல் சாசனம் ஜனநாயகம் என்று பெயரிடப்பட்டுள்ளது. ஏனெனில் இங்கு ஆட்சி சிலரின் கைகளில் அல்ல, பலரின் கைகளில் இருந்தது. தனிப்பட்ட தகராறுகள் எவ்வாறு இருந்தபோதும் நம் அனைவருக்குமான சமத்துவ நீதியைச் சட்டங்கள் உறுதிசெய்கின்றன. பொதுக் கருத்துகள் வரவேற்கப்படுகின்றன. சிறப்புத் தன்மையின் அடிப்படையில் எல்லாத் துறைகளிலும் நிகழும் அனைத்துச்

சாதனைகளும் கௌரவிக்கப்படுகின்றன.' அரசமைப்புப் பற்றிய இந்தக் கூற்று, சோக்ரடீஸ் காலத்துக் கிரேக்க ஜனநாயகத் திட்டத்தின் சிறப்புக் கூறுகளாகும் (ஆர். டபிள்யூ. லிவிங்ஸ்டோன், 1939).

பெலப்போனிய போர் ஏற்படுத்திய இராணுவ ரீதியான வீழ்ச்சி களும் அதனால் ஆட்சி முறைமைகளில் ஏற்பட்ட மாற்றங்களும் ஏதெனிய அரசியலில் தவிர்க்க முடியாத பல மாற்றங்களைக் கொண்டுவந்தன. ஜனநாயகத்திற்குப் பதிலாக மிதவாத சில்லோராட்சி அறிமுகப்படுத்தப்பட்டது. இது வரையறுக்கப் பட்ட ஜனநாயகமாகும். இதைத் தொடர்ந்து வரையறையற்ற ஜனநாயக ஆட்சி நடைபெற்றது. அதன் பிறகு முப்பது பேர்களின் சர்வாதிகார ஆட்சி தொடங்கியது. இவ்வாறு பல அரசியல் மாற்றங்கள் ஏதென்ஸில் நிகழ்ந்தன. பின்னர் படிப்படியாக ஜனநாயகம் மீள நிறுவப்பட்டு அடுத்த எண்பது ஆண்டுகாலம் அது நீடித்தது. இதுதான் சோக்ரடீஸ் குற்றவாளிக் கூண்டில் நிறுத்தப்பட்ட காலப் பிரிவு.

புரட்சியும் பதற்றமும் மாத்திரம் கிரேக்கத்தின் அரசியலுக்குச் சொந்தமானவையாக இருக்கவில்லை. சிந்தனையும் ஆய்வறிவு ரீதியான குழப்பங்களும் நிறைந்த யுகமாகவும் அது விளங்கியது. மரபுரீதியான சமயச் சிந்தனைகளும் பாரம்பரியமான ஒழுக்கங்களும் கேள்விக்குள்ளாக்கப்பட்டன. மறுபுறத்தில் ஜனநாயகத்தின் வளர்ச்சியானது உயர்கல்விக்கான தேவையை மேலும் அதிகரிக்கச் செய்தது. உயர்கல்வி வளர்ச்சியின்றி, ஜனநாயக அரசியல் வெற்றி பெறாது என்ற உணர்வைச் சமூகம் பிரதிபலித்தது. கிமு 5ஆம் நூற்றாண்டில் ஏதென்ஸ் நகரத்தில் நன்கு ஒன்றிணைக்கப்பட்ட கல்விமுறை இருக்கவில்லை. இந்தச் சூழ்நிலையில்தான் கிரேக்க அறிவு மற்றும் கல்வி வரலாற்றில் சோபிஸ்ட்டுகள் என்ற ஒரு தத்துவப் போதனையாளர் களின் வருகையைப் பார்க்கிறோம். அரசியல் கலையையும் பேச்சுக்கலையையும் போதிப்பதில் தமது கல்வி நிபுணத்துவத்தைச் சோபிஸ்ட்டுகள் பயன்படுத்தினர். அவர்களுடைய நவீன போதனை முறைகள் இளைஞர்களைப் பெரிதும் கவர்ந்தன.

உண்மையில் கிரேக்க மக்களின் வாழ்வில் அரசியல் ஒரு சிறப்பான இடத்தைப் பெற்றிருந்தது. இதனால், சோபிஸ்ட்டுகள்

எல்லாவிதமான அரசியல், ஒழுக்கப் பிரச்சினைகளையும் தமது கலந்துரையாடலுக்கு எடுத்துக்கொண்டனர். ஒரு வகையில் நோக்கினால் இதன் பெறுபேறுகள் பெரிய ஆய்வறிவுத் தூண்டல் களை ஏற்படுத்தின. எனினும் இதற்கு ஒரு மறுபக்கமும் இருந்தது. சோபிஸ்ட்டுகள் ஆய்வறிவுப் பசியைத் தூண்டியது உண்மை. ஆயினும் கிரேக்க மக்களின் உளரீதியான பாதுகாப்பின்மைக்கும் சமூகப் பதற்றநிலைக்கும் அவர்கள் காரணமாக இருந்தனர். இதனால் குழப்பங்கள் சூழ்ந்த, அமைதிக்காக ஏங்கிய சமூகத்தையே சோபிஸ்ட்டுகளால் நிர்மாணிக்க முடிந்தது.

எனினும் கிரேக்கத்தின் மெய்யியல் பாரம்பரியத்தின் வெளிப்பாடு சோபிஸ்ட்டுகளுக்கும் முற்பட்டதாகும். அது சோக்ரடீசுக்கும் முற்பட்ட சிந்தனையாகும். சோக்ரடீஸ் காலக் கல்விமுறையில் கிரேக்கத்தின் தொன்மை மெய்யியல் அறிவிற்கும் முக்கியத்துவம் தரப்பட்டிருந்தது.

சோக்ரடீசுக்கு முந்தைய அயோனிய சிந்தனை

தொன்மைக் கிரேக்கத்தின் தத்துவ நிலப்பரப்பு அயோனியா. அயோனிய மரபிலிருந்துதான் கிரேக்க மெய்யியல் தோற்றம் பெறுகிறது. சோக்ரடீஸ் அயோனியச் சிந்தனைகளைக் கற்றிருந்த போதும் அவருடைய கொள்கைகள் தனித்துவமானவை. சோக்ரடீஸ் தனக்கான ஒரு சிந்தனை முறையை வகுத்துக்கொண்டார். மெய்யியலை மனிதமயப்படுத்தியதிலும் அவர் முதன்மை முன்னோடியாக விளங்கினார். எனினும் கிரேக்கத்தில் அயோனிய சிந்தனையின் தாக்கமானது சோக்ரடீஸ் காலத்தையும் பாதித்த ஆய்வறிவு இயக்கம் என்பதை நாம் மறுக்க முடியாது.

முதன் முதலில் மெய்யியலில் ஈடுபட்ட யாவரும் தம்மைச் சுற்றியுள்ள உலகு பற்றி ஆராய்வதிலேயே பெரிதும் ஈடுபட்டனர் (யோன் பேணற்று, 1965). காலப்போக்கில் ஏற்பட்ட புதிய அறிவுத் தேவைகளையும் சிந்தனைத் தேவைகளையும் நிறைவேற்றுவதற்கு அளவையியல் உருவாக்கப்பட்டது. ஒழுக்கமுறைகள் சீர்குலைந்த போது ஒழுக்கவியல் தோன்றியது என்று பேணற்று கூறுகிறார்.

உலகம் தோன்றிய நீண்டகாலத்தின் பின்னரே விஞ்ஞானமும் மெய்யியலும் தோன்றின. ஏஜியன் கடலுக்கு அருகிலிருந்த

பகுதிகள் புதிய கற்காலத்தில் இருந்து உயர்ந்ததொரு நாகரிகத்தை உருவாக்கின. இந்தத் தொன்மை நாகரிகப் பின்னணியை நோக்கும் போது கிரேக்கக் கலைகளிலும் கிரேக்க அறிவியலிலும் இந்தப் பகுதிகளில் வாழ்ந்த தொல்குடிகளுக்குத் தொடர்பு இருந்ததாகத் தெரிகிறது. பொதுவாகக் குறிப்பிடப்படும் கிரேக்க மெய்யியலாளர்கள் பலர் அயோனியர்களாவர். பைதகரஸ் (= பிதாகரஸ்) அயோனியாவைச் சேர்ந்தவராவர்.

உலகைப் பற்றி நன்கு ஆராய முனைந்த அந்தக் காலக் கிரேக்கர்கள் முன்பு யாருமே முயலாத அல்லது அறிந்திராத ஒரு பணியைத் தொடங்கியவர்கள் என்று கூறுவதற்கு இல்லை. பழம் மரபுகள் பற்றிய ஆய்வுகளும் இயற்கை, வானவியல் பற்றிய ஆய்வுகளும் இதற்கு முன்னரே இருந்துள்ளன. கிமு 6ஆம் நூற்றாண்டில் பிரபஞ்சத் தோற்றவியல் பற்றிய சிந்தனைகளில் அதிக முன்னேற்றம் ஏற்பட்டதற்கான ஆதாரங்கள் உள்ளன (யோன் பேணற்று, 1965). மெய்யியல் முன்னோடிகளாக விளங்கிய இவர்கள் விஞ்ஞானக் கண்டுபிடிப்பாளர்களாகவும் ஓரளவிற்கு ஒழுக்கம், சமூகச் சீர்திருத்தவாதிகளாகவும் விளங்கியுள்ளனர். சிலரை அவர்களுடைய தனிப்பட்ட ஆளுமை மாண்புகளால் பெருமைக்குரியவர்களாகவும் மக்கள் போற்றினர்.

மனித வரலாற்றில் இந்த விதமான தனித்துவப் பண்புகளுக்கு எப்போதும் ஒரு முக்கியத்துவம் இருந்துவந்துள்ளது. குறிப்பாகக் கலை, அரசியல், அறிவியல் போன்ற வெவ்வேறு பயனுள்ள துறைகளில் தொழில்சார் வல்லுநர்களாக இருப்பவர்களைவிட மெய்யியலாளர்களிடமிருந்து மேலதிகமாக உலகம் எதிர்பார்க்கிறது. அதாவது அவர்களிடம் உயர்ந்த மதிநுட்பத்தோடு சிறந்த பண்புகளையும் மக்கள் எதிர்பார்க்கின்றனர். தொன்மை மெய்யியல் வரலாற்றில் இதன் தாக்கத்தை அதிகம் உணர முடிகின்றது.

ஏனைய எல்லா இனத்தவர்களை விடவும் கிரேக்கர்கள் குறிப்பாக அயோனியர்கள் இந்த உயராய்வறிவு மனப்பாங்கைக் கொண்டிருந்தனர். விஞ்ஞானம் தோன்றுவதற்கு முன்னதாகவே ஹோமரின் காவிய உள்ளடக்கத்திலிருந்து பல்வேறு நுட்பமான பண்புகளைக் கிரேக்கச் சமூகத்தினர் வெளிப்படுத்தி வந்துள்ளனர்.

குறிப்பாக, சுதந்திரக் கலந்துரையாடல் முறை, ஒரு குறிப்பிட்ட விடயத்தைப் பல்வேறு கோணங்களில் இருந்து ஆராயும் பண்பு, அதே வேளை ஐயப்பாடுள்ள மனநிலை, உண்மையைக் கண்டு பிடிப்பதிலிருந்த அதிவுயர் ஆர்வம் என்பவற்றைக் கிரேக்க மக்கள் பயன்படுத்தி வந்துள்ளனர். இவற்றை நோக்கும் போது மற்றெல்லா மக்கள் பிரிவினரையும்விடக் கிரேக்கர் ஒரு முன்னணி இடத்தை வகிப்பது தெளிவாகின்றது (ஏ. டபுள்யூ. பென், 1912).

கிரேக்க மெய்யியலை நிறுவியவரான மைலீசியாவைச் சேர்ந்த தேலிஸ் முக்கியமானவர். மைலீசியா சின்னாசியாவின் மேற்குக் கரையில் அமைந்திருந்த சக்திவாய்ந்த அயோனியாவின் நகரமாகும். தொன்மை கிரேக்க மெய்யியலாளர்களான தேலிஸ், அனெக்சிமினிஸ், அனெக்சிமாந்தர், ஹெரக்கிளிட்டஸ், டெமோக் கிரட்டஸ், புரட்டகோரஸ் போன்ற பலரிடம் நாம் மேலே அவதானித்த சுதந்திர ஆய்வறிவுப் பண்புகள் காணப்பட்டன. கிரேக்க அறிவுப் பரப்பில் சுதந்திர விசாரணைக்கு எப்போதும் ஒரு முக்கியத்துவம் இருந்தது.

இயற்கை கடந்த புராணவகையான விளக்கங்களை அவர்கள் ஏற்க மறுத்தனர். பல பழைமைவாத கொள்கைகளுக்கு விடுதலை தரப்பட்டது. செனூபனீஸ் (கிமு 570-480) பல்லிறைவாதத்தை நிராகரித்ததோடு ஓரிறைவாதத்தை வரவேற்றார். ஆன்மாக்கள் (=ஆத்மாக்கள்) ஓரிடத்திலிருந்து இன்னோர் இடத்திற்குப் பரிமாற்றம் ஆகக் கூடியவை என்று கூறப்பட்டுவந்த கருத்தையும் செனூபனீஸ் மறுத்தார். ஹெராக்கிளிட்டஸ் (கிமு 525-475) தனது காலத்தில் நிலவிவந்த கடவுள்கள் மீதான வணக்க வழிபாடுகளை மறுத்தார்.

புராண சமயப் பாரம்பரியங்களைவிட, கிரேக்க சிந்தனை யாளர்கள் பகுத்தறிவையும் அறிவியலையும் ஆதரித்தனர். மேற்கத்திய அறிவியலின் மூலகர்த்தாக்கள் என்று உலகம் இவர்களைப் போற்றுகின்றது. கிரேக்க கால அறிவியல் என்பது நவீன அறிவியலை விளங்குவதிலிருந்து வேறுபட்டதாகும். இயற்கை நிகழ்வுகளைச் சுதந்திர விசாரணையுடனும் ஒழுங்கமைப்பு ரீதியாகவும் முறையியல் ரீதியாகவும் ஆராய்வது இங்குக் காணப் பட்ட ஒரு சிறப்பு ஆய்வறிவு முறையாகும். புராண சமய

ஆதிக்கங்களுக்கு அப்பால் பக்கச் சார்பின்றி, சுதந்திரமாகத் தமது ஆய்வுகளைக் கிரேக்க அறிஞர்கள் மேற்கொண்டனர். இயற்கைத் தோற்றப்பாடுகளுக்குரிய அடிப்படைகளை ஆராய்ந்து அவற்றைத் தெளிவுபடுத்துவதன் மூலம் காரணரீதியான ஓர் இசை வாக்கத்தைக் கொண்டுவருவதற்கு கிரேக்க அறிஞர்கள் முனைந்தனர்.

முன்னர்க் குறிப்பிட்டது போல மனிதர் முதலாவது எதிர்வினையைப் புறவுலகின் மீது அல்லது இயற்கையின் மீதுதான் நிகழ்த்தினர். அதைத் தொடர்ந்து அறிவாராய்ச்சியியல், ஒழுக்கவியல், அரசியல் மானிட உறவுகள், ஆன்மிகச் சிந்தனை ஆகியவற்றில் மனிதர்கள் ஈடுபடுகின்றனர். ஆதி கிரேக்க மெய்யியலின் தோற்றம் குறிப்பாக அயோனிய சிந்தனை தவிர்க்க முடியாத வகையில் பிரபஞ்சத் தோற்றம் பற்றியது. இவர்கள் எடுத்துக்கொண்ட விதிகள் அல்லது கோட்பாடுகள், இயற்கையைக் கொண்டே விளக்கம் அளிப்பதை அடிப்படையாகக் கொண்டிருந்தன. நீர், நெருப்பு, காற்று போன்ற இயற்கைத் தனிமக் கூறுகளைப் பிரபஞ்சத் தோற்றத்தின் மூலப்பொருள்களாகக் கிரேக்க சிந்தனையாளர்கள் வரையறுத்தனர். அதனால் இவர்களின் முயற்சிகள் அறிவியல் அல்லது பிரபஞ்சத் தோற்றவியல் சார்ந்தவை.

நீர்த் தத்துவம்

உலகம் தண்ணீரில் தோன்றித் தண்ணீருக்குத் திரும்புகின்றது என்ற நீர்த் தத்துவத்தைத் தேலிஸ் (கிமு 624-550) அறிமுகப்படுத்தினார். பின்னர் அனெக்சிமாந்தர், பைதகரஸ், ஹெராக்கிளிட்டஸ் போன்ற ஒவ்வொரு மெய்யியலாளரும் தத்தமது சிந்தனை ஆற்றலுக்கும் கண்டுபிடிப்புகளுக்கும் ஏற்ப ஏதாவது ஒரு வகையில் பௌதீகப் பொருள்களை உலகத் தோற்ற விளக்கத்திற்கு அடிப்படையாக வழங்கினர். தீ, நிலம், தண்ணீர், காற்று போன்ற தனிமக் கூறுகளை இவர்கள் பிரபஞ்ச மூலக்கூறுகளாக இனங் கண்டனர்.

உண்மையில், ஆதி கிரேக்க பிரபஞ்சவியல்வாதிகள் தமது சிந்தனைகளின் விளக்கத்தை அறிவியல் ரீதியாகக் கட்டமைத்தனர். இயற்கை கடந்த ஆற்றல்கள் புராணங்களின் தொடர்பின்றி இயற்கைக் காரணிகளையும் தொடர்புகளையும் பயன்படுத்தி,

இந்த விளக்கத்தை அவர்கள் உருவாக்கினர். கிரேக்கரின் இந்த அறிவுத் தேடல்முறை தனித்துவமாகவும் சிறப்புமிக்கதாகவும் விளங்கியது (ஒய். மசிஹ், 2002).

தேலிசினுடைய முதன்மை நோக்கம் பிரபஞ்சத் தோற்றத்திற்குரிய மூலப்பொருள் எது என அறிந்துகொள்வதாகும். இந்த முயற்சியில் அவர் அடிப்படைத் தனிமக் கூறாக நீரை இனங்காண்கிறார். நீர் ஆவியாகக்கூடியது, திண்மமாகக் கூடியது, திரவமாகக்கூடியது. நீர் என்ற தனிமத்தின் இந்தப் பண்புகள் அவரது சிந்தனைக் கட்டமைப்பிற்கு மிக உகந்தவையாக இருந்தன. பிரபஞ்சத் தோற்றத்திற்கு அடிப்படையான ஒரு தனிமக் கூறினை அவர் இயற்கையிலிருந்து கண்டுபிடித்துக் கூறியது அவருடைய அறிவியல் சார்ந்த பங்களிப்பாகும். ஆனால் அவர் மேற்கொண்ட விசாரணைகளும் அவர் எழுப்பிய அடிப்படைக் கேள்விகளும் மெய்யியலுக்கான வாயில்களைத் திறந்துவிட்டன.

தொன்மைக்கால அயோனிய விஞ்ஞானம்

சடம் (= சடப்பொருள், பொருண்மை, பருப்பொருள்) ஒரு குறித்த வகைப் பொருளாக வடிவமைக்கப்படுவது பற்றிய தொடர்ச் செயற்பாட்டை அனெக்சகோரஸ் (கிமு 500-428) அறிமுகப் படுத்தினார். மெய்யியல் வளர்ச்சியில் அது ஒரு குறிப்பிடத்தக்க முன்னேற்றமாகும். அவருடைய முக்கியமான பங்களிப்பு 'உள்ளம்' (நோஸ்: மனம்/உள்ளம்) என்ற எண்ணக் கருவை அறிமுகப் படுத்தியது எனலாம். உள்ளத்தை/மனத்தை அவர் சடத்திலிருந்து வேறுபடுத்தி விளக்கினார்.

உலகமும் இதிலுள்ள எல்லாப் பொருள்களும் நன்கு ஒழுங்கமைக்கப்பட்ட, ஒற்றை அமைப்பாக அவருக்குத் தோன்றியது. இந்த வகையான ஒரு பகுத்தறிவுக் கோட்பாட்டையே அனெக்ச கோரஸ் அவருடைய உள்ளம் பற்றிய எண்ணக்கருவில் முன் வைத்தார். அந்த எண்ணக்கரு, பொருளுடன் இணைந்த ஒழுங்கு என்ற கருத்தை வெளிப்படுத்தியது.

எதார்த்தத்தின் இயல்பை அறிந்துகொள்வதாக இருந்தால் அனெக்சகோரசின் கருத்தில் எதார்த்தம் என்பது உள்ளமும் சடமும் என்று அறியப்பட வேண்டும். சடத்தினுடைய நடத்தையிலும்

வடிவத்திலும் உள்ளமானது செல்வாக்குச் செலுத்துவதற்கு முன்னரே சடம் இருந்தது என்று அனக்சகோரஸ் கருதினார்.

மூல சடத்தின் திண்மமானது (*மாஸ் ஆஃப் மேட்டர்*) பல பொருள்களாகப் பிரிவடைகின்றது. ஒவ்வொரு பாகமும் எல்லாவற்றையும் உள்ளடக்கியதாக அமைகின்றது, விதைகளைப் போல. படிமுறைச் செயற்பாட்டின் ஒரு கட்டத்தில் சடமானது பொருள்களாக வடிவமைப்புப் பெறுகின்றது. இதை அனெக்சகோரஸ் பிரிந்து செல்லும் படிமுறைப் போக்கு என்று கூறுகின்றார். மனத்தினுடைய சக்தியினூடாகத்தான் இந்தப் பிரிவு பெறப் படுகின்றது. ஒரு சிறப்பு நிலையில் கூறுவதானால் மனமானது ஒரு சுழற்சி இயக்கத்தை உருவாக்குகின்றது. அது சடப் பொருளின் திண்மங்களின் உள்ளீடாகச் செயற்பட்டு, பல்வேறு பொருள்களுக்கு இடையில் பிரிவினையைக் கட்டாயப்படுத்து கின்றது.

இயக்கத்தின் இந்தச் சுழற்சியானது பொருள் பிரிவினையில் இரு பெரிய பிரிவுகளாக விளங்குகின்றன. ஒன்று திண்மம், வெப்பம், ஒளி, வரட்சி ஆகவும் இன்னொன்று திண்மம், குளிர், இருள், ஈரப்பதம் போன்றவற்றைக் கொண்டதாகவும் அமைகின்றது. பிரிந்து செல்லும் இந்தப் படிமுறைப் போக்கானது ஒரு தொடர் நிகழ்வாகும். இது இடையறாது நடைபெறுகின்றது. இதை அனெக்சகோரஸ் அவருடைய நூல்களில் புரட்சி என்று குறிப்பிடுகின்றார். நட்சத்திரங்களும் சூரியனும் சந்திரனும் காற்றும் இவ்வாறான ஏனையவையும் வெவ்வேறாகப் பிரிந்து வடிவம் பெறுகின்றன. இதன் தொடர்ச்சியாக வெப்பம் குளிரிலிருந்தும் பிரகாசம் காரிருளில் இருந்தும் வரட்சி, ஈரப்பதத்திலிருந்தும் தமக்குரிய வேறுபாடுகளைப் பெற்றுக் கொள்ளுகின்றன.

சுழற்சியின் ஆற்றலால் கற்களின் திண்மத்தில் ஏற்படும் வெடிப்புக்களிலிருந்து நட்சத்திரங்கள் முதலிய கோள்கள் தோன்றுகின்றன. பூமியானது அதன் மூல ஒழுங்கில் சேற்று மண்ணாகும். அது சூரியனால் நன்றாக வரட்சியாக்கப்படுகிறது. இந்தச் செயற்பாடுகள் எல்லாவற்றிலும் மனம் என்பது உள்ளீடாக இருக்கின்றது. தாவரங்களின் வாழ்விலும் மனித குலத்தின்

புலன் உணர்விலும் அது அவ்வாறுதான் இயங்குகின்றது என்று அனெக்சகோரஸ் கூறுகிறார்.

அனெக்சகோரசின் கருத்தில் உள்ளம் எல்லா இடங்களிலும் உள்ளது. பிரபஞ்சத்திலும் அதே போல் மனித உடலிலும் அது இயங்குகின்றது. இதன் மூலம் மனம் என்பதை அனெக்சகோரஸ் ஏங்குகின்ற அல்லது கட்டுப்பாட்டை உருவாக்குகின்ற ஒரு சக்தியாகக் கருதுகின்றார். ஆயினும் அவருடைய கருத்தின்படி மனத்தின் உண்மையான வகிபாகம் வரையறைக்குட்பட்டது. மனத்தை அவர் சடத்தின் படைப்பாளன் என்றும் கொள்ள வில்லை. ஏதாவது ஒரு நோக்கத்தைக்கொண்ட ஒன்றாகவும் மனத்தை அவர் கருதவில்லை. தனிப்பட்ட பொருள்களில் செயல்படும் பிரிவினையைக்கொண்ட படிமுறைப் போக்கின் ஓர் இயந்திரிக விளக்கத்தை அனெக்சகோரஸ் மனத்திற்கு வழங்குகிறார் (சாமுவேல் ஏனோக் ஸ்டம்ப், 1994).

சோக்ரடீஸ் அனெக்சகோரசின் சிந்தனையைப் பின்வருமாறு அறிந்துகொண்டிருந்தார். உலக ஒழுங்கு என்பது ஒரு திட்ட வடிவமைப்பாகும். குருட்டுத்தனமான இயந்திரீக ரீதியான விளைவால் நிகழ்ந்தது அல்ல. அந்த ஒழுங்கின் நியாயத்தைக் கண்டறிய வேண்டும். இந்த வகைச் சிந்தனை சோக்ரடீசிற்கு அறிவுபூர்வமானதாகவும் திருப்தியானதாகவும் இருந்தது. அனெக்சகோரசை சோக்ரடீஸ் கற்கத் தொடங்கிய போது அனெக்சகோரஸ் வழக்கமான இயந்திரீகக் காரணிகளோடு தனது சிந்தனையை நிறுத்திவிட்டதாக அவர் தெரிந்துகொண்டார். இந்த முறையின்படி உலகானது எந்த நன்மையான நோக்கத்திற்காகவும் வடிவமைக்கப்படவில்லை என்ற ஒரு கருத்துத் தோற்றம் பெறுகின்றது. எனினும் அனெக்சகோரஸ் விட்டுச்சென்ற இந்த வகைச் சிந்தனையைச் சோக்ரடீஸ் தொடரவில்லை.

இயற்கையின் அடிப்படைக் கூறுகளை விசாரணை செய்வதற்கோ புறவயப் பொருள்களைப் பற்றி ஆய்வு செய்வதற்கோ சோக்ரடீஸ் முயலவில்லை. பிளேட்டோவும் ஷெனோபனும் தருகின்ற விவரிப்புகளின்படி நோக்கினால் இயற்கை என்றால் என்ன என்ற ஆய்வு அல்ல; உலகில் மனித வாழ்வு என்றால் என்ன என்பதுதான் சோக்ரடீசின் விருப்பத்திற்குரிய

ஏதென்சிலுள்ளா அகோரா மண்டபம். வணிகச் செயற்பாடுகளும் மக்கள் ஒன்றுகூடல்களும் இங்கு நடந்தன. சோக்ரடீஸ், பிளேட்டோ போன்ற முக்கியமான மெய்யியலாளர்கள் சந்திக்கும் இடமாக விளங்கிவந்தது.

ஆய்வுப் பொருளாக இருந்தது. இதுவரை மெய்யியல் தனக்கென வரையறுத்துக்கொண்டிருந்த ஆய்வும் விசாரணையும் மற்றொரு துறைக்கு மாறுகின்றன. அவை மனித வாழ்க்கையையும், மனித ஒழுக்கத்தையும், சமூக ஒழுங்கையும் நோக்கித் திரும்புகின்றன. அதாவது ஒவ்வொரு தனிநபரையும் ஒவ்வொரு ஆன்மாவையும் ஒழுக்க வாழ்வையும் அறிந்து கொள்வதைப் பற்றிய சிந்தனை தொடங்கியது. இவை சோக்ரடீசிய விசாரணையின் கருப் பொருள்களாகின.

'சோக்ரடீசிற்கு முந்திய மெய்யியல் இயற்கையைக் கண்டு பிடித்ததிலிருந்து தொடங்குகிறது. சோக்ரடீசினுடைய மெய்யியல் மனித ஆன்மாவின் கண்டுபிடிப்பாகத் தொடங்குகிறது' என்று இது வர்ணிக்கப்படுகின்றது (பிரான்சிஸ் மெக்டொனால்ட் கார்ன் ஃபோர்ட், 1932).

மனிதர் ஏன் முதலில் இயற்கையை அறிய முயன்றனர். ஏன் மனித வாழ்வு பற்றிய அறிவு முயற்சிகள் நடைபெறவில்லை. இயற்கை பற்றிய அறிவியலை அறிவதன் மூலம் இந்த விடயத்தை ஓரளவு அறிய நாம் முற்படலாம். இந்த அறிவியலைத் தேலிசும் ஏனைய மைலீசிய சிந்தனையாளர்களும் ஆரம்பிக்கின்றனர்.

கீழ் நாடுகளில் பயணம் செய்த தேலிஸ், எகிப்தில் நில அளவீடு செய்யும் கணிதம் பற்றிய விதிகளைக் கண்டறிந்துகொண்டார். நில அளவீடு தொடர்பான பிரச்சினைகளை எகிப்தியர் கணிப்பு அளவீட்டின் மூலம் தீர்த்துக்கொண்டனர். கிரேக்கரைப் பொறுத்த வரை நிலப்பரப்புக்களை அளவிடுவதில் அவர்களுக்கு அக்கறை இருக்கவில்லை. ஆனால் குறித்ததொரு தேவைக்காகப் பயன்படுத்தி வந்த இந்த அளவீட்டை எந்தவித வடிவத்தையும் கணிப்பதற்கான முறையாக கிரேக்கர் பொதுமைப்படுத்தினர்.

இந்த வகையில் நில அளவையானது படிப்படியாகக் கேத்திர கணித விஞ்ஞானமாக மாற்றம் பெற்றது. கிரேக்கர்கள் வான சாஸ்திரக் கலையையும் இவ்வாறுதான் வானவியல் அறிவியலாக மாற்றினர். வானவியல் விவரங்கள் பபிலோனியரிடமிருந்து பெற்றுக்கொள்ளப்பட்டன. பின்பு இதைப் பயன்படுத்தி அவதான முறைகளினூடாகக் கிபி 585இல் சின்னாசியாவில் இடம்பெற இருந்த சூரியகிரகணத்தைத் தேலிஸ் முன்கூட்டியே கூறினார்.

ஏறத்தாழ 2500 ஆண்டுகளுக்கு முற்பட்ட மைலீசியப் பள்ளியின் பிரபஞ்சம் பற்றிய அறிவு அறிவியலின் ஒரு தொடக்கத்தை வெளிப்படுத்தியது. பிரபஞ்சம் பற்றிய விஞ்ஞான அறிவின் பின்னணியில் இருந்து மெய்யியல் வரலாறு தொடங்குகிறது. எனினும் சோக்ரடீசிய சிந்தனைப் புரட்சி நிகழ வேண்டிய தேவை இருந்தது. அதேவேளை இயற்கை கடந்த, தெய்வீக விடயங்களில் மக்கள் அதிகம் ஈடுபட்டனர். தெய்வீகம் பற்றிய அறிவை சொந்த அனுபவமாக மட்டுமன்றி, தெய்வீக சக்திகளைச் சமய அமைப்பு களிலிருந்தும் மக்கள் பெற்றுக்கொண்டனர். வேத வெளிப் பாடுகள் என்ற கருத்தில் கிரேக்க மக்கள் அதைக் குறிப்பதற்கு ‘தெய்வீக மனிதன்’ என்ற பெயரைப் பயன்படுத்தினர். மாயமந்திர வாதிகளும் கவிஞர்களும் ஞானிகளும்தான் இயற்கை கடந்த விடயங்களைப் பேசக்கூடியவர்கள் என்ற நம்பிக்கையும் கிரேக்கரிடம் இருந்தது.

இந்தப் பின்னணியில், ஏறத்தாழ இந்தக் காலப் பிரிவில் உருவான அயோனிய அறிவியலின் தாக்கம் இயற்கை, இயற்கை கடந்தது என்ற இரு பிரிவுகளைப் பிரதிபலித்தது. இதைப் பின்வருமாறு நாம் வரையறுக்கலாம். அயோனியப் பிரபஞ்சவாதிகள் முழுப்

பிரபஞ்சமும் இயற்கை என்று கருதினர். மனித அறிவால் இதனை அறியலாம் என அவர்கள் நம்பினர். இந்த வகையில் அவர்கள் இயற்கையை மீளக் கண்டுபிடித்தனர் எனலாம். இந்தச் சிந்தனை களின் தாக்கத்தால் ஏற்கனவே இயற்கைகடந்த (இயல்கடந்த) சித்திரிப்புக்களால் நிலை பெற்றிருந்த இயற்கை கடந்த சமய புராண நம்பிக்கைகள் செல்வாக்கிழந்தன. அதாவது இயற்கை கடந்த தெய்வீக எண்ணங்களைவிட இயற்கை என்பது அதற்குரிய எதார்த்தமான இடத்தைப் பெறுகின்றது. அயோனிய அறிவியல் விளைவுகளில் ஒன்றாக இதைக் குறிப்பிடலாம்.

அந்த வகையில் இயற்கை பற்றிய இந்தப் புதிய கண்டு பிடிப்புக்கள் மனித அறிவுச் சாதனைகளாகக் கொள்ளப்பட வேண்டும். மனித அறிவு வளர்ச்சியில் மிகவும் உயர்ந்த நிலையில் இருந்த ஒரு குழுவினரே இந்தச் சிந்தனையை உலகுக்கு வழங்கினர்.

இந்த அறிவுவளர்ச்சி நடைபெற்ற பிரதேசம் சின்னாசியா. இங்குதான் அயோனிய நகரங்கள் காணப்பட்டன. அயோனியப் பிராந்தியம் மேலை நாகரிகத்தின் பிறப்பிடமாக இன்று கருதப் படுகின்றது. ஆனால், அயோனிய மெய்யியல் சிந்தனை யாளர்களின் தோற்றத்திற்குச் சற்று முன்னர் வரைகூட அயோனிய மக்கள் மாய மந்திரங்களுக்கும் புராணவியல் நம்பிக்கைகளுக்கும் அடிபணிந்தே வாழ்ந்துள்ளனர். மூதாதையர்களிடமிருந்து மரபு ரீதியாகப் பெற்றுக்கொள்ளப்பட்ட நம்பிக்கைகளின் வழியாகவும் கவிஞர்கள் மூலமாகவும் மனிதத்தோற்றம் கொண்ட தொன்மங் களை மக்கள் நம்பினர்.

மனித வடிவங்களை உண்மையானது போல் உருவாக்கிக் காட்டுகின்ற கற்பனைகளும், கதைகளும் மக்களின் நம்பிக்கைகளை ஆட்கொண்டிருந்தன. அதனால் கடவுள்களையும் தெய்வங் களையும் மாயசக்திகளையும் மக்கள் நேரடியாகவே காணக் கூடியதாக இருந்தது. அதாவது மனிதர்முன் கடவுளர்கள் மனிதர் களாகவே தோன்றினர். கிபி 6ஆம் நூற்றாண்டில் ஷெனோபனீஸ் இந்த விதமான மனிதப் பண்பமைந்த பலதெய்வக் கோட்பாட்டைக் கடுமையாகத் தாக்கினார்.

தொன்மவியலிலும் இயற்கைகடந்த நம்பிக்கைகளிலும் அயோனிய மெய்யியல் சிந்தனையாளர்கள் எவ்வித ஆர்வத்தையும்

காட்டவில்லை. அநேக சூழ்நிலைகளில் அவற்றை அவர்கள் விமர்சித்ததோடு தெளிவான இயற்கை விளக்கம் ஒன்றின் தேவையை அவர்கள் வலியுறுத்தினார்கள்.

சூறாவளியும் கடும் இடி மின்னலும் ஒலிம்பஸ் கடவுளின் சீற்றம் என்று மக்கள் நம்பிக்கை வைத்திருந்த காலத்தில் அதற்கு மாறுபட்ட விளக்கங்கள் முன்வைக்கப்பட்டன. இடியும் மின்னலும் தோன்றக் காற்றின் மோதல்கள்தான் காரணம் என்று அனெக்சிமாந்தர் விளக்கினார். இது அறிவியல் ரீதியான விளக்கம். இதன் பின்னர் இயற்கைகடந்த கற்பனைகளின் பின்னணியில் இயங்கிய தெய்வ வழிபாடுகளும் அவற்றுக்குக் காணிக்கைகள் வழங்கும் மரபுகளும் பெரிதும் குறைந்தன.

புதிய சிந்தனைகளின் தாக்கத்தால் தொன்மவியல் வழிபாட்டுக் கூறுகளை உண்மை என ஏற்க மக்கள் மறுத்தனர். புதிய அறிவியல் கருத்துகளும் இவற்றிற்கு அங்கீகாரம் வழங்கவில்லை. அந்தக் காலத்தில் வளர்ச்சியடைந்த இந்த உயர்ந்த அறிவுநிலை கிபி 5ஆம் நூற்றாண்டளவில் பிரபஞ்சவியல் சிந்தனைக்குத் தேவையான பின்னணியை வழங்கியதாகக் கருதலாம்.

உயர் நற்பண்புகள்

சோக்ரடீஸ் பிரபஞ்சவியல் கோட்பாடுகள் பற்றி அதிகம் பேச வில்லை. ஆனால் மனித வாழ்வு பற்றிய விசாரணைகள் அவரது உரையாடலின் முக்கியக் கருப்பொருளாக இருந்தன. மனிதனை எது நல்லவனாக்குகின்றது என்று அவர் வினா எழுப்பினார். மேலும் ஷெனோபனுடைய கூற்றை உண்மையெனக் கருதினால் தமது காலத்திலிருந்த இயற்கை பற்றிய அறிவியல் சிந்தனைகளை அவை வரையறைக்குட்படுத்தப்பட்ட சித்தாந்தங்கள் என்றும் அவை பயனற்றவை என்றும் அவற்றை நிராகரிக்க வேண்டும் என்றும் சோக்ரடீஸ் கூறினார் (பிரான்சிஸ் மெக் டொனால்ட் கார்ன்ஃபோர்ட், *1932)* ஆனால் இது விவாதத்துக்குரிய கருத்தாகும்.

இந்த வகையான ஒரு முடிவை சோக்ரடீஸ் முன்வைத் திருப்பாரா என்பது ஐயத்துக்குரியது. இருந்தாலும் மெக்டொனால்ட் கார்ன்ஃபோர்ட் சோக்ரடீஸ் இவ்வாறு கருதியதற்குச் சில நியாயங்களைத் தொகுத்து வழங்கியுள்ளார். இயற்கை பற்றியும்

இயற்கையின் திண்மத்திற்கும் அதன் இயக்கத்திற்கும் காரணமான தனிமங்கள் பற்றியும் அயோனிய சிந்தனையாளர்கள் பல்வேறு கருத்துகளை வழங்கியிருந்தனர். ஆயினும் இவை முன்னது ஏதுவான அல்லது அனுபவம் சாராத சிந்தனைகளாக மட்டுமே இருந்தன. பரிசோதனைகளோ, இவற்றை உறுதிப்படுத்தக்கூடிய நிரூபணங்களோ போதிய அளவில் முன்வைக்கப்படவில்லை.

புராணக் கதைகளால் உருவாக்கப்படும் கற்பனைகள் தரக்கூடிய அபாயத்திற்குச் சமமானவைதான் பகுத்தறிவின் மீது இட்டுக் கட்டப்படுகின்ற கற்பனைகளும் என்று இது எடுத்துக்கொள்ளப் பட்டது. பல அறிவியல் கருத்துகள் முறையாக விசாரணைக்கு உட்படுத்தப்படவில்லை என்று சோக்ரடீஸ் கருதியிருக்க வேண்டும். விஞ்ஞானிகள் இந்த முடிவுகளை எவ்வாறு பெற்றுக் கொண்டார்கள்; இவர்கள் முன்வைக்கும் கோட்பாடுகள் வலியானவையா என்று கேள்வி எழுப்புகின்ற உரிமை மெய்யியலுக்கு உண்டு என்ற ஒரு கருத்தும் இங்குத் தோற்றம் பெறுகிறது.

மேலும் இதைப் பயனற்றது என்றும் சோக்ரடீஸ் கூறினாரா, என்ன பொருளில் இதை அவர் பயனற்றது என்று கருதினார்? இவையும் முக்கிய கேள்விகளாகும். மனிதரைப் பற்றிய அறிவும் சரியான முறையில் அமையும் மனித வாழ்வுமே முக்கியமானவை என்று சோக்ரடீஸ் கருதி இருக்க வேண்டும். அவருடைய கருத்தில் இவைதாம் பயனுள்ளவை. சோக்ரடீஸ் ஐயத்துக்கு இடமின்றி, 'மானிடர்' என்ற கருத்தை மெய்யியல் ஆய்வின் மையப் பொருளாக்கினார். வாழ்வின் பொருள் என்ன, வாழ்க்கையின் முடிவு என்ன, எது வாழ்க்கையைப் பயனுள்ள தாக்குகின்றது, ஒழுக்க வாழ்வு என்பது என்ன என்று அவர் வினாக்களை எழுப்பினார். வணிகர்களிடமும் நகரத்தின் பிரமுகர்களிடமும் அரசியல்வாதிகளிடமும் இத்தகைய கேள்வி களைச் சோக்ரடீஸ் கேட்டார். இந்தக் கேள்விகளால் அவர்கள் சங்கடத்திற்கு உள்ளாகினர். வாழ்க்கையை ஒரு முழுமைப் பொருளாக எடுத்துக்கொண்டால், நாம் அடைய வேண்டிய முடிவுகள் என்னவாக இருக்கவேண்டும் என்பது அவர் எழுப்பிய முக்கிய வினா.

பொதுவாக இத்தகைய கேள்விகளும் அவை பற்றிய விசாரணைகளும் தொன்மைக் கிரேக்கச் சிந்தனைகளில் சந்திக்கக்கூடியவை. இந்தப் பிரச்சினைகள் சிந்தனைகளில் அவ்வப்போது காணக் கூடியவைதான். ஆனால் இந்தப் பிரச்சினைகளை அடிப்படையாகக்கொண்ட சிந்தனை வடிவத்தைச் சோக்ரடீஸ் உருவாக்க முயன்றார். ஒரு வணிகர் வாழ்க்கையின் முடிவைப் பணத்தோடு தொடர்புபடுத்துகின்றார். அது அவருக்கு மகிழ்ச்சி அளிப்பதாக அமைகின்றது. இதே கருத்தில் ஒரு மருத்துவர் உடல்நலம்தான் பெறுமதிமிக்கது, அது இன்பத்திற்கு வழிவகுக்கக்கூடியது என்று கருதுகின்றார். ஆயினும் மகிழ்ச்சி அல்லது இன்பம் என்பது என்ன? சோக்ரடீசினுடைய போதனைகளைத் தொடர்ந்து கிரேக்க சிந்தனையாளர்கள் இத்தகைய கேள்விகளை எழுப்பினர்.

இந்தப் பிரச்சினைக்குச் சோக்ரடீஸ் என்ன வகையில் தீர்வு கண்டார் என்பது முக்கியமான கேள்வியாகும். அவருடைய கருத்தில் ஆன்மாவின் முழுமை அதாவது ஒருவருடைய ஆன்மாவை முடிந்தவரை நன்மையினால் முழுமைப்படுத்துவதே வாழ்வை முழுமைப்படுத்துவதாகும். மனிதர் விரும்புகின்ற ஏனைய அனைத்து முடிவுகளும் தன்னளவில் பெறுமானம் அற்றவை. பெறப்படும் முடிவுகள் ஆன்மாவின் முழுமையை எய்துவதற்குத் துணை செய்யக்கூடியவையாக இருக்க வேண்டும் என்பதையே சோக்ரடீஸ் வலியுறுத்தினார்.

சோக்ரடீசின் கருத்தில் ஆன்மாவினுடைய முழுமை அறிவின்றிச் சாத்தியமற்றது. அதாவது நாம் பெறுமானம் உள்ளவை என்று நினைக்கின்ற விடயங்கள் பற்றிச் சரியான தீர்வையும் விளக்கத்தையும் பெற்றுக்கொள்ள வேண்டும். அதற்கு அறிவு முக்கியமானதாகும். இதுதான் சோக்ரடீஸ் கண்டறிந்த அறிவுக்கும் நன்மைக்கும் இடையிலான தொடர்பாகும்.

இது அவருடைய அடிப்படைக் கொள்கை எனக் கருதலாம். இதுவே சோக்ரடீசின் ஒழுக்கவியல் சிந்தனையில் எதிரொலிக்கும் 'ஒழுக்கமே அறிவு' என்ற கோட்பாட்டின் ஊற்றாகவும் அமைகிறது. 'தன்னை அறிதல்' (உன்னையே நீ அறிவாய்) என்ற சோக்ரடீசிய மெய்யியலுக்கு உயிரூட்டும் அடிப்படைக் கருத்தாகவும் இதைக் கொள்ளலாம்.

நடைமுறை ரீதியாகவும் அரசியல் ரீதியாகவும் மெய்யியல் சிந்தனைத் தாக்கங்களை முதலில் தோற்றுவித்தவர் சோக்ரடீஸ். சோக்ரடீசின் போதனைகளுக்கு முன்னர் பௌதீக, சமய, அறிவியல் சார்ந்த விடயங்களிலேயே மெய்யியலின் செயற்பாடுகள் வரையறுக்கப்பட்டிருந்தன. மனித வாழ்வும் மானிடர் பின்பற்றிவரும் ஒழுக்க இலட்சியங்களும் பொருத்தமான மெய்யியல் விசாரணைக்கு உட்படுத்தப்பட வேண்டும் என்பது சோக்ரடீசின் முக்கியக் கோரிக்கையாகும்.

நல்லது (குட்) எது என்ற சரியான புரிதல் இருக்குமாயின் அங்கு மகிழ்ச்சி நிலவுவது உறுதியானது என்றும், நல்லது பற்றிய அறிவு எப்போதுமே ஒருவரை மகிழ்ச்சி நிலையில் வைத்திருக்கும் என்றும் சோக்ரடீஸ் நம்பினார். அவருடைய சமகாலச் சிந்தனையாளர்களைப் போல மனிதனின் அனைத்து நடவடிக்கைகளின் இலக்கு, மகிழ்ச்சிதான் என்ற கருத்து சோக்ரடீசிடமும் இருந்தது. இதைக் கிரேக்க சிந்தனையாளர்கள் 'யூடை மோனியா' அதாவது 'ஆன்மாவின் நலன்' என்று விளக்கினர். ஆனால் அந்த மகிழ்ச்சி என்ன என்ற கேள்வியைச் சோக்ரடீஸ் எழுப்பினார்.

நற்பண்பைச் சரியாக அறிவதிலிருந்துதான் நல்வாழ்க்கையும் ஆன்மாவின் நலனும் சாத்தியமாகும் என்பதுதான் சோக்ரடீசின் போதனை. நற்பண்பு என்பதை அறிவால்தான் நாம் பெற்றுக்கொள்ள முடியும் என்பதுதான் சோக்ரடீசின் கருத்து. சோக்ரடீசின் இந்த வகைச் சிந்தனைகள் சோபிஸ்டுகளின் ஒழுக்கவியலுக்கும் நீதி பற்றிய கருத்துகளுக்கும் மாற்றமானவை. பழைமைவாதத்துக்கு மட்டுமல்ல மக்களிடத்தில் செல்வாக்குப் பெற்றிருந்த சோபிஸ்டுகளின் சிந்தனைகளையும் அவர் அறைகூவலுக்கு உள்ளாக்கினார். மக்களின் கவனம் சோக்ரடீசை நோக்கித் திரும்பியது. சோக்ரடீசின் புதிய வாதங்களால் ஏதென்ஸ் மக்கள் கவரப்பட்டனர்.

2

சோபிஸ்ட்டுகள்

வாதக்கலையின் ஆசான்கள்

கிமு 5ஆம் நூற்றாண்டின் பின்னரைப் பகுதியில் கிரேக்கத்தின் அரசியல் கருத்துகளிலும் மனிதர் பற்றிய கருத்துகளிலும் ஏற்பட்ட பொதுவான ஆர்வத்திற்கு சோபிஸ்ட்டுகளின் செயற்பாடுகளுடன் தொடர்பிருந்தது (வி.எஸ். நெர்சியன்ஸ், *1986*). சோக்ரடீசுக்கு சற்று முந்திய காலப் பிரிவை சோபிஸ்டுகளின் சிந்தனைக் காலம் எனலாம். கிமு 5ஆம் நூற்றாண்டளவில் மெய்யியலையும் பேச்சுக் கலையையும் பயன்படுத்திக் கல்விப் போதனைகளில் ஈடுபட்டிருந்த ஒரு குழுவினரே சோபிஸ்ட்டுகள்.

சோபிஸ்ட் (sophist) என்ற கிரேக்க பதத்தின் மூலச்சொல் *sophs* என்பதாகும். சோபஸ் என்றால் திறன்கள் அல்லது அறிவு என்று பொருள். அடிப்படையில் கைவினை, கலை, அறிவியல், பண்பாட்டு உள்படப் பல்வேறு துறைகளில் சரளமான அறிவைப் பெற்றுள்ள ஒருவரை இந்தச் சொல் குறிக்கிறது. ஞானி, பேரறிவாளன் என்ற பொருளும் இதற்கு உண்டு. அரசியலிலும் வணிகத்திலும் வெற்றியடைவதற்குரிய கல்விப் பயிற்சியை சோபிஸ்ட்டுகள் வழங்கினர். சிந்திப்பதற்கும் பேச்சுக்கலைப் பயிற்சிக்கும் தேவையானவற்றைப் போதித்தனர். வாதம் செய்து வெற்றி பெறுவதற்கான பல நுட்பங்களை அவர்கள் கற்றுக் கொடுத்தனர். தந்திரமான முறைகளைப் பயன்படுத்தி, மயிர்

வெற்றுவாதங்களில் மனநிறைவு கொள்பவராக இருந்தால், விதண்டாவாதிகளிடம் நீங்கள் சொற்போர் நடத்தலாம். ஆனால் மனித வாழ்வை ஒருபோதும் நீங்கள் அறியப்போவதில்லை.
- சோக்ரடீஸ்

பிளக்கும் வாதங்களில் ஈடுபடுபவர்களே சோபிஸ்டுகள் என்று மக்கள் கருதினர். கிரேக்க நாடகாசிரியர் அஷச்சைலஸ் தமது முதன்மைக் கதாபாத்திரத்திற்கு *சோபிஸ்ட்* என்று பெயரிட்டிருந்தார்.

குறிப்பாக சோபிஸ்ட்டுகளின் பெருமை, வாக்குவாதங்களில் எதிர்த்தரப்பினரைத் தோற்கடிக்கும் அவர்களின் நாவன்மையைச் சார்ந்திருந்தது. அதிகமான சோபிஸ்ட்டுகள் வெவ்வேறு விதமான வார்த்தை ஜாலங்களையும் நுண்ணிய அளவையியல் போலி களையும் பயன்படுத்தி எதிரிகளைச் சாடுவதில் தேர்ச்சி பெற்றிருந்தனர். சோபிச பேச்சலங்காரக் கலையும் வாதிடும் கலையும் இருமுனை வாளைப் போன்றவை. ஒரு வகையில் அவர்கள் ஆய்வறிவாளர்கள் என்ற சொல்லால் பொருத்தமாக அழைக்கப்பட்டனர். அவர்கள் ஏதென்சில் வாழ்ந்தாலும் அவர்கள் பல பண்பாடுகளையும் நாடுகளையும் சேர்ந்தவர்கள்.

எடுத்துக்காட்டாக சோபிஸ்ட்டுகளின் தலைவராக விளங்கிய புரட்டகோரஸ் எப்டேறியா நாட்டைச் சேர்ந்தவர். ஜோர்ஜியாஸ் என்ற மற்றொரு முன்னணி சோபிஸ்ட் சிசிலியின் தென் மாகாணத்தைச் சேர்ந்தவர். திரேசி மாக்கஸ் சார்ல்ஸ்டனைச் சேர்ந்தவர். இவர்கள் ஏதெனிய சிந்தனைகளையும் வழக்காறு களையும் தமது நாட்டுப் பண்பாட்டுப் பின்னணியிலிருந்து நோக்கியதோடு கிரேக்கப் பண்பாடு குறித்து ஏதெனியரிடம் கேள்விகளை எழுப்பினர். இவர்களின் கேள்விகள் இதுவரை தாம் பின்பற்றிவந்த கருத்துகளும் வழக்காறுகளும் உண்மை யானவையா, வெறும் மரபு ரீதியான நம்பிக்கைகள் மட்டும்தானா என்று கிரேக்கர்களைச் சிந்திக்கத் தூண்டின. ஒரு வகையில் கிரேக்கத்தில் சிந்தனை மாற்றத்தைப் பிரதிபலிக்கும் அறிவொளி வாதத்தூண்டுதலை சோபிஸ்ட்டுகள் ஏற்படுத்தினர் எனலாம்.

அறிவுத் தூண்டுதல்

சோபிஸ்ட்டுகள் பல்வேறு நாடுகளைச் சேர்ந்தவர்கள்; பல்வேறு பண்பாடுகளுக்கும் பழக்கங்களுக்கும் சொந்தமானவர்கள். அதனால் வெவ்வேறு கலாசாரக் காரணிகளை அடிப்படையாகக் கொண்ட தகவல் களஞ்சியங்களாகவும் அவர்கள் விளங்கினார்கள்; தனது அறிவின் மூலம் ஒரு சமூகம் தன்னை ஓர் ஒழுங்கில்

வைத்திருப்பதற்கு எந்த உண்மைகளைப் பின்பற்றுவது அல்லது தவிர்த்துக்கொள்வது என்பது பற்றிக் கடும் ஐயத்தை மக்களிடம் உருவாக்கினார்கள். மேலும் தங்களின் பண்பாடு அமைந்துள்ளது இயற்கை விதிகளிளா அல்லது செயற்கையான விதிகளிலா என்ற கேள்வியைக் கேட்பதற்கும் ஏதெனிய மக்கள் தூண்டப்பட்டனர். இதன் மூலம் தமது சமயங்களும் ஒழுக்க விதிகளும் பாரம்பரிய மானவையா, மாற்றப்படக்கூடியவையா அல்லது இயற்கை யானவையா என்று மக்கள் இடையில் சிந்தனை விழிப்புணர்வு உருவாக சோபிஸ்ட்டுகள் காரணமாக இருந்துள்ளனர்.

மேலும் அறிவு எவ்வாறு பெறப்படுகின்றது, மனிதர்கள் எவ்வாறு தமது நடத்தையை ஒழுங்கு செய்துகொள்கிறார்கள் போன்ற மனித இயல்பைப் பற்றிய கலந்துரையாடல்களுக்கும் சோபிஸ்ட்டுகள் வாய்ப்புகளை வழங்கினர். அடிப்படையில் சோபிஸ்ட்டுகள் நடைமுறைவாதிகள். ஏதெனிய ஜனநாயக அரசியல் வாழ்வில் தமது நடைமுறைவாதத் திறமைகளையும் சோபிஸ்ட்டுகள் பயன்படுத்தினர். உரைநடையிலும் இலக்கணத் திலும் தனித்திறமை பெற்றிருந்தனர். குறிப்பாக உரையாடல் கலையில் திட்டவட்டமான நுட்பங்களைப் பயன்படுத்தினர்; மற்றவர்களுக்கும் இவற்றைக் கற்றுக் கொடுத்தனர்.

முன்னர் இருந்த பிரபுத்துவ ஆட்சிக்கும் சோபிஸ்ட்டுகள் காலத்தில் இருந்த ஜனநாயக ஆட்சிக்கும் இடையில் வேறுபாடுகள் இருந்தன. பிரபுத்துவ ஆட்சிமுறை ஜனநாயக ஆட்சிமுறையாக மாறிய பின்னர் சோபிஸ்ட்டுகளின் செயற்பாடுகளுக்குப் போதிய வாய்ப்புகள் கிடைத்தன. ஏதெனியர்களின் அரசியல் வாழ்வு செயலூக்கமுள்ளதாக மாற்றப்பட வேண்டியிருந்தது. தலைமைத்துவப் பண்பை வளர்ப்பதற்கும் சுதந்திரக் குடிமக்கள் என்ற கருத்தை உணர்த்துவதற்கும் ஜனநாயக சமூகத்தில் அதிக தேவைகள் இருந்தன. பழைய பிரபுத்துவ ஆட்சியில் நிலவிய கல்விமுறை ஜனநாயக ஆட்சிமுறைக்குப் பொருத்தமாக இருக்கவில்லை. ஜனநாயக சூழ்நிலைக்கு ஏற்றதான நவீன கல்வித் தேவைகள் ஏதென்சில் உருவாகியிருந்தன. அதனால் நவீன கல்விமுறைகள் பற்றி கிரேக்க சமூகம் சிந்திக்க ஆரம்பித்து இருந்தது.

பேச்சுக்கலை

பண்டைய காலத்தில் கல்வி குடும்பப் பாரம்பரியத்தோடு தொடர்புபட்டிருந்தது. சமயம், இலக்கணம், பேச்சுக்கலை போன்ற துறைகளில் கோட்பாட்டுப் பயிற்சிகளைச் சிறப்பாகத் தரக்கூடிய பாடத்துறைகள் எதுவும் இருக்கவில்லை. இதுதான் ஏதென்சில் அப்போது நிலவிய கலாசாரச் சூன்யநிலை. இதற்குள்தான் சோபிஸ்ட்டுகள் நுழைந்தனர்(சாமுவேல் ஏனோக் ஸ்டம்ப், 1994). சோபிஸ்ட்டுகள் பிரபல கல்விசார் விரிவுரையாளர்களாக சமூகத்தில் இயங்கினர். புதிய கல்வியை மக்களுக்கு வழங்குவதில் முன்னிலை வகித்தனர்.

அவர்கள் போதித்த அனைத்தையும்விட நாவன்மை நிறைந்த பேச்சுக்கலை சமூகத்தில் அவர்களுக்குப் பெரிய செல்வாக்கைப் பெற்றுத் தந்தது. அத்தோடு மற்றவர்களைத் தூண்டுதலுக்கு உள்ளாக்கும் பேச்சுக்கலையைப் போதிப்பதில் அவர்கள் வல்லவர்களாக விளங்கினர். மக்களை 'வழிப்படுத்தும்' அல்லது 'தூண்டுதல் தரும்' பேச்சுக்கலையை ஏதென்சின் ஜனநாயக சமூகத்தினர் அதிகம் விரும்பினர். உரைநடையிலும் இலக்கணத் திலும் மட்டுமன்றிப் பல்வேறு அறிவுகளைக் களஞ்சியப் படுத்தியதிலும் பயிற்சி பெற்றிருந்த சோபிஸ்ட்டுகளுக்கு இது ஒரு பெரிய வாய்ப்பாக அமைந்தது.

அன்றைய அரசியல் பேச்சு மன்றங்களில் பேச்சுவன்மைக்குப் பெரிய முக்கியத்துவம் தரப்பட்டது. பேச்சுக்கலையில் பயிற்சி இல்லாதவர்கள் ஏதெனியப் பேச்சு மன்றங்களில் செய்வதறியாது தவித்தனர். பலவீனமான பேச்சாளர்கள் தமது கருத்துகளைச் சரியாக முன்வைக்கத் தெரியாது தடுமாறினர். மேலும் எதிர்வாதம் புரிபவரின் கருத்துகளில் உள்ள தவறுகளையும் போலிகளையும் அவர்களால் அறிந்துகொள்ள முடியவில்லை. இன்னொரு வகையில் நோக்கினால், 'நாவன்மை' அல்லது 'விவாதக்கலை' கூர்மையான ஆயுதத்திற்கு ஒப்பானது. தமது திட்டங்களைச் சமூகத்தில் வன்மைமிக்க கருத்தாக, அறிமுகப்படுத்த பேச்சுக்கலை உதவியது. அதே நேரத்தில் சோபிஸ்ட்டுகளுடைய பேச்சு வன்மையானது சமூகம் ஏற்றுக்கொண்டிருந்த கருத்துகளிலும் மரபுசார்ந்த நடத்தைக் கோலங்களிலும் ஐயங்களையும் கருத்து மோதல்களையும் உருவாக்கியது.

உண்மையை அறிவதற்காகவும் எது சரி என்பதை வலியுறுத்துவதற்காகவும் நெறிப்படுத்தப்பட்ட பேச்சுக்கலை நிச்சயம் பயனுள்ளதாக இருக்க முடியும். ஆனால் இந்தக் கலையை ஒரு கருவியாகப் பயன்படுத்தித் தவறான கருத்துகளையும் பலவீனமான வாதங்களையும் உண்மை என வாதாடும் ஒரு போக்கு வளர்ச்சி பெற வாய்ப்பிருந்தது. சோபிஸ்ட்டுகள் இதற்கு வழிவகுத்தனர். சோபிஸ்ட்டுகளிடம் கல்விகற்ற மாணவர்களில் பலர் இவ்வாறு தான் நடந்துகொண்டனர். இந்தக் கலையைக் கற்றுக்கொள்வதில் இளைஞர்கள் மிகுந்த ஆர்வம் காட்டினர். இது சமூகத்தில் பல பிரச்சினைகளுக்கும் குழப்பங்களுக்கும் வழிகோலியது.

கண்ணியமிக்க, செல்வாக்குள்ள குடும்பங்களில் இருந்து பயிற்சியை வழங்கினர். கிரேக்கத்தின் பாரம்பரிய சமய கருத்துகளையும் வழக்காறுகளையும் ஒழுக்கமுறைகளையும் இளைஞர்கள் விமர்சிக்கத் தொடங்கினர்.

இன்னொரு வகையில் நோக்கினால், சோபிஸ்ட்டுகளின் கருத்தாடல்கள் தேவையான புதிய உலகப் பார்வைக்கு இளைஞர்களை இட்டுச் சென்றதாகக் கருதலாம். அனைத்து வித அதிகாரப்பூர்வமான அகவயமான பண்பாட்டுச் சக்திகளுக்கும் சோபிஸ்ட்டுகளின் கருத்துகள் அறைகூவலாக அமைந்தன. கடவுளர்கள் மீது ஐயத்தையும் நடைமுறையிலிருந்த அரசியல், நீதி எண்ணக்கருக்கள் மீது கூர்மையான விமர்சனங்களையும் அவர்களின் கல்வி சாத்தியமாக்கியது. இயற்கை கடந்த நம்பிக்கை களையும் பண்டையப் பழக்கவழக்கங்களையும் பற்றி இளைஞர்கள் கேள்வி எழுப்பினர். பழமைவாதிகளும் ஆட்சியாளர் களும் இதனால் பெரும் அதிர்ச்சியடைந்தனர்.

அரசியல் பின்னணியில் பார்த்தால் சோபிஸ்ட்டுகள் அனைவரும் ஒருமுகமான மெய்யியல், அரசியல், சட்டவியல் கோட்பாடுகளை வழங்கியவர்கள் அல்ல. முக்கியமாகப் புரட்டகோரஸ், ஜோர்ஜியாஸ், பிரோடிக்கஸ், ஹிப்பியாஸ், என்டிபோன் ஆகியோர் முன்னைய சோபிஸ்ட்டுகள் வரிசையைச் சேர்ந்தவர்கள். திரேசிமார்க்கஸ், காளிசெல்ஸ், லைக்கோபோன் போன்றவர்கள் பிந்திய சோபிஸ்ட்டுகள். அதிகமான முன்னைய சோபிஸ்ட்டுகள் ஜனநாயக மரபுகளை அனுசரித்தவர்கள். அதே

வேளை பிந்திய சோபிஸ்ட்டுகள் ஜனநாயகத்தைவிட பிரபுத்துவ ஆட்சி, சில்லோராட்சி என்பவற்றிற்கு அதிக ஆதரவளித்தவர்கள் (வி.எஸ். நெர்சியன்ஸ், 1986).

புரட்டகோரஸ்

சோபிஸ்ட்டுகள் அனைவரிலும் எட்றியாவைச் சேர்ந்த புரட்டகோரஸ் பல வழிகளில் செல்வாக்குமிக்கவராக விளங்கினார். 'எல்லாவற்றிற்குமான அளவீடு மனிதன்தான்' என்ற கூற்றைப் புரட்டகோரஸ் முன்மொழிந்தார். என்ன வகை அறிவாக இருந்தாலும், எதைப் பற்றிய அறிவாக இருந்தாலும் அது மனிதனின் இயலாற்றல் வரையறைகளுக்குக் கட்டுப்பட்டவை. புரட்டகோரசின் மேற்கண்ட வாக்கியத்தில் இந்தக் கருத்தும் உள்ளடங்கி இருந்தது (சாமுவேல் ஏனோக் ஸ்டம்ப், 1994).

இறையியல் பற்றிய உரையாடல்களைப் புரட்டகோரஸ் நிராகரித்தார். கடவுளர்கள் பற்றி அவரிடம் வினவப்பட்ட போது அவர்கள் இருக்கின்றார்களா இல்லையா என்பது பற்றி எனக்கு எதுவும் தெரியாது, அவர்கள் என்ன வடிவில் உள்ளார்கள் என்பதையும் நான் அறியமாட்டேன் என்றார். பல விடயங்கள் மனித அறிவிற்குத் தடையாக இருப்பதாக அவர் குறிப்பிட்டார்.

புரட்டகோரசின் கருத்துப்படி மனித அறிவை மனிதரின் புலக் காட்சிகள்தாம் தீர்மானிக்கின்றன. புலக்காட்சியில் ஒருபடித்தான நிலையில்லை. அது ஒவ்வொருவருக்கும் பல்வேறு விதமாக அமையக்கூடியது. அதனால் ஒவ்வொருவருக்கும் அது வேறுபட்ட அறிவு நிலையைத் தருகின்றது. 'எல்லாவற்றிற்குமான அளவீடு மனிதனே' என்ற மூதுரையை விளக்கும் போது சோபிஸ்ட்டுகள் 'அறிவென்பது மிக எளிமையாகப் புலக்காட்சிதான்' என்றனர். பொருள்கள் என்ன வகையில் உனக்குத் தோற்றமாகின்றனவோ அது உனக்குரியது. எவ்வாறு அவை எனக்குத் தோற்றமா கின்றனவோ அது நான் காணும் தோற்றம் என்று சோபிஸ்ட்டுகள் விவரித்தனர் (வி.எஸ். நெர்சியன்ஸ், 1986). பல்வேறு எடுத்துக் காட்டுகள் மூலம் தனி மனிதர்களுக்கு இடையிலான புலக்காட்சி வேறுபாட்டை விளக்கினர்.

ஒரே விதமான தென்றல் காற்று இருவரைத் தொட்டுச் செல்லும்

போது ஒருவருக்கு அது குளிர்ச்சியாகவும் மற்றொருவருக்கு அது வெப்பமாகவும் தோன்றலாம். அதனால் தென்றல் காற்று குளிரானதா, வெப்பமானதா என்று எளிமையாகப் பதில் அளிப்பது கடினம். உண்மையில் ஒருவர் தென்றலைக் குளிரானதாகவும் இன்னொருவர் வெப்பமானதாகவும் உணரலாம் என்று சோபிஸ்ட்டுகள் விளக்கினர்.

புரட்டகோரஸ் தன்னை சோபிஸ்ட் என அழைத்துக்கொண்டார். வாதக்கலையோடு ஏதென்சில் அவர் அரசியல் கலைப்பாடங் களையும் போதித்தார். இதற்காக அவர் மாணவர்களிடமிருந்து மிகவும் அதிகக் கட்டணங்களைப் பெற்றதோடு, அந்தக் கட்டணத் தொகைகளையும் அவரே தீர்மானித்தார். மிக வயதான காலத்தில் அவர் ஏதென்சுக்கு மீண்டும் வந்தபோது கடவுள் மறுப்பு வாதங்களில் ஈடுபட்டதாக அவர்மீது குற்றம் சுமத்தப்பட்டது. அவர் எழுதிய நூல்கள் அனைத்தும் ஒன்று திரட்டப்பட்டு, பகிரங்கமாகத் தீயிலிடப்பட்டன. அதனால் அவர் மிக அவசரமாக நாட்டைவிட்டு வெளியேறினார். உண்மை பற்றியும் பொருள்களின் தொன்மை, ஒழுங்கு, கடவுளர்கள், கணிதம் பற்றியும் அரசு, ஒழுக்கங்கள், கருத்துமுரண்பாட்டுக் கலை பற்றியும் பல நூல் களையும் கட்டுரைகளையும் அவர் எழுதினார்.

புலன் உணர்வுகளையும் பொதுவாக மனித அறிவையும் அவற்றின் தொடர்புகளையும் உறுதிப்படுத்தும் போது, ஒவ்வொரு தனிமனித ரீதியான சிறப்புத் தன்மைகளையும் அவர்களின் புலக்காட்சிகளின் தனித்தன்மைகளையும் அவர் கவனத்தில் எடுத்துக்கொள்ளவில்லை. மாறாக மனித நலனின் சிறப்புத் தன்மையில் இருந்து சூழவுள்ள உலகின் மனிதப் பண்பை அவர் எடுத்துக்கொள்கின்றார். புலனுணர்வுகளாலும் நனவுகளாலும் சலனம் அல்லது மாற்றம் அடையும் இயல்பு மனிதருக்கு மட்டுமே உரியது என்று புரட்டகோரஸ் கூறுகிறார்.

அவருடைய மனித அளவீட்டுக் கோட்பாடு மனிதரை மகத்துவப்படுத்துவதாகவும் பிரபஞ்சத்தில் மனிதர்க்கு முதன்மை இடத்தை வழங்குவதாகவும் அமைந்திருந்தது. மனிதர் பற்றிய பாரம்பரிய சமயக் கருத்திற்கு மாற்றமான எண்ணத்தையும் இது வழங்கியது. கிரேக்கரின் சமயக் கொள்கைப்படி உலக

அளவீடானது கட்டாயமாக கடவுளால் நிகழ்த்தப்படுவதாகும். தெய்வங்களால் வழங்கப்படும் நன்கொடை மட்டுமே மனித அறிவு என்று மக்கள் நம்பினர். புரட்டகோரசின் அறிவொளிக் கால சிந்தனைகளும் ஐயவாதமும் கடவுளர்கள் மீதும் சமய மரபுகள் மீதும் பெரிய தாக்கத்தை ஏற்படுத்தின.

நகர அரசில் பொதுவாக இடம்பெற்றுவந்த அரசியல்-நீதித்துறை உறவுகள் பல்வேறு வகையில் மனித சமூகக் காரணிகளுடன் போட்டியிட்டு வந்தன. குடிமக்களின் கல்வி வளர்ச்சிக்கும் இது தூண்டுதலாய் அமைந்தது. கல்விப் போதனை, கற்றல் பயிற்சி, அரசியல் என்பவற்றில் மக்கள் மிகுந்த நாட்டம் கொண்டிருந்தனர். சோபிஸ்ட்டுகளின் சோதனைகளுக்கும் இது ஒரு வாய்ப்பாகியது. அவர்களின் போதனைகள் அரசியலிலும் அறிவொளிக்கால நடவடிக்கைகளிலும் மக்களிடம் முக்கிய மாற்றங்களை ஏற்படுத்தின.

நடைமுறைச் செயல்பாடுகளின் முக்கியத்துவத்தைப் புரட்ட கோரஸ் நன்கு அறிந்திருந்தார். அத்தோடு நடைமுறையில்லாத கோட்பாடும் கோட்பாடில்லாத நடைமுறையும் பொருளற்றவை என்பதையும் அவருடைய சிந்தனைகள் பிரதிபலிக்கின்றன. கிரேக்க அரசியல் சிந்தனையில் நீதி, சட்டம், ஒழுங்கு என்பவற்றிலும் அவற்றை புறவயப் பெறுமானங்களாகக் கொள்ளவேண்டும் என்பதிலும் புரட்டகோரசின் சிந்தனைகள் முக்கிய தாக்கத்தைச் செலுத்தியுள்ளன. இந்தக் கோட்பாடுகளால் ஜனநாயக வடிவம் பயனடைந்துள்ளது. அதாவது ஜனநாயகத்தை மேம்படுத்துவதில் அவருடைய கல்விக் கொள்கைகளுக்கும் போதனைகளுக்கும் ஒரு முக்கிய பங்கிருந்தது.

ஜோர்ஜியாஸ்

ஜோர்ஜியாஸ் தம் சொந்த நகரில் பெரிய பேச்சாளராக புகழ் பெற்றிருந்தார். ஏதெனிய நகருக்கு வந்த அவர் அங்கும் தமது பேச்சுத் திறமையால் மக்களைக் கவர்ந்தார். ஜோர்ஜியாஸ் நாவன்மைக் கலையில் தேர்ச்சி பெற்றிருந்ததோடு, அதற்கு அவர் தீவிர முக்கியத்துவத்தை வழங்கினார். நாவன்மைக் கலை அதி உயர்ந்த ஆற்றலை வழங்கக்கூடியது, அது அறிவியல்களின் அரசன் என்று அவர் குறிப்பிட்டார். மெய்யியல் சிந்தனைகளையும்

உலகக் கண்ணோக்கையும் வழங்கியதில் அவருடைய கருத்து களுக்கு அதிக செல்வாக்கு இருந்தது. இந்த விடயங்களில் அவர் பெரும்பாலும் தமது சொந்தக் கருத்துகளையே பிரபலப் படுத்தினார்.

ஜோர்ஜியாஸ் மெய்யியல் கருத்துகளைப் பேசுவதைவிட நாவன்மைக் கலையைப் போதிப்பதிலும் அதில் பயிற்சி வழங்கு வதிலும் அதிகம் ஈடுபட்டார். உண்மை என்பது தனிமனிதர் களையும் சூழ்நிலைகளையும் சார்ந்தது புரோட்டகோரசின் கருத்தில் உண்மை எதுவும் இல்லை என்று ஜோர்ஜியாஸ் கூறினார். பல புதிய கருத்துகளையும் அவர் அறிமுகப்படுத்தினார். சான்றாக:
1. எதுவும் இருப்புடையது அல்ல.
2. ஏதாவது இருந்தால் அதைப் புரிந்துகொள்ள முடியாது.
3. அதைப் புரிந்துகொள்ள முடிந்தாலும் அதனுடன் தொடர் பாடல் செய்ய முடியாது.

இங்கு குறிப்பிட்டதில் மூன்றாவது விடயத்தை ஆதாரமாக வைத்து அவருடய கருத்தை விவரிப்பதாயின் நாம் வார்த்தைகளால் தொடர்புபடுத்தப்படுகிறோம். ஆனால் வார்த்தைகள் வெறும் குறிகள்தாம். குறிகள் ஒருபோதும் அவை குறிப்பிடும்அல்லது அது குறித்து நிற்கும் பொருள் அல்ல. இதன் காரணமாக அறிவு தொடர்புபடுத்தக்கூடிய ஒன்று அல்ல. இவ்வாறு இங்கு குறிப்பிட்ட மூன்றாவது பகுதி மாத்திரமன்றி, மூன்று பகுதிகள் பற்றியுமே அவர் தமது நோக்கிலிருந்து வாதங்களை முன் வைத்துள்ளார். உண்மையாக நம்பக்கூடிய அறிவு எதுவும் இல்லை என்று கூறியதோடு, உண்மை என்று எதுவும் இல்லை என்பதும் அவருடைய வாதங்களின் சாரமாகும்.

மெய்யியலைவிட பேச்சலங்காரக் கலையைத் திருத்தி அமைப்ப திலும் மற்றவர்களை வசீகரிக்கக்கூடிய கலையாக அதனை வடிவமைப்பதிலும் அவர் மிகுந்த அக்கறை எடுத்துக்கொண்டார். உளவியல் கொள்கைகளைப் பயன்படுத்தியும், கருத்துகளை உருவாக்கியும் மற்றவர்களை ஏமாற்றுவதற்குரிய நுட்பங்களை அவர் உருவாக்கினார். பேச்சுக்கலைப் பயிற்சியில் அவற்றை அவர் ஒன்றிணைத்தார். மெய்யெனக் காட்டி மற்றவர்களை

இணங்கச் செய்யும் கலை மூலம் நடைமுறை சார்ந்த முடிவுகளைப் பெறக்கூடியவற்றிலேயே நாம் கவனம் செலுத்த வேண்டும் என்றும் புரட்டகோரஸ் கூறினார்.

சூன்யவாதத்திற்கும் அறியொணாமைவாதத்திற்கும் (*அக்னோஸ் டிசிசம்*)* ஜோர்ஜியாசின் மெய்யியலில் மிகுந்த முக்கியத்துவம் தரப்பட்டிருந்தது. அறியொணாமைவாதச் செல்வாக்கின் காரணமாக, உண்மை பற்றிய அனைத்தையும் அவர் மறுத்தார். பேச்சுக்கலை மூலம் தமது கருத்துகளை வளர்ப்பதிலும் பேச்சு அலங்காரத்தால், ஏனையோரிடம் கருத்துத் தூண்டுதல்களை ஏற்படுத்துவதிலும் தமது திறமைகளை அவர் வெளிப்படுத்தினார்.

நாம் அனைவரும் கருத்துகளின் உலகத்தில் வாழ்கிறோம். இங்கு உண்மை எது என்றால் நாம் எதை நம்பத் தூண்டப்படுகிறோமோ அதுவே உண்மை என்றார். சில சோபிஸ்ட்டுகள் ஒழுக்கம் பற்றி உரையாடினர். ஜோர்ஜியாஸ் திறமையான பேச்சாளர்களை உருவாக்குவதிலேயே மிகுந்த கவனம் செலுத்தினார். ஒழுக்கத்தின் முக்கியத்துவத்தை அவர் பெரிதுபடுத்தவில்லை. இதன் அர்த்தம் அவர் ஒழுக்கவிதிகளுக்கு முரணானவர் என்பது அல்ல. அவருடைய சூன்யவாதக் கோட்பாடுகளில் பொதுமை யான ஒழுக்கப் பண்புகள் உள்ளடங்கியிருந்தன. மேலும் தனிமனித ஒழுக்கங்களையும் இருப்பையும் உறுதிப்படுத்துவ திலும் அவருக்கு அக்கறை இருந்தது (வி.எஸ். நெர்சியன்ஸ், 1986).

வழக்கு மன்றங்களில் வாத உரைகள் நிகழ்த்துவதில் ஜோர்ஜியாஸ் ஆற்றல் மிக்கவராக விளங்கினார். அவருடைய வழக்கு மன்ற உரைகள் நீதிபதிகளைத் தூண்டுபவையாகவும் கவரக்கூடியவை யாகவும் அமைந்திருந்தன. பகுத்தறிவுவாதக் கருத்துகளாலும் நீதிபதிகளின் மனங்களில் மாற்றத்தை ஏற்படுத்தக்கூடிய பேச்சு வன்மையாலும் நீதிமன்றத்தை அவர் கவர்ந்தார். தமது தரப்பின் வெற்றிக்குச் சாதகமான சூழ்நிலையைப் பேச்சுவன்மையின் மூலம் வழக்கு மன்றங்களில் அவர் உருவாக்கினார். குறைகள்

---

* *அக்னோஸ்டிசிசம்:* அறியவொணாமைக் கொள்கை அல்லது அறிய முடியாமைவாதம்; கடவுள் இருப்பைக் கண்டறிய முடியாது என்னும் கொள்கை.

இருந்தாலும், சிறந்த உரையாடல் கலையின் வளர்ச்சிக்கு சோபிஸ்ட்டுகள் முன்னோடிகளாக விளங்கினர். சோபிஸ்ட்டுகளின் பேச்சுக்கலை, வாதக்கலைகளுக்கு இடையில்தான் சோக்ரடீசின் உரையாடல்கள் தொடங்குகின்றன.

சோக்ரடீசிய முறை

ஏதென்ஸ் நகரத்தின் குறுகிய நிலப்பரப்பும் திறந்தவெளி வாழ்க்கையும் தொடர்ச்சியான உரையாடல்களுக்குச் சிறந்த வாய்ப்புகளை வழங்கின. சோக்ரடீஸ் தமது இளமைக் காலத்தில் ஏதென்சில் நடைபெற்றுவந்த உரையாடல் கலையை ஆர்வத்துடன் ரசித்தார். இது வெறும் மகிழ்வூட்டும் செயலாக மட்டும் இருக்கவில்லை. அவரைப் பொறுத்தவரை உரையாடல் ஓர் ஆய்வறிவு நடவடிக்கை. உரையாடல் கலையில் சோக்ரடீசின் ஈடுபாடு மிகவும் ஆழமானதாக இருந்தது.

ஏதென்ஸ் நகரச் சந்தை கூடும் இடங்களில் சோக்ரடீஸ் முடிவில்லாத உரையாடல்களில் ஈடுபட்டிருந்தார். அவரது உரையாடல்களில் அபிப்பிராயங்களும் கருத்துகளும் சோதனை செய்யப்பட்டன. போலிகள் கண்டுபிடிக்கப்பட்டன. உண்மைகள் எடுத்துக்காட்டப்பட்டன. அவருடைய முறையியல், அவருடைய அறிவின் நோக்காக விரிவு பெற்றது. இந்த உரையாடல்களில் மெய்யியல், அரசியல், ஒழுக்கவியல், மானிடப் பண்பு, அறிவின் இயல்பு போன்றவை பேசுபொருள்களாக எடுத்துக்கொள்ளப் பட்டன.

தமது உரையாடல்களில் சோக்ரடீஸ் எடுத்துக்கொண்ட பொருள்கள் அல்லது தலைப்புகள் மெய்யியலை மாத்திரம் சார்ந்திருக்கவில்லை. எவ்வாறு நண்பர்களைத் தேடிக்கொள்வது, குழந்தைகளை எவ்வாறு நடத்துவது, இக்கட்டான நேரங்களில் பெண்களுக்கு ஆதரவளிப்பது எவ்வாறு? கடவுள் இருக்கிறார் என்பதை மெய்ப்பிக்கும் சான்றுகள் எவை? அறிவு என்பது என்ன? 'நன்மை' போதிக்கப்படக்கூடிய ஒன்றா? இவை போன்ற பல விடயங்கள் அவரது உரையாடல் தலைப்புகளாக இருந்தன. அதாவது மனித வாழ்வை ஆய்வு செய்வதே அவருடைய உரையாடலின் நோக்கம் எனலாம் (ஆர். டபிள்யூ. லிவிங்ஸ்டோன், 1939).

சோக்ரடீசிய (உரையாடல்) முறை 'உரையாடலியல்' அல்லது இயக்கவியல் வடிவத்தில் அமைந்த விவாத முறையாகும். தமது உரையாடலை நிகழ்த்தும் போது ஒருவர் அல்லது அதற்கு மேற்பட்டோர் உரையிடையாளர்களாகக் கலந்துகொள்வதை சோக்ரடீஸ் அனுமதிக்கின்றார். முதன்மையான கேள்வியாளராக சோக்ரடீசும் அதற்குப் பதில் சொல்பவர்களாக உரையிடையாளர்களும் பங்கேற்றனர்.

பிளேட்டோ, ஷெனோபன் ஆகியோர் தந்துள்ள விளக்கங்களின் மூலம் இவற்றில் சோக்ரடீசின் உரையாடல் முறையை இப்படித்தான் நாம் கருத வேண்டி உள்ளது. சக மக்களின் உள்ளங்களில் பதிந்திருக்கும் ஒழுக்கச் சிந்தனைகள் எவை, ஒழுக்கப் பிரச்சினைகள் எவை, அவற்றை அவர்கள் சரியாக அறிந்திருக்கிறார்களா என்பதையும் தமது உரையாடலியல் மூலமாக சோக்ரடீஸ் வெளிப்படுத்தினார். எந்தவொரு நல்ல மெய்யியல் முறையிலும் கட்டாயம் இருக்க வேண்டிய பண்புகள் இதில் இருப்பதாக பிளேட்டோ இந்த முறையைப் பற்றிப் பெருமையாகக் குறிப்பிட்டுள்ளார் (நார்மன் குல்லி, 1968).

விதண்டாவாத முறை

ஓர் உறுதி உரைக்கு எதிராக மற்றோர் உறுதி உரை என்ற வகையில் ஆய்வறிவுவாதத்தை நடத்திச் செல்லும் 'உரையாடல் முறை' கிபி 5ஆம் நூற்றாண்டளவில் ஏதென்ஸ் நகரத்தில் பிரபலமான முறையாக வளர்ச்சி பெற்றிருந்தது. குறிப்பாக இந்தக் காலத்தில் தான் தொழில் முறை ஆசிரியர்களாக சோபிஸ்ட்டுகள் செயல் பட்டனர். இந்த வாத முறையிலுள்ள பயனை சோபிஸ்ட்டுகள் நன்கு அறிந்திருந்ததால் தமது நாவன்மைத் திறமையை வளர்ப்பதற்கும் இதை அவர்கள் பயன்படுத்திக்கொண்டனர். ஒரு கோட்பாட்டை ஆதரிப்பதற்கும் நிராகரிப்பதற்கும் சோபிஸ்ட்டுகள் விதண்டாவாத முறையையே பயன்படுத்தினர்.

சோபிஸ்ட்டுகளின் இந்த வாதமுறையை வெற்றுவாதம் அல்லது விதண்டாவாதம் (எரிஸ்டிக்) என்று பிளேட்டோ கூறுகின்றார். பிளேட்டோவின் நோக்கில் இந்தப் பதம் 'தவறாகப் பயன்படுத்தல்' என்ற பொருளையே குறித்தது. என்ன விலை

கொடுத்தாவது ஒருவர் தமது வாதத்தில் வெற்றிபெற முயல்வதே 'விதண்டாவாதம்' என்பதன் உண்மையான பொருளாகும். அதாவது வாதத்தின் மூலம் உண்மையைக் கண்டறிவதைவிட வாதத்தில் வெற்றியை நிலைநாட்டுவதே முதன்மை இலக்காகக் கொள்ளப் பட்டது. அரிஸ்தோபனீஸ் தமது *மேகங்கள்* நாடகத்தில் சோபிஸ்ட்டுகளின் இந்த விதண்டாவாத விவாத முறையைக் கேலிக்குரியதாக சித்திரித்துள்ளார் (நார்மன் குல்லி, 1968).

விதண்டாவாத முறையில் வேறொரு வகையும் இருந்தது. பிளேட்டோவினாலும் அரிஸ்டோட்டிலாலும் ஏற்றுக்கொள்ளப் பட்ட இந்த முறையானது கேள்வி பதில் நுட்பத்தைக்கொண்டது. தமது காலத்தில் புகழ்பெற்ற இந்த வாதமுறையை சோக்ரடீஸ் கூர்மையாக அவதானித்து வந்தார்.

ஆனால், விதண்டாவாத முறை அழிவுத்தன்மையான வாத முறை என்று அவர் கருதினார். இந்த வாதமுறையின் மூலகர்த்தா என்று கருதப்படும் புரட்டகோரஸ் தமது அகவயக் கருத்து களுக்கான அளவையியல் அடிப்படையாக இந்த வாத முறையைப் பயன்படுத்தினார். பொதுவாக சோபிஸ்ட்டுகள் இந்த வாத முறையின் மூலம் 'எதிர்த்து அழித்தல்' என்ற வாத நுட்பத்தைத் தொடர்ச்சியாகப் பயன்படுத்தியுள்ளனர். கேள்வி கேட்கும் முறையைப் பயன்படுத்திப் பதில் சொல்பவரைத் திக்குமுக்காடச் செய்தனர். அல்லது சுய முரண்பாட்டுக்குள் அவரைக் கொண்டு வருவதற்கு முயன்றனர்.

சொற்களின் பொருள் பற்றி ஒரு மனக்குழப்பமான விளையாட் டைச் செய்வதன் மூலமும் இந்த நிலை உருவாக்கப்பட்டது. பதில் சொல்பவர்களைக் குழப்பத்திற்கு உள்ளாக்கும் வகையில் உருவாக்கப்பட்ட, தொடுக்கப்பட்ட கேள்விகளை ஏற்றுக் கொள்வது அல்லது மறுப்பது என்ற வகையில் பதில் சொல்லக் கூடிய சிறிய வகை வினாக்கள் வடிவமைக்கப்பட்டன. சான்றாக: நீங்கள் இதை அறிவீர்களா? அறிய மாட்டீர்களா? அல்லது 'ஆம்' என்றோ, 'இல்லை' என்றோ பதில் அளியுங்கள் என்ற வகையில் அந்தக் கேள்விகள் அமைந்திருந்தன. பதில் கூறுபவன் மீண்டும் கேள்வி கேட்பதற்கு இந்த விளையாட்டில் இடம் இருக்க வில்லை. பதில் சொல்பவனை முரண்பாடு என்ற வலைக்குள்

சிக்கவைத்து வெற்றிபெறக்கூடிய வாதமுறை என இதைக் கூறலாம். உண்மையைத் தேடும் நோக்கத்தை இந்த வாதம் கொண்டிருக்கவில்லை. சோபிஸ்ட்டுகளின் வாதக்கலை மீது முன்வைக்கப்படும் முக்கியமான விமர்சனங்கள் இவை.

சோபிஸ்ட்டுகளின் விதண்டாவாத முறை ஏதென்ஸ் நகரில் மக்கள் இடையில் பிரபலம் பெற்றிருந்தது. ஆனால், அதற்கு எதிரான விமர்சனங்களும் அடிக்கடி முன்வைக்கப்பட்டன. வாய்ப்புக்கேடாக சோக்ரடீசையும் அவருடைய வாதக் கலையையும் பலர் சோபிஸ்ட்டுகளின் வாதத்துடன் ஒப்பிட்டதோடு அவரை ஒரு சோபிஸ்ட்டாகவும் கருதினர். கிரேக்க நாடக ஆசிரியர்கள் இந்தப் பின்னணியில் அவரை கேலிக்குரிய பாத்திரமாகவும் சித்திரித்தனர். *மேகங்கள்* நாடகத்தில் அரிஸ்தோபனீஸ் இதைத் தான் செய்திருந்தார்.

கேலிக்குள்ளாக்கப்படும் சோக்ரடீஸ்

மேகங்கள் நாடகத்தின் முதற்காட்சியிலேயே சோபிஸ்ட்டுகளின் மீதான அதாவது, சோக்ரடீசின் மீதான கேலிக்குரிய உரையாடல் களைப் பார்க்க முடியும். ஸ்டெர்ப்சியாடஸ் ஒரு விவசாயி. பெலப்போனேசியன் போரினாலும் தனது மகனின் ஆடம்பரத் தாலும் பெரும் கடன் தொல்லைக்கு ஆளாகியிருப்பவன். அவனது மகன் பீடிப்படெஸ் குதிரைச் சவாரிகளில் மிகுந்த ஆசை யுள்ளவன், ஓர் ஊதாரி. *மேகங்கள்* நாடகம் இந்த இருவரின் உரையாடலுடன்தான் தொடங்குகிறது. சோக்ரடீசின் (அதாவது சோபிஸ்ட்டுகளின்) விவாத முறையைப் பயன்படுத்தி, தனது கடன்காரர்களிடமிருந்து தப்புவதற்கு ஸ்டெர்ப்சியாடஸ் ஆசைப்படுகிறான். நாடகத்தின் முதற்பகுதி (சுருக்கம்) பின்வருமாறு:

> தூங்கும் உள் அறை. ஸ்டெர்ப்சியாடஸ் அவனது மகன், இரு பணியாளர்கள் ஆகியோர் அவரவர்களின் கட்டில்களில் தூங்குகின்றனர். ஸ்டெர்ப்சியாடசிற்குத் தூக்கம் வரவில்லை. அவன் புலம்பிக்கொண்டிருக்கிறான்.
>
> ஸ்டெர்: எப்போது இந்த இரவு விடியும்? சூரியனே உதயமாகாதா? சேவல் கூவி வெகு நேரமாகிவிட்டது. எனது சேவகர்கள் இன்னும் குறட்டை விட்டபடி தூங்குகிறார்கள்.

எனது செலவுகள், என்னைத் துரத்தும் கடன் சுமை, எதிலும் அக்கறையின்றிக் குதிரைச் சவாரிக்காகப் பணத்தை விரையம் செய்யும் மகன், என்னைச் சூழ்ந்துள்ள துன்பங்கள். எனது மகன் எனது வார்த்தையை மதிப்பதில்லை. இவனை நான் எப்படி எனது வழிக்குக் கொண்டுவருவது. ஆம்! எனக்கு ஒரு பாதை தெரிகிறது. முதலில் அவனைத் தூக்கத்தில் இருந்து எழுப்ப வேண்டும். மிகவும் நாசூக்காக இதைச் செய்ய வேண்டும். 'எனது சிறிய மகனே! பீடிப்படெஸ், எழு! இங்கே பார்.'

பீடிப்: ஏன் ஒரு மாதிரியாக இருக்கிறீர்கள் தந்தையே? இரவு முழுக்க நீங்கள் தூங்கவில்லையா?

ஸ்டெர்: தூக்கமா? கடன் சுமையால் தவிக்கிறேன். இப்படியே போனால், இந்தக் கடனை நீதான் சுமக்க வேண்டும். உனது அம்மாவை மணந்துகொள்ளும்படி யார் எனக்கு வழிகாட்டினார்களோ! நான் நன்றாக வாழ்ந்துவந்தவன். நன்றாகத் தூங்கு. குதிரைகளை வாங்கி எனது செல்வத்தை எல்லாம் காலியாக்கு. பீடிப்படெஸ் எழு! என்னை முத்தமிடு. உன் வலது கரத்தை நீட்டு. இந்த வயோதிகத் தந்தைமீது உனக்குப் பாசம் உண்டா மகனே.

பீடிப்: ஆம், தந்தையே.

ஸ்டெர்: நான் சொல்வதை நீ செய்வாயா?

பீடிப்: உங்களுக்கு என்ன செய்ய வேண்டும்?

ஸ்டெர்: எனக்கு வாக்கு கொடு, செய்வேன் என்று

பீடிப்: ஆம், செய்வேன்.

ஸ்டெர்: அதோ அங்கே பார்! ஒரு சிறிய கட்டடம் தெரிகிறதா?

பீடிப்: ஆம், அது என்ன?

ஸ்டெர்: அதுதான் 'சிந்தனைக் கூடம்' அங்குச் சிந்தனை ஆசான்கள் இருக்கிறார்கள். அவர்கள் மகா திறமைசாலிகள். அங்கிருப்பவர்களுக்குப் போதிய பணம் கொடுத்தால், எந்த வாதம் தேவையோ அதை உனக்குக் கற்றுத் தருவார்கள். அது சரியாகவும் இருக்கலாம், பிழையாகவும் இருக்கலாம். இந்த விடயத்தில் அவர்கள் வல்லவர்கள்.

பீடிப்: யார் அவர்கள்?

ஸ்டெர்: அவர்களின் பெயர்கள் எனக்குச் சரியாகத் தெரியாது.

பீடிப்: ஓ! அந்த முரடர்களா! அவர்களை எனக்குத் தெரியும். வெளிறிய முகங்களுடன் காலுக்குச் செருப்புமின்றி அர்த்தமற்றுப் பிதற்றித் திரிகிறார்களே! அவர்கள்தானே. அவர்களில் சோக்ரடீசும் ஒருவர். தந்தையே நான் குதிரைச் சவாரிக்குப் போகவேண்டும், நேரமாகிறது.

ஸ்டெர்: வாயை மூடு. தந்தையின் பேச்சைக் கேள். பட்டினி கிடந்து சாகப்போகிறாய். உடனே அவர்களின் கல்வி நிறுவனத்தில் மாணவனாகச் சேர்ந்துகொள். அவர்களின் போதனைகளைப் படி. ஒரு மாறுதலுக்காவது அவற்றைப் படித்துப்பார்.

பீடிப்: அங்கு நான் என்ன படிக்க வேண்டும்.

ஸ்டெர்: அவர்கள் அறிவு பற்றி இரு விதமான பாடங்களைப் போதிக்கின்றார்கள். ஒன்று நீதியைப் பற்றியது. மற்றது அநீதியைப் பற்றியது. நாம் அநீதியைத்தான் பற்றித்தான் அவர்களிடம் கற்றுக்கொள்ள வேண்டும். கடன்காரர்களிடமிருந்து நாம் தப்பித்துக்கொள்ள வேண்டும். கடனைத் திருப்பித் தரக்கூடாது. அவர்களின் வாதங்களை நீ நன்கு கற்றால் இதை நாம் சாதிக்கலாம்.

பீடிப்: நான் குதிரைச் சவாரிக்குச் செல்லவேண்டும். இதற்கெல்லாம் எனக்கு நேரம் இல்லை.

ஸ்டெர்: அப்படியா, நானே அங்கு போய் அந்த வாதங்களைக் கற்றுக்கொள்கிறேன். இந்த வயதில் இது எனக்குத் தேவையா?

தந்தைக்கும் மகனுக்கும் இடையில் நடந்த விவாதத்தில் சோபிஸ்ட்டுகள் (சோக்ரடீஸ்) இவ்வாறு கேலிக்குள்ளாக்கப்படுகின்றனர். சோபிஸ்ட்டுகளின் வாதமுறை தவறானது என்று கூறி சோக்ரடீசில் குறை காண்பதே மேகங்கள் நாடகத்தின் நோக்கமாக இருந்தது. சோபிஸ்ட்டுகள் பற்றிய சரி, பிழை என்ற விவரிப்புக்கள் ஒரே தன்மையானவை அல்ல. 'சோபிஸ்ட்டுகள்' பற்றிப் பலர் பல அர்த்தங்களில் கருத்து வெளியிட்டுள்ளனர். சோபிஸ்ட்டுகள் அடிப்படையில் அகவயவாதிகள் (சப்ஜெக்டிவிஸ்ட்). சோக்ரடீசிற்கு முந்திய புறவயச் சித்தாந்தவாதங்களுக்கு

எதிரான ஐயங்களை அவர்கள் வெளியிட்டு உள்ளனர். ஆங்கிலப் பயன்வழிவாதியான ஜோர்ஜ் குரோட் கூற்றின்படி 'சோபிஸ்ட்டுகள் முற்போக்குச் சிந்தனையாளர்கள். தமது காலத்தில் நிலவிய ஒழுக்கப் பண்புகள் பற்றிக் கேள்விகளை எழுப்பினர்.' சோபிஸ்ட்டு களுக்கும் பின்நவீனவாதத்திற்கும் இடையில் ஒற்றுமைகள் இருப்பதாக தெரிதா கூறுகிறார் (இடம்பெற்றிருப்பது: *இன்ஸ். பிலொசோஃபி*).

சோக்ரடீஸ் வாழ்ந்த காலத்தில் அவரை ஒரு சோபிஸ்ட்டாகக் கருதியவர்களும் இருந்தனர். ஆனால் சோபிஸ்ட்டுகளில் ஒருவராக சோக்ரடீசை அடையாளப்படுத்துவதில் பல்வேறு பிரச்சினைகள் இருந்தன. சோபிஸ்ட்டுகளில் இருந்து சோக்ரடீஸ் வேறுபட்டவர் என்பதை நாம் விவாதிக்கலாம்.

ஆனால் சோக்ரடீசுக்கு முன்னர் கிரேக்கத்தில் விமர்சனத்துக் கான பாதை திறக்கப்பட்டிருந்தது. சோக்ரடீசின் சிந்தனைகள் வெறும் இருளிலிருந்து தோற்றம் பெறவில்லை. எனினும் இந்தப் பாதை சோக்ரடீஸ் காலத்தில் எவ்வளவு கரடுமுரடாக இருந்தது என்பதைத்தான் அரிஸ்தோபனீசின் *மேகங்கள்* நாடகம் பேசுகிறது.

புதிய விவாதமுறை

சோக்ரடீஸ் தமது குறுக்கு விசாரணை முறையைத் தமது உரையாடல்களில் பயன்படுத்துவதற்குப் பல ஆண்டுகளுக்கு முன்னரே இந்த வகையான வாதமுறையைப் புரட்டகோரஸ் பயன்படுத்தி வந்துள்ளார். வாதமுறை மூலம் விவாதிக்கும் முறையின் முன்னோடி என புரட்டகோரசைக் குறிப்பிடலாம். சோக்ரடீஸ் தமது வாதமுறையை விரிவுபடுத்தியதில் தொழில் முறை சோபிஸ்ட்டான புரட்டகோரசின் வாதமுறையின் தாக்கம் இருந்துள்ளது.

விவாதத்தில் பங்குகொள்வோர் அடிக்கடி தமது கருத்துகளில் பல தவறுகளை முன்வைப்பார்கள். அவற்றை அவர்களே ஏற்றுக் கொள்ளும் வகையில் சோக்ரடீஸ் தம் குறுக்கு விசாரணையை அமைத்துக்கொள்வார். இது அவருடைய வாதக் கலையின் ஓர் அங்கமாகவே இருந்தது. புரட்டகோரஸ் உருவாக்கிய கேள்வி-பதில்

வடிவத்திலான வாதமுறையை சோக்ரடீஸ் தமது கருத்திற்கு இயைபுடைய புதிய வாதமாக வடிவமைத்துக்கொண்டார்.

தொடக்ககால சோபிஸ்ட்டுகள் கேள்வி பதில் விதண்டாவாதத்தைத் தமது பயில்முறையாகக் கொண்டிருக்கவில்லை. பெரும்பாலும் பிந்திய காலப் பகுதியில்தான் இதை அவர்கள் பயன்படுத்தி வந்தனர். விதண்டாவாத முறையை சோபிஸ்ட்டுகள் பயன்படுத்திவந்த ஆரம்ப காலத்தில் சோக்ரடீஸ் தாமாகவே இயக்கவியல் வாதமுறையைத் தொடங்கிவிட்டார்.

புரட்டகோரசுடைய முறை என்று பிளேட்டோ முன்வைக்கும் விவரங்களில் இருந்து நோக்கினால், சுருக்கமான கேள்வி-பதில் பரிமாற்றத்திற்குப் பதிலாக நீண்ட உரை வகையிலான ஒரு வாதமுறையைத்தான் புரட்டகோரஸ் அறிமுகப்படுத்தி வந்துள்ளார். இந்த விவாத முறையின் தோற்றமும் மூலகர்த்தாவும் யார் என்பது பற்றிய ஆய்வுகள் நடைபெற்று வருகின்றன. இருந்த போதும் சோபிஸ்ட்டுகளின் கேள்வி-பதில் (விதண்டாவாத முறை) பிந்திய வளர்ச்சி என்றும், அதுவே சோக்ரடீசின் குறுக்கு விசாரணையின் கேள்வி-பதில் முறைக்குக் காரணமாக இருந்தது என்றும் ஒரு முடிவுக்கு வரச் சான்றுகள் உள்ளன. இந்த வாத முறையை உருவாக்குவதில் சோக்ரடீசிற்கு முன்னரே சிலர் பங்களிப்புச் செய்துள்ளனர் என்பது மனங்கொள்ளப்பட வேண்டியதாகும்.

முன்னைய விதண்டாவாத முறையைவிட சோக்ரடீசின் வாத முறை பெற்றிருந்த முன்னேற்றம் என்ன? மேலும் சோபிஸ்ட்டுகளின் வாதமுறையில் இருந்து சோக்ரடீசிய வாதமுறை எவ்வகையில் வேறுபட்டது? இவை முக்கியமான வினாக்கள். சோபிஸ்ட்டுகளின் முறையை விதண்டாவாத முறை என்றும், சோக்ரடீசினுடைய முறையை இயக்கவியல் வாதமுறை என்றும் குறிப்பிடலாம். கேள்வி பதில் முறையில் அமைந்திருந்த சோக்ரடீசிய முறையைப் பிளேட்டோ இயக்கவியல் முறை என்று பெயரிட்டதோடு, பகுப்பாய்வுக்கான மிகச் சிறந்த மெய்யியல் முறை என்றும் அதைப் பெருமைப்படுத்திப் பேசியுள்ளார்.

சோக்ரடீஸ் பயன்படுத்திய கேள்வி பதில் முறையிலான இயக்கவியல் முறை இரு நோக்கங்களை நிறைவேற்றுகின்றது

என்று பிளேட்டோ நம்புகின்றார். முதலாவது இந்த முறையின் அடிப்படை நோக்கம் உண்மையைக் கண்டுபிடிப்பது. இரண்டாவது நோக்கம் உண்மையைக் கண்டுபிடிப்பதற்குத் தேவையான அறிவை மற்றவர்களுக்கு வழங்குவது. இந்த இரு நோக்கங்களையும் அடைவதற்கு சோக்ரடீசிய இயக்கவியல் முறை மிகச் சிறந்த கருவி என்று பிளேட்டோ கருதினார்.

அத்தோடு, மெய்யியல் ரீதியாக உண்மையான நோக்கங்களைச் சிறப்பாக எடுத்துப் பேசக்கூடிய முறை என்றும் சோக்ரடீசிய முறையைப் பற்றி பிளேட்டோ குறிப்பிடுகிறார். ஏனெனில், இங்கு கூறப்பட்ட இரண்டு நோக்கங்களிலும் அறிவின் மீதான ஆவல் முதன்மைக் கூறாக அமைந்துள்ளது. பிளேட்டோவின் கருத்துப்படி விதண்டாவாதமுறை உண்மையைக் கண்டறிவதற்கு எதிரான முறை. விதண்டாவாத முறையில் அறிவியல் ரீதியான நோக்கங்கள் எதுவும் இல்லை. இந்த முறை முன்வைக்கக்கூடிய கல்வி நோக்கங்களில் எவ்விதப் பெறுமானமும் இருக்கவில்லை என்றும், சோபிஸ்ட்டுகளின் முறையில் எவ்வித மெய்யியல் பெறுமானங்களும் இல்லை என்றும் பிளேட்டோ குறிப்பிடுகிறார் *(நார்மன் குல்லி, 1968)*.

3

ஏதெனிய அரசியல்
மரபுகளை மறுத்த பயணம்

சோக்ரடீஸ் வழக்கு விசாரணை பல பரிமாணங்களைக் கொண்டது. ஆழமான பிரச்சினைகள் அதில் உள்ளன. அது நடை பெற்ற காலப் பகுதி, கிரேக்க அறிவுநிலை, சோக்ரடீசின் வாழ்க்கை, அவர் எதிர்நோக்கிய வாழ்க்கையின் இலக்கு, அவருடைய சிந்தனைகள், அவருடைய விவாதமுறை, வாழ்வின் முடிவு பற்றிய அவருடைய இலட்சியங்கள் என்பன அவற்றுள் ஒன்று கலந்துள்ளன.

சோக்ரடீசிற்கு எதிராக இருந்துவந்த ஐயங்களும் பகைமை உணர்வுகளும் அவரைக் குற்றவாளியாக்குவதில் முக்கிய பங்காற்றி உள்ளன. அதேவேளை சோக்ரடீசை விசாரித்த நடுவர் மன்றம் (நீதிமன்றம்), ஏதெனியக் குற்ற விசாரணைச் சட்டத் தொகுதி, ஏதெனிய நிர்வாகம் ஆகியவையும் கருத்தில் கொள்ளப்பட வேண்டும். இவை தனித்தன்மை வாய்ந்தவை. வழக்கு விசாரணையின் படிமுறை நடவடிக்கைகள், விசாரணை ஒழுங்குபடுத்தப்பட்ட விதம், வாதி, பிரதிவாதி தரப்பிலான முன்வைப்புகள், அவற்றிற்கான நேர அவகாசம் போன்றனவும் கவனத்தில் எடுக்கப்பட வேண்டும்.

பெருக்லீயன் யுகம் என்று கூறப்படும் காலத்தில் சோக்ரடீஸ் வாழ்ந்தார். அது ஏதென்சின் ஒரு முக்கிய அரசியல் காலப் பகுதி.

மாற்றத்தின் இரகசியம் உங்களுடைய
முழு ஆற்றலையும் பழைமையில் குவிப்பதல்ல.
புதியதைக் கட்டியெழுப்புவதே!
- சோக்ரடீஸ்

முழு ஐரோப்பாவும் அறியாமை இருளில் மூழ்கி இருந்த காலகட்டத்தில் ஏதென்ஸ் அறிவொளி வீசிய ஒரு நகராக விளங்கியது. கலை, இலக்கியம், அரசியல், அறிவியல், மெய்யியல், சிந்தனை, நடைமுறைக்கு ஏற்ற அரசாட்சி, பிரதிநிதித்துவ அரசியல் என்பன அங்கு தோற்றம் பெற்றிருந்தன.

பெரிக்கிளிஸ்: ஜனநாயக அரசியல்

சோக்ரடீசின் இளமைக் காலத்தில் ஏதென்சின் அடிப்படை அரசியல் அதிகாரம் மாற்றம் அடைகின்றது. அது கிரேக்கத்தின் பொற்காலமான பெரிக்கிளிஸ் (கிமு 495-429) மன்னனின் ஆட்சிக் காலம். கிரேக்கம் கண்ட மிகச் சிறந்த ஆட்சியாளராகப் பெரிக்கிளிஸ் போற்றப்படுகின்றார். சோபிஸ்ட்டுகளிடத்திலும் அனெக்சகோரஸ் இடத்திலும் அவர் கல்வி கற்றிருந்தார். அவருடைய நண்பர்களின் பட்டியலில் சோபாக்களிசும் ஹெரடோடசும் சோக்ரடீசும் இடம்பெற்றிருந்தனர்.

பெரிக்கிளிஸ் காலத்தில் கட்டடக் கலையிலும் கலை இலக்கியங் களிலும் பெரிய மாற்றங்கள் நிகழ்ந்தன. ஜனநாயகம், கல்வி, பண்பாடு ஆகியவற்றுக்கான சிறந்த மையமாக ஏதென்ஸ் மாற்ற மடைந்தது. பெரிக்கிளிஸ் சிறந்த ஆட்சியாளர். ஜனநாயக அரசியலை ஆதரித்ததோடு, அதன் வளர்ச்சிக்கான நடவடிக்கை களையும் அவர் மேற்கொண்டார். வரலாற்றில் முதலாவது தாராளவாத அரசியல்வாதியாக பெரிக்கிளிஸ் கருதப்படுகின்றார். ஆட்சி அதிகாரத்தில் பொதுமக்களின் பங்களிப்புக்கு அவர் அதிக வாய்ப்புக்களை வழங்கினார். செல்வந்த பிரபுக்கள் மட்டுமன்றி, சாதாரண மக்களும் ஆட்சியில் பங்கேற்பதன் தேவையை அவர் வலியுறுத்தினார்.

பெலப்போனேசியன் போரில் இறந்தவர்களுக்காக கிபி 431இல் பெரிக்கிளிஸ் நிகழ்த்திய நினைவுவுரையில் ஜனநாயகம் பற்றி அவர் பின்வருமாறு பேசி இருந்தார்.

நமது அரசியல் வடிவம் அயல்நாடுகளிலிருந்து பிரதி பண்ணியதல்ல. நாம்தாம் மற்றவர்களுக்கு முன்மாதிரியாக விளங்குகின்றோம். எமது நிருவாகத்தை மக்களின் கைகளில் வழங்கி உள்ளோம், சிலருக்கு மட்டுமல்ல. அது எல்லாக்

அப்பலோ கோயில். ஏதென்சிலுள்ள டெல்பி பன்ஹெலெனிக் சரணாலயத்தில் இடம்பெற்றுள்ளது. கிமு 8ஆம் நூற்றாண்டிலிருந்து வளர்ச்சியடைந்து புகழ்பெற்றிருக்கிறது. இது வருவதுரைப்போர் செயல்படும் இடமாக விளங்கியது.

குடிமக்களுக்குமாக வழங்கப்பட்டுள்ளதால், நமது அரசாங்கம் ஜனநாயக அரசாங்கமாகும்.

ஏதென்சில் ஜனநாயகத்தின் தோற்றம் ஒரு புதிய அரசியல் சித்தாந்தத்திற்கும் அரசியல் நடைமுறைக்கும் வழிவகுத்தது. எல்லா ஆண்குடிமக்களுக்கும் சமமான உரிமைகள் தரப்பட்டன. பேச்சு சுதந்திரத்தையும் பாராளுமன்ற நடவடிக்கைகளில் நேரடியாகப் பங்கேற்கும் வாய்ப்பையும் குடிமக்கள் பெற்றனர். ஏதென்ஸ் அரசியல் படிமுறைப் போக்குகளில் மக்களின் பங்களிப்புகளுக்கு இடமளிக்கும் ஓர் ஆட்சிமுறையாக இது அமைந்திருந்தது.

அது இன்று நாம் பேசுவது போன்ற முழுமையான ஜனநாயக முறையாக இருக்கவில்லை. ஆயினும் அது ஒரு மாற்றத்தையும் மக்களாட்சிக் கருத்தையும் உலகிற்கு அறிமுகப்படுத்திய தாராள ஆட்சிமுறை என்று உறுதியாகக் கூறலாம்.

கிரேக்கத்தில் நீண்டகாலத்திற்கு ஜனநாயக ஆட்சியை பெரிக்கிளிஸ் நிலைநாட்டினார். பெலப்போனேசியன் போரில் ஏற்பட்ட தோல்வியைத் தொடர்ந்து ஏதென்சின் ஜனநாயக ஆட்சி ஆட்டம் கண்டது.

சில்லோராட்சிக் குழுவினர் ஜனநாயக அரசாங்கத்திற்கு எதிரான குழப்பங்களை உருவாக்கினர்.* சோக்ரடீஸ் இந்த ஜனநாயக ஆட்சிக் காலத்திலும் அதன் நெருக்கடிகளின் போதும் வாழ்ந்தவர். சில அரசியல்வாதிகளின் போக்குகளால், அவர் ஜனநாயக அரசியலில் அதிருப்தி அடைந்திருந்தார். ஜனநாயக வாக்களிப்பு முறை பற்றியும் அவரிடம் விமர்சனங்கள் இருந்தன.

வல்லாட்சி, முடியாட்சி, சில்லோராட்சி முறைகளைவிட நல்லாட்சிக்கான தாராள ஜனநாயக முறைகளை மக்கள் நம்பத் தொடங்கிய காலத்தில் சோக்ரடீஸ் மாறுபட்ட கருத்துகளை வெளியிட்டார். இதனால் சில அரசியல் தலைவர்கள் சோக்ரடீஸ் மீது ஐயம்கொண்டனர். சோக்ரடீசின் கருத்துகளுக்குப்

* சில்லோராட்சி (ஒலிகாக்கி) என்பதன் பொருள் ஆட்சி சிலரின் கைகளில் இருப்பது (ரூல்ட் பை ஃப்யூ). *ஒலிகோஸ்* என்ற கிரேக்கச் சொல்லின் பொருள் சில. *ஆர்க்கோ* என்பதன் பொருள் ஆட்சி செய்தல் அல்லது ஆணை இடல். இது ஆட்சி அதிகாரம் சிலரின் கைகளில் மாத்திரம் இருப்பதைக் குறிக்கிறது. கல்வி கற்றவர், செல்வந்தர்கள், பிரபுக்கள், இராணுவத்தினர், அரசியல்வாதிகள், சமயவாதிகள் சிலரைக்கொண்ட இது சர்வாதிகார ஆட்சி. கிமு 600களில் நகர அரசுகளாக இருந்த ஸ்பாட்டாவும் ஏதென்சும் சில்லோராட்சி அரசுகள். இன்றும் பல நாடுகள் சில்லோராட்சி முறையிலேயே ஆளப்படுகின்றன. அதிகார, செல்வந்த, இராணுவ உயர் குழாத்தினர் ஆதிக்கம் செலுத்தும் நாடுகளில் இது காணப்படும். ஜனநாயக ஆட்சி, முடியாட்சி, இறையாட்சி என ஆட்சிகள் வேறுபட்டாலும் சில்லோராட்சிப் பண்புகளை அவை பெற்றிருக்கலாம். கிரேக்கத்தில் சில்லோராட்சியாளர்கள் மன்னர்களைப் போல ஆட்சி செய்தனர். மக்களின் நலன்களை இந்த ஆட்சியாளர்கள் புறக்கணித்தனர். ஏழைகள் மீதான அதிக வரி, செல்வந்தர்கள் மேலும் செல்வந்தராகக்கூடிய சட்டங்கள் என்பவற்றுடன் மக்களை அடிபணியச் செய்வதற்கு இராணுவத்தையும் இவர்கள் பயன்படுத்தினர். கிமு 650-500 காலப் பிரிவில் நகர அரசுகளில் வாழ்ந்த மக்கள் முடியாட்சிக்கும் சில்லோராட்சிக்கும் எதிராகக் கிளர்ச்சி செய்தனர். கிபி 500 அளவில் நகர- அரசுகள் ஜனநாயக அரசுகளாகின.

பொதுமக்களிடத்திலும் எதிர்ப்புகள் எழுந்தன. அவர் ஓர் அரசியல் கிளர்ச்சியைத் தூண்டலாம் என்று சிலர் பயந்தனர்.

ஏறத்தாழ கிமு 5ஆம் நூற்றாண்டளவில் ஏதென்ஸ் நகரில் கவிஞர்கள், நாடகாசிரியர்கள், வரலாற்றியலாளர்கள், அறிவியல் வாதிகள், மெய்யியலாளர்கள், ஆட்சியாளர்கள், சிற்பிகள், கட்டடக்கலை வல்லுநர்கள் என ஒரு பெரிய தொகையினர் தத்தமது துறைகளில் புகழ்மிக்கவர்களாக விளங்கினர்.

கிரேக்க நாகரிகத்தைச் செம்மைப்படுத்தும் பல பண்புகள் ஏதென்ஸ் நகருக்கு அன்று இருந்தன. அசெச்சிலஸ் முக்கியமான கலைஞர். அவர் மூன்று நாடகங்களை உருவாக்கியிருந்தார். கிமு 458இல் அவர் இறக்கும் போது சோக்ரடீசின் வயது 14. சொபக்லீஸ் கிமு 496இல் பிறந்தார். அதுபோல் எயரிப்பிட்ஸ். இந்த இருவரும் சோக்ரடீஸ் பிறப்பதற்கு ஏழு ஆண்டுகளுக்கு முன்னர்தான் மரணித்தனர். மிகப்பெரும் கிரேக்க வரலாற்று ஆசிரியர் ஹெரடோடஸ் கிமு 484இல் பிறந்தார். அவர் சோக்ரடீசை விட 15 வயதுதான் மூத்தவர்.

சோக்ரடீஸ் (கிமு 420இல்) 50 வயதாக இருந்தபோது கிரேக்கத்தின் புகழ்பெற்ற பலர் அவருடைய சம காலத்தவர்கள். சிறிய கைக்கு அடக்கமான நகரமாக ஏதென்ஸ் இருந்ததால் இவர்களில் பலரை சோக்ரடீஸ் நேரடியாகவே அறிந்திருப்பார் என்று நம்பலாம். சோக்ரடீஸ் தமது வாலிப வயதில் போர்களிலும் அரசியலிலும் குறைந்த அளவிலேயே பங்கேற்றுள்ளார். அயோனியாவின் புகழ்பெற்ற இயற்கைவாத சிந்தனை மரபிற்கு மாற்றமான கருத்துள்ளவராக சோக்ரடீஸ் விளங்கினார். மாறாக இலக்கியம், கலை, அறிவியல், மெய்யியல் என்பவற்றில் அவர் மிகுந்த கவனம் செலுத்தினார். அவருக்கு இருந்த தொலை நோக்கும் விமர்சனப் பார்வையும் அவரை ஒரு தனித்துவமான சிந்தனையாளராக்கின.

பிரபஞ்சவியலும் அறிவியல் கோட்பாடுகளும் கிரேக்கத்தில் வளர்ச்சி அடைந்த போதிலும் அவற்றிற்கு எதிரான விமர்சனங் களிலும் கிரேக்கர் ஈடுபட்டனர். சந்தேகத்திற்கிடமின்றி சோபிஸ்ட்டு களின் செல்வாக்கு சமூகத்தின் பல்வேறு துறைகளிலும் தாக்கம் செலுத்திவந்தது. குறிப்பாகச் சமயம், அரசியல், ஒழுக்கவியல்,

அறிவாராய்ச்சியியல், பகுத்தறிவு சார்ந்த பிரச்சினைகளில் அவர்கள் கேள்விகளை எழுப்பினர். கருத்துபேதங்கள், முரண்பாடுகள் தொடர்பாக கவர்ச்சியான வாதக்கலையை அவர்கள் அறிமுகப்படுத்தினர்.

உண்மையான அளவையியல் அனுமானங்களைவிட மேலோட்டமான முரண்பாட்டு வாதமுறைகளுக்கு முக்கியத்துவம் தருதல், எல்லாவற்றிலும் ஐயம்கொள்ளுதல், சமூக கலாசார எதிர்ப்புக் கொள்கைகளை வளர்த்தல் என்பன கிரேக்க சமூகத்தை ஆட்கொண்டிருந்தன.

பிளேட்டோ, ஷெனோபன், அரிஸ்தோபனீஸ் போன்றவர்கள் சோபிஸ்ட்டுகளின் வாதமுறைகளில் தவறான பண்புகள் இருந்த தாகக் கூறியுள்ளனர். சோபிஸ்ட்டுகள் தம் வாதக்கலையைத் தீய வழிகளில் பயன்படுத்தினர் என்று அரிஸ்டோட்டிலும் குறிப்பிட்டுள்ளார் (கோல்மன் பிலிப்சன், 1928). மக்களுக்குத் தாம் நேர்வழி காட்டுவதாக மக்களை அவர்கள் நம்பச் செய்தார்கள். ஆனால், மக்களுக்கு அவர்கள் நேர்வழியைக் காட்டவில்லை. செல்வந்தர்களையும் இளைஞர்களையும் அவர்கள் தமது விவாத வலையில் சிக்கவைத்தார்கள். ஏமாற்றும் கலையில் அவர்கள் தேர்ச்சி பெற்றிருந்தார்கள் என்று ஷெனோபன் கூறுகின்றார். சோபிஸ்ட்டுகள் உண்மைக்கு மதிப்பளிக்காதவர்கள் என்று சோக்ரடீஸ் கூறியுள்ளார் (மேலது, 1928).

ஏதென்சில் சோபிஸ்ட்டுகளின் காலம் இவ்வாறுதான் இருந்தது. குறிப்பாக அரசியல் துறையில் உணர்ச்சித் தூண்டுதல் கொண்ட நிகழ்வுகளும் பதற்றங்களும் அடிக்கடி நிகழ்ந்தன. இந்தக் காலப் பகுதியில்தான் சோக்ரடீசின் இளமைப்பருவம் தொடங்குகிறது. தமது வாழ்நாளில் நடந்த பெலப்போனேசியன் போரை அவர் நேரடியாக அறிந்திருந்தார். தமது சொந்த நகரில் நடைபெற்ற நான்கு புரட்சிகளை அவர் நேரில் கண்டிருந்தார்.

ஏதெனிய மக்களின் அரசியல் நடவடிக்கைகளும் பயிற்சிகளும் பல சூழ்நிலைகளில் எதெனியர்களுக்கே உரிய அழுகுனித்தனத்தை வெளிப்படுத்தின. கசப்பான வெறுப்புணர்வுகள் மக்களிடையே பரவியிருந்தன. சதிகளும் அவற்றிற்கு எதிரான சதிகளும் நடந்த வண்ணம் இருந்தன. ஒரே குடும்பத்தைச் சேர்ந்தவர்கள் அடிக்கடி தங்களுக்குள் மோதிக்கொண்டனர்.

மறுபுறத்தில் அதிகமான ஏதெனிய மக்கள் போர்களில் அழிந்து போனதால் ஏதெனியர் அல்லாதவர்களுடைய தொகையும் செல்வாக்கும் ஏதென்சில் மேலோங்கத் தொடங்கின. வெளிப் பிரதேசத்தவர்களின் கருத்துகளும் நம்பிக்கைகளும் செல்வாக்குப் பெற்றன. மக்களின் வாழ்க்கையில் வளர்ச்சி வாய்ப்புகள் காணப்பட்ட போதும் பொதுவில் மகிழ்ச்சியின்மையும் சூனிய நிலையும் பெருகிச் சென்றன.

ஏதென்ஸ் நகரத்தின் மக்களாட்சி (ஜனநாயகம்) முரண்பாடான கருத்துகளாலும் அரசியல் மோதல்களாலும் நொறுங்கக்கூடிய ஆபத்திலிருந்தது. மேலும் அரிஸ்தோபனீசும் தொழில்முறை அங்கத நாடகப் படைப்பாளிகளும், ஏதெனிய ஜனநாயகத்தைத் தாக்கி எழுதியுள்ளனர். ஜனநாயகத்திற்கு எதிரான கருத்துகளைப் பிளேட்டோவும் வெளியிட்டுள்ளார்.

மக்களாட்சி (ஜனநாயகம்)

பெரும்பாலும் தெய்வ நிந்தனைக்காக சோக்ரடீஸ் மரண தண்ட னைக்கு ஆளாகியிருக்கலாம். விசாரணை மன்றத்தில் தெய்வ நிந்தனை முக்கியமாக வலியுறுத்தப்பட்ட குற்றச்சாட்டு. ஆனால், தமது நாட்டின் மக்களாட்சித் (ஜனநாயகத்) தலைமையை அவர் நிராகரித்தார் என்பதிலிருந்தே சோக்ரடீஸ் மீதான வழக்கு இறுக்கமடைந்தது. ஜனநாயகத்தை ஆதரித்தவர்களும் அதற்குத் தலைமை ஏற்றவர்களும் முதன்மை ஆட்சியாளர்களும் சோக்ரடீசை ஜனநாயக எதிரியாகவே கருதினார்கள். இந்தக் குற்றச்சாட்டு, வழக்கு மன்றத்திலும் பலருடைய கவனத்தை ஈர்த்திருந்தது. நீதிபதிகளை இது மிகவும் இக்கட்டான நிலைக்குத் தள்ளியது.

ஜனநாயக ரீதியிலான அரசாங்கங்களின் மீதான விமர்சனங்களும் நம்பிக்கையற்ற கருத்துகளும் புதியவை அல்ல. ஜனநாயகத்திற்கு எதிரான சோக்ரடீசின் தர்க்கங்களுக்கும் அதிருப்திகளுக்கும் சில காரணங்கள் இருந்தன. அதேவேளை மக்களின் நலனுக்காகவே ஆட்சி என்ற கருத்தில் அவர் காட்டிய ஆர்வத்தை எந்த விதத்திலும் நாம் குறைத்து மதிப்பிட முடியாது.

சிறந்த அரசு ஒன்றின் செயற்பாடுகள் பற்றி சோக்ரடீஸ் (பிளேட்டோவின் குடியரசு ஊடாக) கூறுகையில் கடலில் கப்பல்

ஒன்று பயணிக்கும் போது அதை நன்கு செலுத்தக்கூடிய ஓட்டுநர் யார் என்று சோக்ரடீஸ் வினவுவதாக உவமானக் கதை ஒன்று தொடங்குகிறது. தமது தோழர்களுக்கு சோக்ரடீஸ் இரு தேர்வு களைக் கொடுத்தார். கப்பலில் இருக்கும் பயணிகளிலிருந்து யாரேனும் ஒருவரைத் தெரிவு செய்து அவரிடம் கப்பல் ஓட்டும் பொறுப்பை வழங்குவதா, பயிற்சிபெற்ற கப்பல் தலைவர் (கேப்டன்) ஒருவரிடம் அந்தப் பணியை ஒப்படைப்பதா என்பது தான் அந்த இரு தேர்வுகளும். எனினும் அனுபவமுள்ள கப்பல் தலைவனிடம்தான் அந்தப் பணி தரப்பட வேண்டும் என்று கப்பலில் இருந்த பயணிகள் அனைவரும் கூறினர்.

ஒரு எதேச்சதிகார அரசிற்கு (டோடலிடேரியன் ஸ்டேட்) ஆதரவளிக்கும் அவருடைய கருத்தையே இந்த உருவகம் சுட்டிக் காட்டுவதாகக் கூறப்படுகிறது. அதாவது முழுமுதல் அதிகாரத்தை எப்படிச் செயல்படுத்துவது? அது நல்ல பயிற்சிபெற்ற ஒருவரால்தான் முடியும். அது எதேச்சதிகார அரசிலேயே சாத்தியம் என்ற கருத்தையே சோக்ரடீஸ் வெளியிட்டுள்ளார். ஆனால், நல்லாட்சிக்குத் தகுதியானவர், அரசியல் தெரிந்த ஒருவர்தான் தலைவனாகத் தெரிவு செய்யப்பட வேண்டும் என்பதும் இதில் உள்ளடங்கியிருக்கும் கருத்தாகும். அதுபோல் ஸ்பாட்டாவின் முடியாட்சி முறைக்கு ஆதரவான கருத்துகளையும் அவர் வெளியிட்டிருந்தார் என்றும் வாதிடப்படுகிறது. வெகுமக்களால், தகுதியான ஆட்சியாளர்களைத் தெரிவு செய்ய முடியாது என்பதுதான் ஜனநாயகத்தின் மீது சோக்ரடீசிற்கு இருந்த பிரச்சினையாகும்.

சோக்ரடீசிடம் காணப்பட்ட பல்வேறு மாற்று மனப் பாங்குகளைக் கவனத்தில்கொண்டு இதை யோசித்தால் அவர் ஓர் ஐயவாதி என்பது புலனாகும். இந்த அடிப்படையிலும் இதை நோக்க முடியும். ஜனநாயக ஆட்சி பற்றி அவருக்கு ஐயம் இருந்தது. சிந்திக்கும் ஆற்றல் உள்ளவர்களுக்கே வாக்குரிமை தரப்பட வேண்டும் என்றும் அவர் கருதினார். ஆனால் உயர் வர்க்கத்தினர் மட்டும்தான் வாக்களிக்கத் தகுதி உள்ளவர்கள் என்று அவர் கூறவில்லை. தமது தலைவரைத் தேர்வு செய்யத் தகுதியானவர்களுக்குத்தான் வாக்குரிமை தரப்பட வேண்டும் என்று அவர் விரும்பினார்.

ஏதெனிய ஜனநாயகம் கிமு 550 அளவில் தொடங்குகின்றது. அது ஒரு நேரடி ஜனநாயக முறை. ஒவ்வொரு சட்ட ஆக்கத்திற்கும் சட்டசபையில் தகுதியான குடிமக்கள் வாக்களித்தனர். கிமு நானூறு களிலும் பல்வேறு புரட்சிகளுக்கு இடையில் கிரேக்க ஜனநாயகம் உறுதியாக நிலைத்திருந்தது. இந்தப் புதிய வடிவிலான அரசாங்கம் அரசியலில் பொதுக் குடிமக்களை நேரடிப் பங்காளராக்கியது. ஜனநாயக அரசியலுக்கு இது ஒரு முக்கிய பங்களிப்பாகும்.

'எக்லேசியா' என்ற மக்கள் அவைதான் ஏதென்ஸ் நகரில் ஜன நாயகத்தின் மைய நிலையம். வேட்பாளர் தேர்வுமுறை அங்கு இருக்க வில்லை. தகுதி பெற்ற ஒவ்வொரு குடிமகனும் அந்த அவையில் பங்கேற்கலாம். இத்தகைய அரசியல் செயல்பாடுகளால் தான் ஜனநாயகம் பிறந்த பூமி என கிரேக்கம் வர்ணிக்கப்படுகிறது.

ஆனால், இது முழு உண்மையல்ல. இராணுவ சேவையை நிறைவு செய்த சுதந்திரக் குடிமக்கள்தாம் அன்று வாக்களிக்கத் தகுதி பெற்றிருந்தனர். பெண்களுக்கு வாக்குரிமை தரப்பட வில்லை. ஆண்களைவிடப் பெண்கள் குறிப்பிட்டுக் கூறக்கூடிய வகையில் மிகக் குறைந்த அளவு உரிமைகளையே பெற்றிருந்தனர். இவை தவிர ஜனநாயகத்திலிருந்த வேறு பல குறைபாடுகள் பற்றியும் அன்று கருத்துகள் நிலவின. பிளேட்டோவின் *குடியரசு* இந்தக் குறைபாடுகள் பற்றிப் பேசும் முக்கியமான நூலாகும்.

ஜனநாயகம் பற்றி பிளேட்டோ தமது *குடியரசின்* 8ஆவது நூலில் சோக்ரடீஸ் மூலமாக மூன்று கருத்துகளை முன்வைக்கின்றார். முதலாவதாக பலவித ஆட்சிமுறைகளைப் பற்றி விவரிக்கின்றார். சில்லோர் ஆட்சி பற்றிப் பேசப்படுகிறது. சில்லோர் ஆட்சி யிலிருந்து அதன் தீய விளைவுகள் காரணமாக ஜனநாயக ஆட்சி தோற்றம் பெறுகிறது.

ஜனநாயக ஆட்சிக்கு அதற்கே இயல்பான தன்மை உண்டென்று சோக்ரடீஸ் கூறுகின்றார். அதில் பெறப்படும் நன்மைகளில் ஒன்றுதான் சுதந்திரம். ஆனால் அந்தச் சுதந்திரம் மிகுதியாகும் போது ஜனநாயக அரசு கொடுங்கோன்மை அரசாகின்றது. சட்டத்திற்கு மதிப்பளிக்காதவர்கள் நாட்டில் அதிகரிக்கின்றனர். சட்டத்தைக் கைகளில் எடுத்துத் தாம் விரும்பியதைச் செயல்படுத்த சுதந்திரத்தைப் பயன்படுத்துகின்றனர்.

குடியரசு ஆட்சியை ஆதரிக்கும் நவீன வாசகர்கள் பிளேட்டோ ஜனநாயகத்தை முற்றாக எதிர்ப்பவர் என்ற கருத்திற்கு வரவேண்டிய தில்லை. பிளேட்டோவும் சோக்ரடீசும் ஆட்சிமுறை எதுவானாலும் அந்த ஆட்சிமுறைகளில் காணக்கூடிய பலவீனங்களையும் ஆபத்தான கூறுகளையும் எடுத்துக்காட்டத் தயங்காதவர்களாக இருந்துள்ளனர் (த ஃபெய்லில் ஆஃப் டெமாக்ரசி, இத).

ஒரு நல்ல ஜனநாயகம் செயல்படாமைக்கான காரணத்தை பிளேட்டோ ஆய்வு செய்கிறார். ஜனநாயகம் முழுமை பெற வேண்டுமானால், அது கடைப்பிடிக்க வேண்டிய நிபந்தனைகள், வழிமுறைகள் பற்றியும் பிளேட்டோ குறிப்பிடுகிறார். குடி மக்களின் அறிவுத்தரம், கல்வித்தரம் உயராத நிலையில் ஜனநாயகம் சிறப்பாகச் செயல்படச் சாத்தியமில்லை என்பது பிளேட்டோவின் நிலைப்பாடாகும். ஜனநாயக ஆட்சிக்கு எதிரான விமர்சனங்களில் சோக்ரடீசும் இதே கருத்துகளை வலியுறுத்தியுள்ளார்.

தற்செயல் போல் ஏதெனிய நீதிமன்றங்களால் மக்கள் அடிக்கடி தண்டிக்கப்பட்டதை மக்கள் அதிருப்தியுடன் நோக்கினர். அது ஜனநாயகத்தின் குறைபாடென்று விமர்சிக்கப் பட்டது. ஏதென்சில் குடிமக்களுக்கு வாக்களிக்கும் சுதந்திரம் தரப்பட்டிருந்த போதும் 20 விழுக்காட்டினர் மட்டுமே அதை அனுபவித்தனர். பிளேட்டோ, சோக்ரடீஸ் ஆகியோரின் அரசியல் விமர்சனங்களுக்கு உண்மையில் சில அடிப்படைகள் இருந்தன.

பெலபோனேசியன் போர்க் காலத்தில் ஏதெனிய நிதிக் களஞ்சியத்தில் இருந்து நிதியைக் கையாடினர் என்ற குற்றச் சாட்டின் பெயரில் ஒன்பது நிதிக்காப்பாளர்கள் கொல்லப்பட்டனர். ஆனால் பின்னர் நடந்த விசாரணைகளின் போது அங்கு கணக்கு வழக்கு விடயங்களில் சிறுதவறுகள் மட்டுமே நிகழ்ந்திருப்பது தெரியவந்தது. அதனால் இதே குற்றச்சாட்டின் பேரில் கைது செய்யப்பட்டிருந்த மற்றொருவர் விடுதலை செய்யப்பட்டார். இவ்வாறான தவறுகள் வெளிச்சத்திற்குக் கொண்டுவரப் பட்டன.

ஜனநாயக வடிவமும் தொன்மைக் கிரேக்க வடிவமும் ஒரே மாதிரியானதென நாம் வாதிடவும் முடியாது. 'தாராண்மை ஜனநாயக' வழிமுறை, 'நல்லாட்சி' எண்ணக்கரு என்பன பற்றித்

தற்காலப் புதிய தலைமுறையினர் முன்னேற்றமான கருத்து களைப் பெற்றிருந்தால் அது ஜனநாயகத்தின் வீழ்ச்சியாகாது.

ஜனநாயகத்தின் உள்ளார்ந்த தீமைகளைவிட, ஜனநாயகத்தை வழிநடத்தியவர்களின் தவறுகள்தாம் கிரேக்கத்தில் அதிகம். இதுவே பிளேட்டோவின் விருப்பமின்மைக்குக் காரணமாக இருந்துள்ளது. ஜனநாயக ஆட்சியாளர்களின் ஊழல்களால், ஜனநாயக ஆட்சியில் சோக்ரடீஸ் மனக்கொந்தளிப்பில் இருந்தார்.

சுயநலமும் அறியாமையும் குற்றச் செயல்களும் ஏதென்ஸ் மக்களின் வாழ்வைப் பாதித்திருந்தன. சமயப் பிரிவுகளுக்கு இடையிலான சண்டைகளும் கட்சிகளுக்கிடையிலான மோதல்களும் நாடு முழுக்கப் பரவியிருந்தன. போர் பெரும் கேடுகளைக் கொண்டுவந்தது. வறுமையும், துன்பமும், அரசியல் பேதங்களும் கிரேக்கத்தின் சமூக அமைதியைப் பாதித்துவந்தன.

ஏதென்ஸ் சமூக மரபுகளின்படி தேசத்திற்காக அல்லது அரசின் நன்மைக்காகத் தனிமனிதர்கள் தம்மை உயிர்த் தியாகம் செய்து கொள்வது முக்கிய வழக்கமாகும். அதாவது, அரசும் அரசியலும் வெறும் அமைப்பாக மட்டும் கருதப்படவில்லை. அவை ஆன்மிக முடிவுப் பொருள்களாகவும் கொள்ளப்பட்டன. ஆனால், பல்வேறு துறைகளில் நடந்துகொண்டிருந்த மோதல்களால், சந்தேகம் வளர ஆரம்பித்தது. பழைய தெய்வீக, ஒழுக்கச் சட்டங்கள் கேள்விக் குரியதாகக்கப்பட்டன. குடிமைச் (சிவில்) சட்டங்களை ஆட்சி யாளர்கள் தற்காலிகமானதாக எடுத்துக்கொண்டனர். செல்வாக்கு உள்ளவர்கள் சட்டங்களைத் தமது நலன்களுக்காகப் பயன் படுத்தினர்.

வரலாற்று பூர்வமாக நிறுவப்பட்டிருந்த சமூக வழக்காறுகள் அவற்றின் செல்வாக்கை இழந்திருந்தன. தந்தைகள் மீது பிள்ளைகளுக்கு இருந்த மரியாதையும் மதிப்பார்வமும் வீழ்ச்சி அடைந்திருந்தன. மக்களின் சுய தீர்மானங்களும் கருத்து வெளிப்பாடுகளும் எதேச்சதிகாரத்துக்கு ஆதரவளித்தன. கவனிப்பற்ற நிலையாலும் சுயநலப் போக்குகளாலும் பொதுநலம் பாதிக்கப்பட்டிருந்தது.

மரபுகள் சிதைந்து போனதால் மதத்தின் செல்வாக்கு அதிகரித்தது. ஐயவாதமும் அதனோடு கலந்திருந்த புரட்சிகர உணர்வுகளும்

ஒருபுறத்தில் முன்னேற்றத்திற்குத் தடையாகின. இன்னொரு புறத்தில் அவை முன்னேற்றத்தின் அடித்தளங்களாகவும் அமைந்தன. அரசு இதைச் சாதகமாகப் பயன்படுத்தியது. ஏனெனில் சிந்திக்கும் மனிதர்கள் அரசுக்குத் தேவையாக இருந்தனர். ஆனால், இன்னொரு புறத்தில் அரசியல் அமைப்பைச் சிதைப்பதற்கும் ஐயவாதம் காரணமாய் அமைந்தது. இதனால் தவிர்க்க முடியாத வகையில் அறிவு ரீதியான அராஜகமும் பெறுமானங்களின் மீதான மனக்குழப்பங்களும் வளர்ச்சியடைந்தன. ஜனநாயகத்திலும் சில்லோராட்சியிலும் நடந்த மோதல்கள் காரணமாக அரசியல் குழப்பங்கள் மேலோங்கின. பகுத்தறிவுச் சிந்தனைகளால் பழைய மரபுகள் சவாலுக்குள்ளாகின.

இவ்விதமான ஒரு புரட்சிகரச் சூழ்நிலையில் சமயங்கள் அவற்றின் பழைய அதிகாரத்தை இழக்கின்றன. அதே நேரத்தில் ஏதெனிய அரசியல்வாதிகளும் சாகசக்காரர்களும் இந்தச் சூழ்நிலை யைப் பயன்படுத்தித் தமது நலன்களை வளர்த்துக்கொண்டனர்.

அதேவேளை சந்தேகமும் நம்பிக்கையின்மையும் இணைந்து வளரத் தொடங்கின. அந்நிய தெய்வங்களை வணங்கும் வழக்கம் அறிமுகமானதால் பழைய சமய நம்பிக்கைகள் கைவிடப் பட்டன. இதுவரை பண்டைய சமயங்கள் பாதுகாத்துவந்த மானுட, குடிமக்கள் ஒழுக்கங்கள் வலுவிழந்தன. தேசிய ஐக்கியத்தையும் சகோதரத்துவத்தையும் கிரேக்கம் இழந்துகொண்டிருந்தது.

பெலப்போனேசியன் போர் ஏதெனிய மக்களின் சமாதான வாழ்விற்கு மற்றொரு சவாலாகியது. ஒற்றுமை, ஒருமைப்பாடு போன்ற உயர் பெறுமானங்கள் பாதிப்படைந்தன. அறிவுத் துறைகளிலும் தேக்கநிலை தோன்ற ஆரம்பித்தது. கிரேக்க மக்கள் மாற்றங்களை எதிர்பார்த்தனர். அதாவது, புதிய சிந்தனை களுடன் ஒரு புதிய தொடக்கம் கிரேக்கத்திற்குத் தேவையாக இருந்தது. அறிவொளிப் பார்வைகொண்ட புதிய சிந்தனையாளர் ஒருவரை ஏதென்ஸ் மக்கள் எதிர்பார்த்திருந்தனர்.

இந்தப் பின்புலத்தில்தான் சோக்ரடீஸ் ஏதென்ஸ் நகர வீதிகளில் வலம்வரும் காட்சிகள் தொடங்குகின்றன. பொதுமக்களின் பார்வைகள் சோக்ரடீசை நோக்கித் திரும்புகின்றன. கெடுதிகளும் பலவீனங்களும் இருந்தது போல பயனுள்ள விவாதங்களும்,

முன்னேற்றத்திற்கான சிந்தனைகளும் கிரேக்கத்தில் இருந்ததை மறுப்பதற்கில்லை. எந்தவொரு சீர்திருத்தவாதியையும் போல் தமது காலத்தின் தேவைகளிலிருந்து சோக்ரடீஸ் கிளர்ந் தெழுந்தார்.

இது பற்றிப் பல்வேறு கருத்துகள் கூறப்பட்டுவருகின்றன. சோக்ரடீசிய கலந்துரையாடல் இலக்கியத்தில் (*டயலோக் லிடரேட்சர்*) குறிப்பாக அவர் குற்றஞ்சாட்டப்பட்டது தவிர, பெரும்பாலானவற்றில் உண்மையும் புனைவும் கலந்துள்ளன என்பது இவற்றுள் ஒரு கருத்தாகும். கிமு 390இல் ஒரு சோபிஸ்ட் வெளியிட்ட வெறுப்பை உமிழும் சிறுவெளியீடு ஒன்றில் சோக்ரடீசும் அவருடைய இளம் சீடர்களும் வில்லன்களாகக் காட்டப்பட்டிருந்தனர். சோக்ரடீசின் மேனாள் மாணவன் எலிசிபியார்டசின் குற்றங்கள் அனைத்தும் சோக்ரடீசின் மீது சுமத்தப்பட்டிருந்ததும் இத்தகைய ஒரு அவதூறாகவே கொள்ளப் பட்டது.

பிளேட்டோவின் எழுத்துக்கள்

சோக்ரடீஸ் மரணிக்கும்போது பிளேட்டோவின் (கிமு 429-347) வயது முப்பது. சோக்ரடீசின் சிந்தனைகளாலும் ஆளுமை யினாலும் கவரப்பட்ட இளைஞர்களில் பிளேட்டோவும் ஒருவர். பிளேட்டோ சோக்ரடீஸ் மீது பெருமதிப்பு வைத்திருந்தார். சோக்ரடீசின் சிந்தனையும் வாழ்வும் பிளேட்டோவில் ஆழமாகச் செல்வாக்குச் செலுத்தின. பிளேட்டோவின் படைப்புகளிலிருந்து இதைத் தெளிவாக அறியலாம். சோக்ரடீசிய சிந்தனைகளை விவரமாகக் கூறும் பல நூல்களைப் பிளேட்டோ எழுதியுள்ளார்.

பிளேட்டோவின் தொடக்க காலப் படைப்புகளான *யூதிப்ரோ, அப்போலொஜி, கிரீட்டோ, பீடொ* என்பவை முக்கியமானவை. சோக்ரடீஸ் பற்றிய பல செய்திகளை இவை கூறுகின்றன. குறிப்பாக சோக்ரடீசுக்கு எதிரான நீதி விசாரணை, சோக்ரடீசின் சிறை வாழ்க்கை, சோக்ரடீசின் மரண தண்டனை ஆகியன பற்றி பல விவரங்களையும் கருத்துகளையும் இந்த நூல்கள் கூறுகின்றன. சோக்ரடீஸ் மீதான குற்றச்சாட்டு, நீதி விசாரணை, அவர் சிறையில் அடைக்கப்படல், நண்பர்களின் உறவு, மரண

தண்டனை வழங்கப்படுதல், மரணமும் வாழ்வும், முதுமையும் மரணமும், ஆன்மாவும் மரணமும் போன்ற பல விடயங்கள் இந்தப் படைப்புகளில் பேசப்பட்டுள்ளன.

யூதிப்ரோ

சோக்ரடீசின் மெய்யியல் கருத்துகளையும் ஒழுக்கச் சிந்தனை களையும் *யூதிப்ரோ* கூறுகின்றது. சோக்ரடீசிற்கு எதிராக முன்வைக்கப் பட்டிருந்த பல குற்றச்சாட்டுகளைப் பிளேட்டோ இந்த நூலில் மறுத்துள்ளார். குற்றத் தாக்கல் மனு பற்றிய முக்கிய குறிப்புகளையும் *யூதிப்ரோவில்* பார்க்க முடியும்.

அரச அழைப்பின் பேரில் மன்னனின் பிரதிநிதியான ஆர்க்கோனின் மன்றத்திற்கு சோக்ரடீஸ் செல்கிறார். சமயத்தோடு தொடர்பு படுத்தப்பட்ட சோக்ரடீஸ் மீதான குற்றச்சாட்டுகள் மன்னன் முன்பாக கொண்டுவரப்பட்டிருந்தன. அந்த நாட்டின் சட்டப்படி, மெலிட்டசினால் கொண்டுவரப்பட்ட கடவுள் நிந்தனைக் குற்றச்சாட்டுகளுக்கான பூர்வாங்கப் பதில்களை வழங்குவதற் காகவே சோக்ரடீஸ் அங்கு சென்றிருந்தார். இந்த விடயங்களோடு சோக்ரடீசுக்கு எதிராக மெலிட்டஸ் முன்வைத்த குற்றச்சாட்டு களையும் அவற்றுக்கு அவர் பதில் தரும் காட்சி களையும் *யூதிப்ரோ* உள்ளடக்கியுள்ளது. *யூதிப்ரோ* சோக்ரடீசின் வாக்குமூலங்களை மதிப்பிடுவதற்கான முக்கிய படைப்பாகும். அந்த வகையில் இது *அப்போலொஜி* நூலுக்கு ஒரு தொடக்க உரை போல் அமைந்துள்ள தாகக் கருதப்படுகிறது.

ஒரு முக்கிய காட்சியை *யூதிப்ரோ* இவ்வாறு கூறுகிறது. யூதிப்ரோ தம்மீது இருந்த கொலை வழக்கு ஒன்றிற்காக அந்த மண்டபத்துக்கு வந்திருந்தார். யூதிப்ரோ ஒரு கற்பனைப் பாத்திரம் அல்ல; அவர் ஓர் உண்மை நபர் என்றும் அவரைப் பிளேட்டோ நன்கு அறிந்திருந்தார் என்றும் ஆய்வாளர்கள் கருதுகின்றனர்.

முதலாவது கட்டமாக ஆர்க்கோனின் மண்டபத்தில் யூதிப்ரோ சோக்ரடீசை சந்திக்கும் காட்சி. அப்போது பின்வரும் உரையாடல் அங்குத் தொடங்குகிறது.

யூதி: லுக்கையோனை எப்போதும் சுற்றித்திரிபவர் நீங்கள்,

அதற்குப் பதிலாக மன்னன் ஆர்க்கோனின் மண்டபத்திற்கு வந்திருப்பது மிகவும் வியப்பாக இருக்கிறது. மன்னனுக்கு முன்னால் நீங்கள் தோன்றுவதற்கு எனக்கிருப்பது போல உங்களுக்கும் ஒரு வழக்கு இருக்குமென்று நான் நினைக்க வில்லை.

சோக்: ஏதெனியர்கள் இதை வழக்கு என்று கூறுவதில்லை. ஆனால், குற்றச்சாட்டுத் தொடர்பான விசாரணை என்று கூறுகின்றனர்.

யூதி: உண்மையில் நீங்கள் என்ன கூறுகிறீர்கள்? யாராவது உங்கள் பேரில் குற்றம் சுமத்தியுள்ளார்களா? நீங்கள் மற்றவர் களுக்கு எதிராகக் குற்றம் சுமத்தியிருப்பீர்கள் என்று நான் நம்பவேயில்லை.

சோக்: உண்மையில் அவ்வாறில்லை.

யூதி: அப்படியானால் உங்கள் மீது யாராவது குற்றம் சுமத்தி உள்ளார்களா?

சோக்: ஆம்

யூதி: யார் அவர்?

சோக்: அவர் யார் என்று எனக்கு சரியாகத் தெரியவில்லை யூதிப்ரோ! அவன் எவரும் அறிந்திராத ஓர் இளைஞன். அவனுடைய பெயர் மெலிட்டஸ் என்று நினைக்கின்றேன். அவன் பித்திஸ் வம்சத்தைச் சேர்ந்தவனாக இருக்க வேண்டும். வளைந்த மூக்கும் நீண்ட தலைமுடியும் சிதறிய தாடியுமாக காணப்படும் இந்த வம்சத்தவர்களை நீ பார்த்திருப்பாய்.

யூதி:சோக்ரடீஸ்! அவனைப் பற்றி எனக்கு எதுவும் தெரியாது. ஆனால் உங்கள் மீது எதற்காக அவன் குற்றம் சுமத்தி யுள்ளான்?

சோக்: அது ஒரு குற்ற முன்மொழிவு என்று நான் நினைக்கிறேன். அவ்விதமான ஓர் இளைஞன் இவ்வளவு பெறுமதியான கண்டுபிடிப்பைச் செய்வது சாதாரண ஒரு விடயமா? கிரேக்க இளைஞர்கள் தவறாகப் பயன்படுத்தப்படுவதும் அவர்களை யார் தவறாகப் பயன்படுத்துகிறார்கள் என்பதும் தனக்குத் தெரியும் என்று அவன் கூறுகின்றான். அவன் ஓர் அறிவாளியாக இருக்க வேண்டும். அவன் என்னுடைய

அறியாமையை அவதானித்துத் தாயிடம் ஓடிச் செல்லும் குழந்தையைப் போல் என் முன்னால் வந்து எனக்கு எதிராகக் குற்றம் சுமத்துகின்றான்.

எனது கருத்தின்படி சரியான முறையில் அரசியல் சீர் திருத்தத்தைத் தொடங்குபவன் அவன்தான் என்று நினைக் கிறேன். ஒரு நல்ல விவசாயி தனது இளம் செடிகளைப் பராமரிப்பதைப் போல் அவன் இளைஞர்களை முடிந்தவரை முழுமையானவர்களாய் ஆக்குவதற்கு முயல்கின்றான். பின்னர் நமது இளைஞர்களைப் பற்றிக் கவனத்தில் எடுத்து அவர்களை முடிந்தவரை நல்லவர்களாக உருவாக்குவான் போலும். அத்தோடு அவன் இளைஞர்களைக் கெடுப்பவர் களான எங்களை அங்கிருந்து அகற்றிவிடுவான்.

யூதிப்ரோ உரையாடல்

யூதிப்ரோ உரையாடலின் காட்சி மாறவில்லை; ஆனால் உரையாடலில் சில திருப்பங்கள் நிகழ்கின்றன. கொலைக் குற்றம் செய்த தனது தந்தைக்கு எதிராக விசாரணை வேண்டும் என்று கூறுவதற்கு யூதிப்ரோ வந்திருந்தான். அந்தக் கொலை தற்செயலாக நடந்திருந்த போதும் தனது தந்தை அதற்குரிய தண்டனையைப் பெற வேண்டும் என்று யூதிப்ரோ முடிவு செய்திருந்தான். தன்மீது சுமத்தப்பட்டுள்ள குற்றச்சாட்டுகள் தொடர்பில் சில கருத்துகளை அல்லது வாத நுட்பங்களை அறிவதற்கு இந்த உரையாடலைச் சோக்ரடீஸ் பயன்படுத்திக்கொள்கின்றார்:

சோக்ரடீஸ்: ஓ தெய்வங்களே! யூதிப்ரோ நீ உனது சொந்தத் தந்தையின் மீது குற்றம் சுமத்துகிறாய் என்பதை அறிந்தால் மக்கள் அதிர்ச்சியடைவார்கள். இவ்விதமான ஒரு செயலைச் செய்வதற்கு நல்லது கெட்டது பற்றி மிகவும் சிறப்பான அறிவை நீ பெற்றிருக்கிறாய் என்று நினைக்கிறேன்.

யூதி: ஆம் அப்படித்தான்.

சோக்: உனது தந்தையால் கொலை செய்யப்பட்டவர் உனது உறவினரா?

யூதி: எப்படிச் சொல்வது, அது வேடிக்கையானது. அவர் எனது உறவினர் என்பது என்ன வேறுபாட்டைக் கொண்டுவரப்

போகிறது. இங்கு சட்டரீதியாக அந்த மனிதன் கொலை செய்யப்பட்டானா என்பதுதான் கேள்வி. சட்டப்படியான கொலையாயின் விடயம் வேறுவிதமானது. அது தவறாகச் செய்யப்பட்டதாயின் கொலை செய்யப்பட்டவர் உங்களின் சொந்தக் குடும்ப உறவினராக இருந்தாலும் சட்ட நடவடிக்கை எடுக்கப்படுவது சமயக் கடமையாகும்.

நெக்சோஸ் என்ற யூதிப்ரோவின் குடும்பப் பண்ணையில் வேலை செய்து வந்த கூலித் தொழிலாளி, அடிமை ஒருவனுடன் தகராறு பண்ணி அவனைக் கொலைசெய்துவிட்டான். யூதிப்ரோவின் தந்தை அந்தத் தொழிலாளியின் காலையும் கையையும் கட்டி சாக்கடையில் போட்டுவிட்டு அவனை என்ன செய்வது என்று அதிகாரிகளிடம் கேட்க நினைத்திருந்தார். அவனைப் பற்றித் தந்தை பெரிதுபடுத்திக்கொள்ளவில்லை. அவன் கொலைகாரனாக இருப்பதால் செத்தாலும் பரவாயில்லை என்று நினைத்திருந்தார். ஆனால் குளிராலும் பசி, தாகத்தாலும் அவன் இறந்துவிட்டான்.

நான் அவனைக் கொலை செய்யவில்லை என்று தந்தை கூறுகிறார், அது முதலாவது. இரண்டாவது அப்படிச் செய்திருந்தாலும் அவன் ஒரு கொலைகாரன். இப்போது நான் தந்தையைப் பாதுகாக்க வேண்டும். ஒரு மகன் தந்தைமீது வழக்குத் தொடர்வது சமயத்திற்கு எதிரான செயல். எது கடமை, எது பாவம் என்பன பற்றிக் கடவுள் என்ன நினைக்கின்றார் என்று அதிகம் தெரியாது என்று யூதிப்ரோ கூறுகிறான்.

இந்த விடயங்கள் பற்றி உரையாட யூதிப்ரோ தேர்ச்சி பெற்றவர் என்று சோக்ரடீஸ் கருதுகின்றார். மேலும் இந்த உரையாடல் இன்னும் சில நாள்களில் நடக்க இருக்கும் வழக்கு விசாரணைக்கு ஒரு முன் அறிமுகம் போலவும் அமைந்துள்ளது. உரையாடலைப் பார்ப்போம்:

சோக்: யூதிப்ரோ சமயம் பற்றிய உனது சொந்த அறிவு மிகவும் திகைப்பாக உள்ளது. நமது சமயக் கடமை என்ன? நமது பாவச் செயல் என்ன? நடந்தவற்றைப் பார்க்கும்போது உனது தந்தை மீது குற்றச்சாட்டை முன்வைப்பது பற்றி நீ பயப்படத் தேவையில்லை என்றே தோன்றுகிறது.

யூதி: அது உண்மை. சமய விடயங்கள் எல்லாவற்றிலும் எனக்கு

இருக்கும் நிபுணத்துவ அறிவுதான் என்னை மற்றவர்களிடமிருந்து வேறுபடுத்துகிறது.

சிறிது நேரம் உரையாடிய பின்னர் சோக்ரடீஸ் கூறுகிறார்:
மெலிட்டஸ் தனது கூரிய கண்களால் என்னையே குறிவைப்பான். நான் ஒரு சமய எதிரி என்று என்மீது அவன் குற்றம் சுமத்தி உள்ளான். தயவு செய்து செயூஸ் மற்றும் ஏனைய கடவுள்களின் பெயரால், 'எது சமயக் கடமை', 'எது பாவம்' என்பதை எனக்குக் கூறு. கொலையுடன் இணைத்துச் சொல்ல வேண்டிய தேவை இல்லை. பொதுவாகச் சொன்னால் போதும். எல்லாச் சூழ்நிலை களிலும் ஒரு செயலின் சமயத்தன்மையும் அல்லது புனிதத் தன்மையும் (ஹோலினஸ்) ஒன்றா? ஒவ்வொரு பாவச் செயலையும் பாவச் செயலாக்குவது எது? எது புனிதத் தன்மையானது, எது பாவத்தன்மையானது?

யூதிப்ரோ: புனிதத்தன்மை எதுவென்றால், நான் இப்போது செய்வது புனிதத்தன்மைதான். கொலை செய்தது அல்லது வேறொரு குற்றச் செயலைச் செய்தது உனது தந்தையாக அல்லது தாயாக இருந்தாலும் வேறு எவராக இருந்தாலும் அது எந்த வேறுபாட்டையும் கொண்டு வராது. ஆனால் கொலைகாரன் மீது குற்றம் சுமத்தாமலிருப்பது பாவம். குற்றவாளி யாராக இருந்தாலும் தண்டனையிலிருந்து தப்ப இடமளிக்கக் கூடாது. பெரிய கடவுளான செயூஸின் முன்னுதாரணத்தைப் பாருங்கள். தனது பிள்ளைகளைத் தின்றதற்காக தனது சொந்தத் தந்தையையே அது தண்டித்தது. எனது தந்தைக்கு எதிராக நான் வழக்குத் தொடர்வதால் எனது குடும்பத்தினர் என்னை எதிர்க்கின்றனர்.

புனிதம் என்றால் என்ன என்று சோக்ரடீஸ் கேள்வி எழுப்புகிறார். நீ இதற்காகக் கூறிய பதிலோடு இன்னும் பல விடயங்கள் இருக்கின்றதல்லவா? எல்லாப் புனிதச் செயற்பாடுகளையும் புனிதமாக்குவது எது? பாவச் செயலைப் பாவமாக்குவது எது? இதை மதிப்பிடுவதற்கு என்னிடம் ஒரு தரமான அளவீட்டுமுறை ஒன்றுள்ளது. ஒரு புனிதச் செயல் புனிதச் செயலாவதையும் புனிதமல்லாத செயல் புனிதமல்லாத செயலாவதையும் இதன் மூலமாக நாம் அறியலாம்.

புனிதத் தன்மை என்பது என்னவென்றால் கடவுள் விரும்பும் எதுவும் புனிதத்தன்மை. கடவுள் வெறுக்கும் எதுவும் புனிதத் தன்மையற்றது. இவை இரண்டும் முழு அளவில் வேறு பட்டவை என்றும் யூதிப்ரோ குறிப்பிடுகின்றான். நீ கூறுவது சரியாக இருந்தாலும், இல்லாவிட்டாலும் எனக்குத் தேவைப் பட்ட ஒரு பதிலை நீ தந்துள்ளாய்.

நன்மை எது, தீயது எது, சரி எது, தவறு எது, என்பவற்றைத் தெளிவுபடுத்தவே கடவுளர் வாக்குவாதம் செய்வதாகவும் சண்டையிடுவதாகவும் ஒரு விளக்கத்தை யூதிப்ரோ முன்வைத்த போதிலும் சோக்ரடீஸ் அதில் திருப்தியடையவில்லை. ஒரு நன்மை அல்லது ஒரு தீமை பற்றி இரண்டு அல்லது மூன்று கருத்துகள் கடவுளரிடையே காணப்படுவதுதான் இந்தச் சண்டைக்குக் காரணம் என்று சோக்ரடீஸ் கூறுகிறார். கடவுளர் மட்டுமன்றி மனிதரும் தாம் விரும்புவதையே நல்லது என்று கூறும் வழக்கம் உள்ளது. சச்சரவுகளுக்கு இதுதான் காரணம் என்றார் சோக்ரடீஸ். உரையாடலில் இது இவ்வாறு அமைந்துள்ளது:

சோக்ரடீஸ்: ஒரே வகையான விடயங்கள் பற்றித்தானே கடவுளர்க்கிடையிலான சச்சரவுகள் தோன்றுகின்றன.

யூதிப்: ஆம்

சோக்ரடீஸ்: உனது கருத்துப்படி நல்லது தீயது, சரி தவறு என்ன என்பது பற்றித்தானே கடவுளர் சண்டையிடுகின்றனர்.

அப்படியானால் ஒரே விடயம் பற்றியே கடவுளிடம் கருத்து வேறுபாடு உள்ளது. அந்த ஒரே விடயத்தைச் சில கடவுள்கள் சரி என்று ஏற்றுக்கொள்ள சில கடவுள்கள் தவறு என்று மறுத்துவிடுகின்றன. அதனால்தான் கடவுளர்கள் சண்டை இடுகின்றனர்.

யூதிப்: ஆம், உண்மைதான்.

சோக்ரடீஸ்: ஒரே விடயம் சில கடவுள்களால் ஏற்றுக் கொள்ளப் படுகின்றன. சில கடவுள்களால் வெறுக்கப்படுகின்றன. ஒரே சமயத்தில் ஒரே செயல்கள் புனிதமானவையாகவும் பாவமானவையாகவும் ஆகின்றன. நான் உண்மையிலேயே குழம்பிப்போய் இருக்கிறேன். யூதிப்ரோ, நீ எனக்குச் சரியான விடையை வழங்கவில்லை. ஒரே சமயத்தில் எந்தச்

செயல் புனிதமாகவும் பாவமானதாகவும் இருக்கின்றது என்று உன்னிடம் நான் கேட்கவில்லை. உனது தந்தையைக் குற்றவாளியாக்குவதில் செயூஸ் கடவுள் போல் நடந்து கொள்வதாக நீ நினைக்கலாம். ஆனால் அப்பலோ கடவுள் இதை ஏற்றுக்கொள்ள மறுக்கலாம். ஹெப்பீட்டஸ் இதனால் மகிழ்ச்சி அடையலாம். எத்தீனாக் கடவுள் இதை வெறுக்கலாம். ஏனைய கடவுளரும் இதை ஏற்காதிருக்கலாம் என்று சோக்ரடீஸ் கூறினார்.

ஆனால் கொலைகாரருக்குத் தண்டனை வழங்குவதை எல்லாக் கடவுளரும் ஏற்றுக்கொள்ளும் (அப்படிச் சில பொது விடயங்கள் உள்ளன) என்று யூதிப்ரோ பதில் அளிக்கிறான்.

இதைச் சோக்ரடீஸ் ஏற்கவில்லையாயினும் அது ஒரு நல்ல தீர்வாக இருக்கலாம் என்று ஒரு வாதத்துக்காக ஏற்றுக் கொள்கிறார். எமக்கு ஒரு பொதுமையான விளக்கம் தேவை. 'கடவுளர் எவற்றை விரும்புகிறார்களோ அவை நல்லவை' என்பது பொதுமை விளக்கம் ஆகாது. அதை நாம் மறந்து விடுவோம். உனது தந்தை செய்தது பாவச்செயல் என்று எல்லாக் கடவுளரும் ஒரே தொனியில் ஏற்றுக்கொள்வார்களாயின் அதற்காக அவரை வெறுப்பார்களாயின் நாம் இதை ஏன் ஒரு புதிய விளக்கமாக ஏற்றுக்கொள்ளக் கூடாது. எல்லாக் கடவுளரும் வெறுப்பவை பாவமானவை. எல்லாக் கடவுளரும் விரும்புபவை புனித மானவை. புனிதமானவை எவை, பாவமானவை எவை என்பதற்கு இதனை ஒரு விளக்கமாக எடுத்துக்கொண்டால் நல்லதல்லவா என்று சோக்ரடீஸ் யூதிப்ரோவிடம் கூறுகின்றார். இன்னொரு சூழ்நிலையில் கடவுளர்கள் பற்றிய புராணக் கதைகளை யூதிப்ரோ விளக்கிக் கூறுகின்றான். கடவுள் பற்றிய அவ்வாறான கதைகளை நம்புவது மிகவும் கடினம். அவற்றை என்னால் ஏற்க முடியாது. இதுதான் என் மீதான குற்றச் சாட்டாகவும் இருக்கலாம் என்று சோக்ரடீஸ் பதில் சொன்னார்.

அப்போலொஜி

சோக்ரடீசின் வழக்குப் பற்றிய பிளேட்டோவின் மீள்பதிவுகளும் விளக்கமும் அடங்கிய நூல் *அப்போலொஜி*. *அப்போலொஜியா* என்ற கிரேக்கச் சொல்லின் பொருள் 'விளக்கம்' என்பதாகும்.

பேரறிவு, ஒழுக்கம், பெருந்தன்மை பற்றிய தமது கருத்துகளையும் ஒழுக்க உண்மைகள் மீதான தமது பற்றுதலையும் சோக்ரடீஸ் விளக்குவதாக *அப்போலொஜியாவைப்* பிளேட்டோ எழுதியுள்ளார்.

உரையாடல் ரீதியான விளக்கமாக அன்றி நீதிபதிகளின் முன்னிலையில் நடத்தப்பட்ட விசாரணை உரைகளின் வடிவத்தில் *அப்போலொஜி* நூல் எழுதப்பட்டுள்ளது. சோக்ரடீஸ் தமது குற்றங் களுக்கு மறுப்புரை கூறுவது போல அமைந்துள்ளது. விசாரணை களின் போது சோக்ரடீசினால் முன்வைக்கப்பட்ட கருத்துகள் இதில் இடம்பெற்றுள்ளன. ஆயினும் வசனத்திற்கு வசனம் அதே விதமாக விசாரணை பதிவாகவில்லை என்று கருதப்படுகின்றது.

வழக்கு விசாரணை நடைபெறும் போது வழக்குமன்றத்தில் பிளேட்டோ வந்திருந்தார். அதனால், அவரால் பேசவைக்கப் பட்டுள்ள சோக்ரடீசின் பதில் உரைகள் பெருமளவில் நம்பக் கூடியவையாகும். சோக்ரடீஸ் நச்சுப் பானத்தைக் குடித்து இறந்த அந்தச் சந்தர்ப்பத்தில் பிளேட்டோ அங்கு இருக்கவில்லை. இதனை அவருடைய *பீடோ* நூலின் மூலம் நம்மால் அறிய முடிகின்றது. அத்தோடு வழக்கு விசாரணை நடைபெறும்போது, சோக்ரடீசின் ஏனைய நண்பர்களும் 501 அல்லது 500 நீதிபதிகளும் (ஜூரர்கள், நடுவர்கள் என்றும் அழைக்கப்படுகின்றனர்) அங்கு இருந்தனர். இது அல்லாமல் இந்த வழக்கின் பிரபலத்தாலும் உணர்ச்சிமயமான தன்மையாலும் கவரப்பட்ட பெருந்தொகைப் பொதுமக்களும் அங்குக் கூடி நின்றனர்.

இந்த நிலையில், சோக்ரடீஸ் அங்கு விவாதித்தவற்றைத் தவறான முறையில் பிளேட்டோவால் பதிவு செய்திருக்க முடியாது. செய்திருக்க முடியாத காரியமாகும். அக்காலத்தில் சோக்ரடீஸ் கூறியவற்றை நேரடியாகக் கேட்ட கிரேக்கர் பலர் இருந்தனர். இந்த வகையில் பிளேட்டோ முன்வைக்கும் விவரிப்புகளும், குற்றச்சாட்டுக்கு எதிராகச் சோக்ரடீஸ் முன்வைத்த நியாயங்களும் விசாரணைகளின் சாராம்சமாக இருக்க முடியும் (பார்க்க: மார்லின் பீரிஸ், 1999).

அரசியல் சூழல்

சோக்ரடீசினுடைய நீதி விசாரணை கிமு 399இல் இடம்பெற்றது.

431இலிருந்து 404 வரைக்கும் பெலப்போனேசியன் போர் நடந்தது. கிரேக்கத்தை மேலாதிக்கம் செய்வதற்காக ஸ்பாட்டாக்களுக்கும் ஏதெனியர்களுக்கும் இடையில் நடந்த போர் அது. அதில் ஏதெனியர் தோல்வி அடைந்தனர். அப்போது நடந்த பல்வேறு விதமான போர்ச் சீரழிவுகள், அவற்றின் விளைவுகள் காரணமாக கிமு 404 வரைக்கும் ஜனநாயக ஆட்சிமுறை நீக்கப்பட்டது. 30 சர்வாதிகாரிகளின் ஆதிக்கம் தொடங்கியது. இந்த 30 சர்வாதிகாரிகளும் ஸ்பாட்டான் இராணுவத்தோடு சேர்ந்து மோசமான வன்செயல்களிலும் பயங்கரவாத நடவடிக்கைகளிலும் ஈடுபட்டனர்.

பின்னர், 30 சர்வாதிகாரிகளின் வீழ்ச்சியைத் தொடர்ந்து பழைய முறையிலான அரசாங்கம் அங்கு மீண்டும் தோற்றம் பெறுவதற்கு ஸ்பாட்டாவின் உதவி பெற்றுக்கொள்ளப்பட்டது. இதைத் தொடர்ந்து நகரில் ஓரளவு அமைதி திரும்பியது. ஆயினும் அரசியல் நிலைமைகளின் பதற்றம் தணியவில்லை. ஜனநாயக ஆட்சிமுறை தொடர்ந்தும் அச்சுறுத்தலுக்கு ஆளாகிவந்தது. ஒழுக்கமும் சமயமும் வீழ்ச்சிக்குச் சென்றுகொண்டிருந்தன. எதெனிய சமூகம் குழப்பங்களுக்கும் ஒழுங்கின்மைக்கும் உள்ளாகிக்கொண்டிருந்தது. சமய ஆதிக்கக் கருத்துகள் பகுத்தறிவுப் பண்பாட்டின் வேகத்தை ஆட்டம் காணச் செய்தன. மேலும், சமய வாழ்க்கை அரசின் வாழ்வோடு நெருக்கமாகப் பிணைக்கப்பட்டு இருந்தது.

அரசியல் நிறுவனங்களும் சமூக அமைப்புகளும் அவற்றின் வலிமையைச் சமயத்தில் இருந்தே பெற்றுவந்தன. ஜனநாயக அமைப்புகள் செயற்பட்ட போதும் அவையும் சமயப் பாதுகாப்புக்கு உதவ வேண்டிய நிலையிலேயே இருந்தன. அதனால், கிரேக்க சமூகத்தினர் பாரம்பரிய மரபுகளுக்கு ஒரு தவிர்க்க முடியாத இடத்தை வழங்க வேண்டிய கட்டாயத்தில் இருந்தனர். உண்மையில் கூறுவதாயின் சமய எதிர்ப்பும் சமய நிந்தனைகளும் அரசுக்கு எதிரான நிந்தனையாகவும் எதிர்ப்பாகவும் மாறியதற்கு இவற்றைக் காரணமாகக் கொள்ளலாம் (ரோமனோ குவாரடினி, மொபெ, பசில் ரைட்டன், 1948).

இந்தச் சிக்கலான அரசியல்-சமூக சூழலை சோக்ரடீஸ் எதிர்கொண்டார். அப்போதிருந்த சமூக அரசியல் நிலைக்கு ஏற்ற

விதத்தில் ஓரளவு அவர் தம்மைச் சரி செய்துகொண்ட போதும் பல விடயங்களில் அவர் தமது அதிருப்தியையும் எதிர்ப்புக்களையும் வெளிப்படுத்தத் தயங்கவில்லை. ஆனால் ஆட்சியாளர்கள், சோக்ரடீஸ் மௌனமாக இருக்க வேண்டும் என்றே எதிர்பார்த்தனர்.

சோக்ரடீஸ் ஒரு நாட்டின் குடிமகன் என்ற வகையில் தமது கடமைகளை நிறைவேற்றத் தவறவில்லை. கிரீட்டோவிலும், *அப்போலொஜியிலும்* பதிவாகி உள்ளவற்றைப் பார்த்தால், போர் நடவடிக்கைகளின் போது மிகவும் சிறந்த முறையில் அவர் தமது கடமைகளை நிறைவேற்றியுள்ளார். நகரத்தில் நடந்த பெரும் பாலான எல்லா முக்கிய நிகழ்வுகளிலும் அவர் கலந்து கொண்டுள்ளார். எண்ணற்ற மக்களுக்கு அவர் நன்கு தெரிந்தவராக இருந்தார். பலர் அவருக்கு மரியாதை செய்தனர். அதேவேளை சிலர் அவரை வெறுத்தனர் அல்லது அவரைப் பார்த்துச் சிரித்தனர். ஆனால், அவரது சிந்தனைகளும் அவருடைய நிலைப்பாடும் அப்போதிருந்த சமுதாயப் பின்னணியைப் பொறுத்தவரை அவற்றிற்குப் பணிந்து செல்லக்கூடியவையாக இருக்கவில்லை. இதுதான் சோக்ரடீசின் வாழ்வில் அடிப்படைப் பிரச்சினையாக உருவெடுத்தது. ஆனால், பிரச்சினைகளைக் கண்டு அவர் அஞ்சவில்லை. அவர் உணராவிட்டாலும் அவர் ஓர் எதிர்ப்பு அரசியலை உருவாக்கிக்கொண்டிருந்தார்.

பெறுமதியானது என்று கிரேக்கர் கருதிய எல்லாவற்றின் மீதும் சோக்ரடீஸ் கேள்வி எழுப்பினார். ஏன், எதற்காக என்று கேட்டார். இதனால் எழுந்த பிரச்சினைகள் அனைத்தையும் பெரும்பாலான சூழ்நிலைகளில் அவர் தன்னந்தனியாக எதிர் கொண்டார். தமது காலத்தின் ஊழல் மலிந்த சமயத்திற்கும் சமூக-அரசியல் நிறுவனங்களுக்கும் எதிரான அல்லது மாற்றுக் கருத்துகளை சோக்ரடீஸ் பேசினார். சமூகத்திலும் ஏதென்ஸ் அரசியலிலும் இது பெரிய அதிர்வலைகளை ஏற்படுத்தியது. அவர் மக்கள் மத்தியில் பிரபலம் பெற்றிருந்தது உண்மை யாயினும் ஏதென்சில் அவரை விரும்பாதவர்கள் இருந்தனர்.

குற்றச்சாட்டுகள்

மூன்று முதன்மையான நபர்கள் அவர் மீது குற்றச்சாட்டுகளை முன்வைத்தனர். முதலாமவர் மெலிட்டஸ், அவன் ஒரு

தொழில்ரீதியான கவிஞன். இரண்டாமவர் அனீட்டஸ், அவன் அரசியல் ரீதியாகச் செல்வாக்கு உள்ள ஜனநாயகவாதி. அவன் எல்லா விதமான நவீன இயக்கங்களையும் எதிர்ப்பவன். மூன்றாமவன் லைக்கோன், அவன் ஒரு பேச்சாளன். அவன் ஆய்வறிவாளர், அரசியல்வாதி போன்றோரின் பிரதிநிதியாகக் கருதப்பட்டான். இந்த மூவரும் ஏதெனிய பாரம்பரியமும் சமூக மரபுகளும் பாதுகாக்கப்பட வேண்டும் என்ற நிலைப்பாட்டில் இருந்தவர்களின் பிரதிநிதிகளாக நகரில் வலம் வந்தவர்கள்.

ஏதென்ஸ் நகரின் உச்சநீதிமன்றத்தில் சோக்ரடீசின் விசாரணை நடந்தது. மூன்று கட்டங்களாக நடந்த சோக்ரடீசின் நீதிமன்ற உரைகளைப் பிளேட்டோ தமது அப்பொலொஜியில் எழுதி யுள்ளார். பிளேட்டோ அப்பொலொஜியில் முன்வைத்துள்ள சோக்ரடீசின் உரைகள் எவ்வளவு தூரம் வார்த்தைக்கு வார்த்தை உண்மையானது என்பது பற்றித் தீர்மானிப்பது கடினம். ஆயினும் சோக்ரடீசின் குற்றமறுப்புரையும் பேச்சுக்களின் உண்மையான கருத்துகளும் உயிரோட்டமும் அதில் மீண்டும் கொண்டுவரப்பட்டிருந்தன (ரோமானோ குவாரடினி, 1978).

ஒரு நாடக உரையாடல் போல் அமைந்துள்ள பிளேட்டோவின் வழக்கு விசாரணைக் காட்சிகள் மனதைத் தூண்டும் இலக்கியத்தை நினைவூட்டுபவை. சோக்ரடீஸ் ஒரு வினோதமான மனிதர். வாழ்வை அவர் எதிர்கொண்ட விதம் வித்தியாசமானது. நாம் அறிந்தவரையிலும் நமக்குக் கிடைக்கும் சாட்சியங்களின் படியும் தமது உயிரைப் பாதுகாப்பதில் சோக்ரடீஸ் அக்கறை காட்டுபவர் அல்ல. வழக்கு விசாரணையில் நீதிபதிகளைத் தமது சிந்தனைகளுக்கும் கொள்கைகளுக்கும் மாற்றும் விதத்தில் சோக்ரடீஸ் பேசினாரே ஒழிய நீதிபதிகளின் நல்லெண்ணத்தை வெற்றி கொள்ளும் நோக்கத்தில் அவர் செயல்படவில்லை. ஷெனோபனின் எழுத்துக்களில்கூட பிளேட்டோ கூறுவதைப் போன்ற கருத்துகள்தாம் தரப்பட்டுள்ளன (மர்லின் பீரிஸ், 1999).

சோக்ரடீஸ் வழக்கு விசாரணையின் இரண்டாவது கட்டம் நீதிபதிகள் அவரைக் குற்றவாளி எனத் தீர்ப்பு வழங்கிய பிறகு தொடங்குகிறது. 500 நீதிபதிகள் அங்கிருந்தனர். இருந்தபோதும் அவரைக் குற்றவாளி என்று கூறியவர்கள் எண்ணிக்கை அவ்வளவு

அதிகம் அல்ல. அவருக்கு எதிரான குற்றச்சாட்டுகளைக் கொண்டு வந்தவர்களில் ஒருவரான அனிட்டஸ் நடுநிலையாக இருந்திருந்தால், சிலவேளை சோக்ரடீஸ் விடுதலை செய்யப் பட்டிருக்கலாம். தவறான குற்றச்சாட்டுகளை அனிட்டஸ் முன் வைத்தார் என்று எந்தவொரு எதேனிய குடிமகனும் நம்பத் தயாராக இருக்கவில்லை. டயோர்ஜினீஸ் லெயார்டியஸ் கூறுகிறபடி, தீர்ப்பைச் சரி எனக் கூறியவர்களின் எண்ணிக்கையைவிட 80 பேர் மரண தண்டனைக்கு ஆதரவாக வாக்களித்தனர். இதன்படி 360 பேர் மரண தண்டனைக்கு ஆதரவாகவும், 140 பேர் சோக்ரடீஸ் கூறிய தண்டப்பணம் கட்டும் தண்டனைக்கு ஆதரவாகவும் வாக்களித்தனர்.

*அப்போலொஜி*யின் வரலாற்று ரீதியான தரவுகள் பற்றியும் அதன் துல்லியம் குறித்தும் கேள்விகள் உள்ளன. அதில் ஒரு குற்றச்சாட்டு சோக்ரடீசின் முழுமையான மெய்யியலை *அப்போலொஜி* கொண்டிருக்கவில்லை என்பதாகும். குறிப்பாக, ஆன்மாவின் அழியாமை பற்றி சோக்ரடீஸ் கூறும் கருத்துகள் அவருடையதா என்று ஐயம் எழுப்பப்பட்டுள்ளது. அதே நேரத்தில் *பீடோ*வில் பிளேட்டோ முன்வைத்துள்ள கருத்துகளுக்கு இது மாற்றமானதாக உள்ளது என்றும் விமர்சனங்கள் முன்வைக்கப்பட்டுள்ளன.

ஷெனோபன்

சோக்ரடீஸ் பற்றிய சரியானதும் நம்பகமானதுமான தகவல்களை ஷெனோபனின் படைப்புக்கள் தருவதாகச் சில ஆய்வாளர்கள் கருதுகின்றனர். ஷெனோபன் சமய உணர்வுள்ளவர். அவர் நேர்மையானவர். அவர் ஒரு நடைமுறைவாதியாகவும் இருந்தார். வேண்டுமென்றே தவறாக வழிநடத்தும் நோக்கம் கொண்டவர் அல்ல. இருந்தாலும் இந்தப் பரிந்துரைகளுக்கு அப்பால் சோக்ரடீஸ் பற்றிய அவருடைய எழுத்துகளில் குறைகள் இருப்பதாகச் சுட்டிக்காட்டப்படுகிறது.

ஷெனோபன் தமது மிக இளமைப் பருவத்தில்தான் சோக்ரடீசை கடைசியாகப் பார்த்துள்ளார். அவர் சோக்ரடீசிற்கு நெருங்கிய வட்டத்தைச் சேர்ந்தவர் அல்ல. அவருடைய எளிமையான

விளக்கங்களும் அவருடைய பார்வையும் ஆய்வறிவுத் தராதரத்தில் சில கேள்விகளை எழுப்புவதாகவும் கருத்துகள் உள்ளன. சோக்ரடீசின் உண்மையான சிந்தனைகளை விளங்கிக் கொள்வதற்கு ஷெனோபனின் கருத்துகள் போதுமானவையா என்ற கேள்வியும் எழுப்பப்பட்டுள்ளது.

ஷெனோபனின் நடைமுறை மனோபாவமும் நேருக்குநேர் வெளிப்படையாகப் பேசும் அவருடைய போக்கும் அவருடைய அறிவுத் தராதரத்திற்கு ஒரு சான்றாகக்கொள்ள முடியாது என்றும், சோக்ரடீசின் உண்மையான சிந்தனைகளை விளங்கிக்கொள்வதற்கு இது போதுமானது அல்ல என்றும் சிலர் வாதிட்டுள்ளனர்.

ஷெனோபனின் *மெமொரபிலியா* ஒரு முக்கியமான படைப்பு. தமது முப்பதாவது வயதில் ஷெனோபன் ஏதென்சைவிட்டு வெளியேறியுள்ளார். அதன் பிறகு அவர் சோக்ரடீசைப் பார்க்க வில்லை. அதற்கு முன்னர் சோக்ரடீசுடன் இரண்டு அல்லது மூன்று ஆண்டுகாலப் பழக்கம் ஷெனோபனுக்கு இருந்ததாகச் சில பதிவுகள் கூறுகின்றன. எவ்வாறாயினும் சோக்ரடீஸ் மீது ஷெனோபன் அன்பும் மதிப்பும் வைத்திருந்தார். சோக்ரடீசின் நண்பர்களும் சீடர்களும் கூறியவற்றையும் சோக்ரடீஸ் பற்றித் தாம் அறிந்தவற்றையும் சேர்த்து, சோக்ரடீஸ் பற்றிய விவரங்களை அவர் தந்துள்ளார்.

ஏதென்சில் இருந்து ஷெனோபன் வெளியேறிப் பல ஆண்டு களுக்குப் பின்னரே சோக்ரடீசைப் பற்றி ஷெனோபன் எழுதி யுள்ளார். ஏறத்தாழ கிமு 387-371 கால இடைவெளியில் இது நடை பெற்றிருக்கலாம். அப்போது அவர் சிசிலஸில் வாழ்ந்துவந்தார். இதற்கு முன்னரே பிளேட்டோவின் எழுத்துக்கள் வெளி வந்துவிட்டன. சில இடங்களில் ஷெனோபனின் *மெமொரபிலியாவில்* அளவையியல் ஒழுங்கீனமும் மையக்கருத்திற்கு உடன்பாடற்ற கூற்றுக்களும், கூறியது கூறல்களும், சில கருத்துவேறுபாடுகளும் இருப்பதாக ஆய்வாளர்கள் குறிப்பிடுகின்றனர்.

ஆயினும் இவ்வகையான சில இலக்கியக் குறைபாடுகளை மட்டும் வைத்து சோக்ரடீஸ் பற்றிய முழுமையான வெளிப் பாட்டை ஷெனோபன் முறையாகத் தரவில்லை என்று வாதிடுவது பொருத்தமற்றது (கோல்மன் பிலிப்சன், 1928).

மேகங்கள்: எதிர்க்கருத்துகள்

புகழ்பெற்ற நாடக ஆசிரியர் அரிஸ்தோபனீஸ் சோக்ரடீசின் சமகாலத்தவர். சோக்ரடீசைப் பற்றிய சமகாலக் கருத்துகள் அவரது நாடகங்களில் இடம்பெற்றுள்ளன. அங்கத நாடகங்களின் தந்தை எனப் பெயர்பெற்றவர் அரிஸ்தோபனீஸ். *மேகங்கள்* அவருடைய முக்கிய நாடகங்களில் ஒன்று. சோக்ரடீசை விசித்திர மான மனிதனாகவும் விகடகவியாகவும் *மேகங்கள்* நாடகத்தில் அரிஸ்தோபனீஸ் படைத்துள்ளார். வெற்றுப் பாதங்களுடன் தமது உருண்டைக் கண்களை உருட்டி உருட்டி மக்களையும் வானத்தையும் பார்த்துக்கொண்டு திரியும் மந்த புத்திக்காரராக *மேகங்கள்* நாடகத்தில் சோக்ரடீஸ் சித்திரிக்கப்பட்டிருந்தார். *மேகங்கள்* சோக்ரடீஸ் வாழ்ந்த போதே மேடையேற்றப்பட்ட நாடகம். இதன் முதல் தயாரிப்பு கிமு 423இல் இடம்பெற்றுள்ளது.

அங்கதக் கவி யூபோலிசின் படைப்பில், 'வறுமையில் அடிபட்டுப் போயுள்ள அந்த அருவருப்பானவன் உலகிலுள்ள எல்லா வற்றையும் அறிந்துள்ளவன் போல் பேசுகின்றான். ஆனால், அடுத்த வேளைச் சாப்பாட்டுக்கு என்ன வழி என்று அவனுக்குத் தெரியாது' என்று ஒரு நாடகப் பாத்திரத்தின் வாயிலாக சோக்ரடீஸ் கேலி செய்யப்படுகிறார். மேகங்களுக்கு ஆறு ஆண்டுகளுக்குப் பின்னர் எழுதப்பட்ட ஷெனோபனின் *பறவைகள்* நாடகத்தில் ஸ்பாட்டாவுக்கு ஆதரவான பிரபுத்துவ இளைஞர்கள் சோக்ரடீசிற்கு வசப்பட்டிருந்தனர் என்று குறிப்பிடப் பட்டுள்ளது.

இவ்விதமாக நாடகங்கள், விகட பாத்திரங்கள் மூலமாக சோக்ரடீஸ் பற்றிச் சொல்லப்பட்ட விமர்சனங்கள் அவர் காலத்தில் அவர் கண்முன்னால் எழுதப்பட்டவை அல்லது மேடைகளில் நடிக்கப்பட்டவை. இந்த நாடகங்களில் சோக்ரடீஸ் பற்றிக் கூறப்படும் சில விடயங்கள் அவருடைய வாழ்க்கை வரலாற்று ஆய்வுக்கு ஆதாரமாக இருக்கக்கூடியவை என்றதொரு பொதுக் கருத்து உண்டு.

மேகங்கள் அடிப்படையில் கல்வி தொடர்பான நாடகம். அதில் வலிமையான ஒழுக்கவியல் செய்திகளும் இருந்தன. கடவுளர்கள் உள்ளனர் என்பதையும் மேகங்கள் நாடகம் மீள வலியுறுத்தியது.

அதனால், இது பக்திபூர்வமான நாடகம் என்றும் சிலர் கூறுகின்றனர். எனினும் அது பல்வேறு வகை நகைச்சுவைக் கூறுகள் கொண்ட ஒரு படைப்பு. அரிஸ்தோபனீசின் நகைச் சுவையானது நேர்மையையும் பொறுப்பையும் முன்வைப்பதாகவே அமைந்திருந்தது. இந்த நாடகத்தில் உலகியல் சார்ந்த, குடி மக்களின் ஒழுக்கங்கள் சார்ந்த விடயங்களில் அரிஸ்தோபனீஸ் மிகுந்த கவனம் செலுத்தியிருந்தார்.

அரிஸ்தோபனீஸ் *மேகங்கள்* நாடகத்தை கிமு 4ஆம் நூற்றாண்டில் எழுதினார். அது தொன்மை விஞ்ஞானக் கருத்துகள் உணரப்பட்ட காலமாகும். சூரியன், நட்சத்திரங்கள், சந்திரன் முதலான விண் பொருள்களைக் கிரேக்கர் கடவுள்களாக வணங்கி வந்தனர். அனக்சகோரஸ் உள்ளிட்ட சில மெய்யியலாளர்கள் இந்த நம்பிக்கைகளை எதிர்த்தனர். மேலும் இந்த விண்பொருள்களை அனக்சகோரஸ் தெய்வங்கள் அல்ல, இயற்கைப் பொருள்கள் என்றும் கூறினார். இயற்கைப் பொருள்கள் பற்றிய ஓர் அறிவியல் சார்ந்த விளக்கமாகவே அதை அவர் கூறி இருந்தார். எனினும் பலர் அதை சமய நம்பிக்கைகளுக்கு எதிரான கருத்தாகவே பார்த்தனர். கிமு 5ஆம் நூற்றாண்டில் ஏதென்சில் நாத்திகம் பேசுவது வழக்குத் தொடரக்கூடிய குற்றச் செயலாகும். அரிஸ்தோபனீஸ் கடவுளுக்கு ஆதரவான கருத்து களைத் தெரிவித்திருந்தாலும் அதிலும் அங்கதச் சாயல்கள் இருந்தன.

ஏதெனியரின் கடவுள் வழிபாட்டிலும் கடவுளர் பற்றிய கருத்துகளிலும் காணப்பட்ட தர்க்கமற்ற தன்மைகளையும், பகுத்தறிவுக்கு எதிரான மூடக் கருத்துகளையும் அரிஸ்தோபனீஸ் தமது நாடகங்களில் வெளிப்படுத்தினார். அவருடைய காலத்தில் மோதும் கருத்துகளாக இருந்த அறிவியலையும் சமயத்தையும் பற்றி அங்கதச் சுவையுடன் நாடகத்தில் அவர் விவரித்திருந்தார் (ஸ்பார்க்நோட்ஸ்.காம், இத).

மேகங்கள் நாடகத்தின் பெயர் *மேகங்கள் அல்லது சோபிஸ்ட்டு களுக்கான கல்வி நிலையம்* என்பதாகும். ஏதெனிய சமூகத்தில் அங்கத நாடகங்களும் சமூக ரீதியான விமர்சனங்களும் பழைய மரபுகளையும் பண்டைய அதிகாரங்களையும் விமர்சிக்கத் தவறியதால் சமூகம் தேங்கி இருப்பதாக அரிஸ்தோபனீஸ்

கருதினார். அரிஸ்தோபனீசின் அங்கத நாடகப் படைப்புகளில் *மேகங்கள்* முக்கியமானதாகும். நகைப்புக்கிடமானவற்றுக் கெல்லாம் அளவையியலை சிலர் பயன்படுத்தியதை அரிஸ்தோ பனீஸ் தாக்கினார். சோபிஸ்ட்டுகளின் கல்விப் போதனை களையும் அவர் கடுமையாக விமர்சித்தார். *மேகங்கள்* நாடகத்தில் சோக்ரடீஸ் கேலிக்குரிய பாத்திரமாகச் சித்திரிக்கப்பட்டிருந்ததும் *மேகங்கள்* நாடகம் புகழ்பெற முக்கிய காரணமாகியது.

சோக்ரடீசை நகைப்புக்கு உள்ளாக்குவதன் மூலம் சோபிஸ்ட்டு களின் கல்விச் செயல்பாடுகள் அனைத்தையும் அரிஸ்தோபனீஸ் நகைப்புக்குள்ளாக்கினார். கிமு 423இல் நடந்த நாடகப் போட்டியில் *மேகங்கள்* நாடகத்திற்கு மூன்றாவது இடமே வழங்கப் பட்டிருந்தது. ஆயினும் ஏதெனிய நாடக அரங்குகளில் மக்களின் அதிக செல்வாக்குப்பெற்ற நாடகமாக *மேகங்கள்* வெற்றி பெற்றிருந்தது. பாடலும் நடனமும் கலந்த இந்த அங்கத நாடகம் 'ஒப்பேரா' என்ற இசை நாடக மரபுக்குரியதாகும். விவசாயியான ஸ்டெர்பியாடீஸ் தனது மகனின் ஆடம்பரச் செலவுகளால், பெரும் கடனாளியாக்கப்படுகின்றான். கடன் காரரின் தொல்லைகளில் இருந்து தப்புவதற்காக சோபிஸ்ட்டு களின் வாதக் கலையைக் கற்பதற்கு அவன் முடிவு செய்கின்றான். தனக்கு நேரமில்லாததால் மகனை அவர்களிடம் அனுப்பு கின்றான். இவ்வாறுதான் நாடகம் தொடங்குகிறது.

சோபிஸ்ட்டுகளின் கல்விமுறைக்கு எதிரான குற்றச்சாட்டுக் களை *மேகங்கள்* நாடகம் சோக்ரடீஸ் மீதான குற்றச்சாட்டாக ஆக்கிவிடுகின்றது. பிளேட்டோ முன்வைக்கின்ற சோக்ரடீசுக்கும், அரிஸ்தோபனீஸ் முன்வைக்கும் சோக்ரடீசுக்கும் இடையில் வேறுபாடுகள் உள்ளன. அரிஸ்தோபனீஸ் சோக்ரடீசை ஏதெனியரின் ஒழுக்கத்தைச் சீர்குலைப்பவராகச் சித்திரிக்கின்றார். ஏதெனிய மக்களின் ஒழுக்கத்தையும் அவர்களின் பாரம்பரிய சமய நம்பிக்கைகளையும் எதிர்ப்பவராகவும் சோக்ரடீசை *மேகங்கள்* நாடகம் சித்திரித்தது.

பாரம்பரிய சமயங்களை விமர்சித்தார்; சமயங்களின் இடத்தில் சோக்ரடீஸ் அர்த்தமற்ற புதிய சமயக் கருத்துகளைப் புகுத்தினார் என்று சோக்ரடீஸ் மீது குற்றம் சுமத்தப்பட்டது. வானியல்,

பிரபஞ்சவியல் போன்ற விஞ்ஞானங்களைத் தெரிந்தவர் போல சோக்ரடீஸ் நடிப்பதாகவும் காட்டப்பட்டது. ஆனால், பிளேட்டோவின் நோக்கின்படி சோக்ரடீஸ் ஒழுக்கத் திற்கு முக்கியம் தருபவர். ஓர் ஒழுக்கவியல் சிந்தனையாளர். அவர் சோபிஸ்ட்டு அல்ல. சோபிஸ்ட்டுகளைப் போல அராஜகக் கருத்துகளுக்கு சோக்ரடீஸ் ஒருபோதும் ஆதரவளிக்கவில்லை. அவர் மிகப் பெரிய சிந்தனையாளர்.

4

அறிவுத் தேடல்

சிந்தனை மலர்ச்சிக்கான பாதை

ஒழுக்க விசாரணைகளில் மிகுந்த கவனம் செலுத்திய போதும் அரசியலில் சோக்ரடீஸ் போதிய அளவு ஆர்வம் காட்டவில்லை. எனினும் அவருடைய சீர்திருத்தத் திட்டத்தில் அரசியலுக்கும் இடம் இருந்தது. நாட்டின் பொதுச் சேவைகளை அவர் வேண்டுமென்றே புறக்கணித்தார் என்ற குற்றச்சாட்டிலும் உண்மை இருக்கவில்லை. நாட்டுப் பற்றில்லாதவர் எனும் குற்றச்சாட்டும் அவர் மீது இல்லை. ஆனால் தமது மெய்யியல் ஒழுக்கவியல் போதனைகளில் அவர் தம்மை முழுமையாக ஈடுபடுத்தியிருந்தார். நடைமுறை வாழ்க்கையோடு தொடர்புடைய பிரச்சினைகளுக்கும் அவர் பதில் தேடினார்

சோக்ரடீஸ் தமது சிந்தனைகளை எழுத்து வடிவில் தரவில்லை. எழுதுவதில் அவருக்கு நம்பிக்கையோ ஆர்வமோ இருக்கவில்லை. அவர் காலத்தில் அறிஞர்கள் பலரிடம் இருந்தது போல் நூலகங்களும் அவரிடம் இருக்கவில்லை. பிளேட்டோ, அரிஸ்டோட்டில், எபிக்கூரஸ் முதலானவர்கள் நடத்தி வந்தது போன்ற கல்விக் கூடங்களும் அவருக்குச் சொந்தமானவையாக இருக்கவில்லை. பொதுமக்கள் கூடும் சந்தை, பாதை ஓரம்,

நான் யாருக்கும் போதிக்க முடியாது.
ஆனால் அவர்களைச் சிந்திக்கத் தூண்டலாம்.

- சோக்ரடீஸ்

விளையாட்டரங்கு அல்லது நண்பர்களின் வீடு போன்ற இடங்கள்தாம் அவருடைய கல்விச் சாலைகளாகவும் சிந்தனைக் கூடங்களாகவும் விளங்கின. பொதுவாக அவருடைய உரைகள் மக்களின் அடிப்படைப் பிரச்சினைகள் மீதும், மக்களின் சிந்தனை மாற்றங்கள் மீதும் அக்கறை கொண்டவையாக இருந்தன. அதே வேளை அவ்வப்போது மெய்யியலாளர்களோடும் அரசியல் வாதிகளோடும் கலைஞர்களோடும் அவர் கருத்துப் பரிமாற்றங்கள் செய்துள்ளார்.

அவருக்கென்று மிக நெருக்கமான தோழர்களும் சீடர்களும் இருந்தனர். இவர்களில் பலர் கிரேக்கத்தின் பல பகுதிகளையும் சேர்ந்தவர்கள்; எல்லா வயதினரும் இருந்தனர். அவர்கள் அவர் மீது அன்பு கொண்டவர்களாகவும் விளங்கினர். சோக்ரடீசின் வாழ்க்கையை ஆராயும்போது எழுகின்ற முதன்மையான பிரச்சினை அவருடைய தொடக்ககால வாழ்க்கை பற்றிய சரியான தகவல்கள் இல்லை என்பதுதான். கோல்மன் பிலிப்சன் (1928) கூறுவதற்கிணங்க ஏற்கனவே உடல் ரீதியிலும் உளரீதியிலும் முழுவளர்ச்சி பெற்ற முழு மனிதராகத்தான் சோக்ரடீஸ் உலகுக்கு அறிமுகமாகின்றார். அதனால், அவருடைய வாழ்க்கை வளர்ச்சியைத் தொடக்கத்திலிருந்தே அறிவதற்கு நமக்கு அதிக வாய்ப்புக்கள் இல்லை. அவருடைய ஆரம்ப வாழ்க்கை பற்றித் தெரிவிக்கப்படும் கருத்துகளிலும் தெளிவின்மைகள் உள்ளன.

சோக்ரடீசின் சிந்தனைகளும் ஆளுமையும் திடீர் தோற்றப் பாடுகள் அல்ல. எந்தப் பெரிய ஆளுமைகளுக்கும் நடப்பது போல, அவர் காலத்தின் உற்பத்தியாவார். இந்தப் பூமியில் காளானைப் போல வளர்ந்தவரல்ல சோக்ரடீஸ். அவருடைய யுகத்தின் தனித்துவமான தொடர்ச்சியில் நிலை பேறுடையவராக இருந்தார். சோக்ரடீஸ் பிறந்த காலப்பகுதியும் பிறப்பதற்கு முந்திய காலப்பகுதியும் அவரை உருவாக்கியதில் பெரும்பங்கைச் செலுத்தியுள்ளன. இன்னொரு வகையில் கூறுவதானால் சோக்ரடீசின் காலமானது ஏதென்ஸ் நகரம் புதிய சமூகத் தொடர்புகளையும் புதிய அரசியல் முறைகளையும் தனக்குள் உருவாக்கி வந்த காலம். அதனால், சோக்ரடீஸ் பல வழிகளில் பழைய ஏதெனிய நகரையும் புதிய ஏதெனிய நாகரிகத்தையும் இணைக்கும் பாலமாக விளங்கினார்.

குடும்பம்

ஏதென்ஸ் நகரில் ஓரளவு சமூகத் தராதரமும் குறைவான வசதியும் உள்ள குடும்பத்தில் கிமு 469/470இல் சோக்ரடீஸ் பிறந்தார். அவருடைய தந்தையின் பெயர் சோபோனிஸ்கஸ். தொன்மைச் செய்திகளின்படி அவர் ஒரு சிலை செதுக்கும் சிற்பி. தாய் ஒரு தாதியாகப் பணி செய்து வந்தவர். தொடக்க காலத்தில் சோக்ரடீஸ் தமது தந்தையின் தொழிலைச் செய்துவந்துள்ளார். அவருடைய தந்தையின் தொழில் சிலை செதுக்குவது அல்லது கல் பொழிவது. இருந்தாலும் சில ஆதாரங்களின்படி இந்தச் சிற்பக்கலையை சோக்ரடீஸ் அறிந்திருந்தாரா என்பது ஐயத்திற்கிடமானதே! (கோல்மன் பிலிப்சன், 1928).

ஷெனோபன் தருகின்ற தகவல்களின்படி, சிற்பி கிளிட்டொவிற்கு சிற்பவேலை தொடர்பாக சோக்ரடீஸ் சில ஆலோசனைகளைக் கூறியிருக்கின்றார் என்பதைத் தவிர ஒருபோதும் அவர் சிற்பியாக இருந்ததில்லை. எனினும் சிற்பி ஒருவருக்கான கலைநுட்பங்களை அவர் அறிந்திருந்ததாகத் தெரிகிறது. இது தவிர தமது காலத்தில் இருந்த வழக்கமான விளையாட்டு, இசை, கவிதை ஆகிய பாடநெறிகளோடு, கேத்திரகணிதம், வானவியல் போன்ற துறைகளையும் சோக்ரடீஸ் கற்றுத் தேர்ந்துள்ளார். சோபிஸ்ட்டுகளின் விரிவுரை வகுப்புகளுக்கும் அவர் வருகை தந்துள்ளார்.

சோக்ரடீசின் திருமண வாழ்வில் ஷேந்திபியின் பெயர் முக்கியமாக இடம்பெற்ற போதும் அரிஸ்டோட்டிலின் கருத்துப்படி ஷேந்திபி இரண்டாவது மனைவி. மைர்ட்டோ அவருடைய முதல் மனைவி. மக்கள்தொகையை அதிகரிப்பதற்காகத் தனது மனைவியோடு, மற்றொரு பெண்ணை வைத்து இருப்பதற்கு அப்போதைய ஏதெனியச் சட்டம் ஆண்களுக்கு ஓர் அனுமதியை வழங்கியிருந்தது. சோக்ரடீசின் திருமணங்களில் இப்படியொரு ஒரு நிகழ்வு இருந்ததா என்று தெரியவில்லை.

ஷேந்திபியை சற்றுப் பிந்திய காலத்திலேயே அவர் மணமுடித்துள்ளார். சோக்ரடீஸ் மரணிக்கும் போது ஷேந்திபிக்குப் பிறந்த மூன்று மகன்களும் மிகவும் இள வயதினராக இருந்தனர். கோல்மன் பிலிப்சனுடைய கருத்தின்படி புதிதாகக் கிடைத்துள்ள

தகவல்களுக்கிணங்க முதல் மனைவி மைர்ட்டோ இறந்து நீண்ட காலத்தின் பின்னரே அவருடைய இரண்டாவது திருமணம் நடந்துள்ளது. ஷேந்திபி விரைவில் ஆத்திரமடையக்கூடியவள். குடும்பப் பொறுப்பில் போதிய கவனம் செலுத்தாதவள். சோக்ரடீசின் குடும்பம் படிப்படியாக வறுமை நிலைக்குத் தள்ளப்பட்டது. குடும்பத்தின் வறுமைநிலை காரணமாக ஷேந்திபி உடலுழைப்பில் ஈடுபட்டதாகக் கூறப்படுகின்றது. கணவர் மூலமாக தனக்குக் கிடைத்த (திருமண) மணப் பணத்தையும் அவர் தனது குடும்பத் துக்காகச் செலவிட்டுள்ளார்.

பெலப்போனேசியன் போர் சோக்ரடீசின் குடும்ப வாழ்க்கையில் பெரிய தாக்கத்தை ஏற்படுத்தியது. ஒரு குடிமகன்-இராணுவ வீரன் என்ற முறையில் சோக்ரடீஸ் போரில் சேவையாற்ற அழைக்கப்பட்டார். அவர் கனரக ஆயுதக் காலாட்படைப் பிரிவில் சேவையாற்றினார். கேடயமும் வாளும் ஏந்தியவராக அதில் அவர் கலந்துகொண்டார். பிளேட்டோவின் கூற்றுப்படி மூன்று போர்களில் சோக்ரடீஸ் கலந்துகொண்டுள்ளார். அதன் பின்னர் நடந்த இராணுவ நடவடிக்கைகளிலும் அவர் பங்கேற்றுள்ளார். போர்க்களத்தில் அவர் ஆற்றிய சேவைகளும் அவர் காட்டிய துணிவும் அவருடைய நண்பர்களால், திரும்பத் திரும்பப் பாராட்டப்பட்டுள்ளன.

கடுமையான உணவுத் தட்டுப்பாடு நிலவிய நேரங்களிலும் பனிக் காலங்களிலும் அவருடைய போர்க்காலச் சேவைகள் வியக்கத் தக்கவையாக இருந்தன. பனி கொட்டும் கடுங்குளிரிலும் வழக்கம் போல் அவர் வெறுங்காலுடன் திரிந்தார். சாதாரண உடை அவருக்குப் போதுமானதாக இருந்தது. ஆனால், ஏனைய வீரர்களைவிட உற்சாகமாக சோக்ரடீஸ் செயல்பட்டார். அவரது நண்பர்கள் இது பற்றித் தெரிவித்துள்ளனர். சுருக்கமாகக் கூறினால் அவர் தமது இராணுவக் கடமைகளை மிக உயர் வாகவும் செயலூக்கம் உள்ளதாகவும் நிறைவேற்றியுள்ளார். அது மாத்திரமல்ல அவருடைய அரசியல், சிவில் கடமைகளிலும் அதே அளவான தீரத்துடனும் மனசாட்சியுடனும் அவர் செயல்பட்டுள்ளார்.

பேட்ரன்ட் ரசலின் கருத்தின் படி வரலாற்று ஆய்வாளர்களுக்கு சோக்ரடீஸ் மிகவும் கடினமான ஒரு விடயப் பொருளாவார்.

சோக்ரடீஸ் பற்றிய வரலாற்றில் பொதுவாக இருக்கும் முதன்மைப் பிரச்சினை அவரைப் பற்றிய தகவல்களுக்கு உறுதியான சான்றுகள் இல்லை என்பதுதான். ஆயினும் ஐயத்திற்கு இடமின்றி, சோக்ரடீஸ் நடுத்தர குடும்பத்தைச் சேர்ந்த ஏதெனியக் குடிமகன் ஆவார். இளம்வயதினரிடம் தமது சிந்தனைகளை எந்த வருவாயும் மின்றி இலவசமாக அவர் போதித்து வந்தார். சந்தேகத்திற்கு இடமின்றி, அவர் ஏதென்ஸ் நகரின் புகழ்பெற்ற மனிதர்.

இந்த வகைத் தரவுகளுக்கு மேலதிகமாக முன்வைக்கப் பட்டிருப்பவை உறுதித்தன்மை அற்றவை எனச் சில ஆய்வாளர்கள் கருதுகின்றனர் (ரஸல், 1966).சோக்ரடீசின் இரு மாணவர் களான ஷெனோபனும் பிளேட்டோவும் சோக்ரடீஸ் பற்றி அதிக அளவிலான தகவல்களைத் தந்துள்ளனர். ஷெனோபன் பிளேட்டோவின் எழுத்துகளைப் பிரதி பண்ணியிருக்கலாம் என்ற கருத்தும் உள்ளது (மேலது, 1966).

சோக்ரடீசின் வழக்கு விசாரணையின் போது பிளேட்டோ நேரில் வந்திருந்தார். ஆகவே அந்த விடயங்கள் பற்றி பிளேட்டோ கூறுபவற்றை நம்பகமானவையாகக் கொள்ள முடியும். இந்தப் பின்னணியில் சோக்ரடீசின் பண்புகளைப் பிளேட்டோவின் எழுத்துக்கள் சரியாகப் பிரதிபலிப்பதாகக் கருத இடமுள்ளது. மேலும் சோக்ரடீஸ் வழக்கு விசாரணையின் முக்கியமான தரவுகளும் வரலாற்று ரீதியாகக் கட்டியெழுப்பக்கூடிய முக்கிய சான்றுகளும் இவற்றுள் இடம்பெற்றுள்ளன என்ற பொதுக் கருத்தும் உள்ளது.

அறிவுத்தேடல்

சோக்ரடீஸ் புதிதுதேடும் முயற்சியில் மிகுந்த உற்சாகம் காட்டினார். அவர் ஏதென்ஸ் நகரத்து வீதிகளில் முன்னணி மெய்யியலாளர்களின், விஞ்ஞானிகளின் பேச்சுக்களை செவி மடுத்தார். அவர்கள் கூறும் கருத்துகளில் காணப்படும் முரண் பாடுகள் பற்றிச் சிந்தித்தார். இவர்கள் பேசும் பிரச்சினைகள் பற்றித் தாமாகவே சிந்திப்பதற்கும் அவர் தூண்டடப்பட்டார். இவ்வகையில் அவரது அறிவு தேடும் ஆர்வமானது படிப்படியாக அதிகரித்துச் சென்றது. சோக்ரடீஸ் காலத்தில் மிகவும் செல்வாக் குடன் விளங்கிய அவருடைய சமகாலச் சிந்தனையாளர்களான

ஹெராக்கிளிட்டஸ், அனெக்சிமினிஸ், அனக்சகோரஸ், ஆர்ச்சலஸ் போன்றவர்களின் கோட்பாடுகளையும் அவர் அறிந்திருந்தார்.

சோக்ரடீஸ் ஆர்ச்சலசின் மாணவராக இருந்ததாகச் சில ஆய்வுகள் கூறுகின்றன.* ஆர்ச்சலஸ் கிபி 5ஆம் நூற்றாண்டளவில் ஏதென்சில் வாழ்ந்த மெய்யியலாளர். அனெக்சகோரசின் மாணவர். அயோனிய இயற்கை மெய்யியலின் இறுதிச் சிந்தனையாளர். அனெக்சகோரசின் பின்னர் அவருடைய கழகத்தை ஏற்று நடத்தியவர். சோபிஸ்ட்டுகளின் வருகையோடு அனெக்சகோரசின் சிந்தனைகளும் மங்கிச் சென்றன.

கிரேக்கச் சிந்தனை மரபில் மாற்றங்கள் தோன்றின. அயோனிய இயற்கை மெய்யியல் மரபு சோக்ரடீசின் போதனைகளால் மானிட ஒழுக்கச் சிந்தனையாக மாற்றமடைகிறது. ஆயினும் சோக்ரடீசுக்கு முன்னரே (இயற்கை மெய்யியல் காலப் பிரிவில்) ஒழுக்கம், ஒழுக்கவியல் பற்றிய கருத்துகளைக் கூறிய மெய்யியலாளர்கள் இருந்துள்ளனர். ஆர்ச்சலஸ் அவர்களுள் முக்கியமான ஒருவர்.

* சோக்ரடீசின் ஆசிரியர் என்றும் நம்பப்படுகிறது. ஆனால், பிளேட்டோ, ஷெனோபன், அரிஸ்டோடிலின் எழுத்துகளில் இது பற்றிய தகவல்கள் இல்லை. ஆர்ச்சலஸ் அயோனிய மெய்யியல் பின்னணியைச் சேர்ந்தவர். அவர் அயோனியாவில் பிறந்தவரா ஏதென்ஸில் பிறந்தவரா என்பதிலும் உறுதியான கருத்துகள் இல்லை. ஆர்ச்சலஸின் எழுத்துகள் அழிந்து போய்விட்டன. பின்னால் அவரைப் பற்றி எழுதிய செக்ஸ்டன் எம்பிரிக்ஸ் (கிபி 160-210) கூற்றுப்படி ஆர்ச்சலஸ் இயற்கை மெய்யியலாளர். அவதானத்துக்குரிய தோற்றப்பாடுகளின் காரணங்களை அவர் ஆராய்ந்தார். அவரது சிந்தனைகளில் ஒழுக்கவியல் கருத்துகளும் இடம்பெற்றிருந்தன. இயற்கை மெய்யியல் (அறிவியல்) கடந்த ஒழுக்கவியல் சிந்தனைகளின் தோற்றத்துக்கு இவர் காரணமாக இருந்தார் என்பது ஒரு வலுவான கருத்தாக உள்ளது. ஆக்கம் ஒன்று நிகழ இரு காரணங்கள் இருப்பதாக ஆர்ச்சலஸ் கூறுகிறார். அவை வெப்பமும் குளிரும். இந்த வேறுபாடு தீயையும் நீரையும் பிரிக்கிறது. பூமி வெப்பமடைந்து, எப்போது வெப்பமும் குளிரும் கலக்கிறதோ, விலங்குகளும் உயிரினங்களும் மனிதர்களும் தோற்றம் பெறுகின்றன. முதலில் உருவானவை தாழ்ந்த வகை உயிரினங்கள். இவற்றிற்கு மூலப்பொருளாக இருப்பது சத்துமிக்க களிமண். இந்த விலங்குகள் உயிரினங்கள் அனைத்தும் மனதைக் கொண்டுள்ளன. ஆனால், மனிதர் இவற்றிலிருந்து வேறுபட்டவர்கள். அவர்கள் சட்டங்களையும் சமூகத்தையும் நிறுவுகின்றனர்.

அவர் பற்றிய பெரிய மதிப்பீடுகள் இல்லை; ஆயினும் அவருடைய கருத்துகளுக்கு மக்களிடம் செல்வாக்கு இருந்தது. ஆர்ச்சலசின் இயற்கை மெய்யியல் கருத்துகள் அனெக்சகோரசின் கருத்துகளை ஒத்திருந்தன.

பூமியில் வெப்பமும் குளிரும் காற்றும் கலந்திருந்த பகுதியில் விலங்கினங்கள் குறிப்பாக மனிதர்கள் தோன்றினர். இவை ஒரே தன்மையான உயிரினங்கள். சகதியில் இருந்து சத்துக்களைப் பெற்றுக் கொண்டன. சந்ததிவிருத்தி உண்டாயிற்று. மனிதர்கள் மற்ற உயிரினங்களிலிருந்து வேறாகினர். தம்முள்ளே தலைவர் களையும் சட்டங்களையும் கலைகளையும் ஏற்படுத்தி நகரங் களையும் இன்னும் பலவற்றையும் உண்டாக்கினர் (யோன் பேணற்று 1965, கபோர் பெட்டாக், 2016).

ஆர்ச்சலஸ் ஒரு பிரபஞ்சவாதியாக அல்லது இயற்கை மெய்யியலாளராக இருந்தார். ஆயினும் இயற்கை மெய்யியலுக்கு அப்பால் அரசியல், சமூகம், கலாசார நிறுவனங்கள் பற்றிப் பேசி உள்ளார். அயோனிய இயற்கை மெய்யியல் மரபைக் கடந்து அவர் சென்றுள்ளார். சமூக நிறுவனங்கள், சட்டம், ஒழுக்கவியல் பற்றிப் பேசியுள்ளார் (கபோர் பெட்டாக், 2016).

சோக்ரடீசுக்கு முந்திய ஒழுக்கவியல் பற்றிய ஓர் அறிமுகத்தை ஆர்ச்சலசின் இந்தக் கருத்துகள் நமக்குத் தருகின்றன. இயற்கை மெய்யியலையும் ஒழுக்கவியலையும் ஒரு கலையாகக் கையாண்ட இயற்கை மெய்யியலாளர் ஆர்ச்சலஸ் என்று ரஸல் (1965) கூறுகின்றார்.

ஆர்ச்சலஸ் (கிமு 450 அளவில்) சோக்ரடீசின் மாணவராக இருந்துள்ளார் என்று தெரிகிறது. இது அவருடைய சிந்தனை யாற்றலைத் தூண்டும் மற்றொரு தொடர்பை அவருக்கு உருவாக்கியது. ஆர்ச்சலஸ், அனக்சகோரசைத் தொடர்ந்து வந்த சிந்தனையாளர். அறிவியல் வினாக்களோடு மனித வாழ்வின் பிரச்சினைகள் தொடர்பான விசாரணைகளிலும் ஆர்ச்சலஸ் ஈடுபட்டிருந்தார். இந்த வகையில் சோக்ரடீஸ் அவருடைய கட்டிளமைப் பருவத்தில் அயோனிய இயற்கை விஞ்ஞானங் களிலும் அதேவேளை சமகால பைதகரிய வாதத்திலும் கிரேக்க ஓர்பிக் சமயக் கொள்கைகளிலும் ஈடுபாடு காட்டி வந்துள்ளார்.

அறிவு பற்றிய வியப்பில் இருந்தே சோக்ரடீஸ் தமது அறிவுத் தூண்டுதலை உருவாக்கியுள்ளார் என்று பிளேட்டோ கூறுகிறார். எல்லாவற்றுக்கும் காரணமாக எது இருக்கிறது என்ற வியப்பு அவருக்குள் இருந்தது. எடுத்துக்காட்டாக, ஏன் ஒரு பொருள் அதன் இருப்பைப் பெற்றுள்ளது, ஒரு பொருள் ஏன் அழிகின்றது, ஏன் ஒரு பொருள் முற்றாகவே இல்லாமல் போகின்றது, உயிரானது வெப்பத்தினதும் குளிரினதும் கலப்பிலிருந்து உருவாகிறதா (இது ஆர்ச்சலசின் கோட்பாடு) போன்ற கேள்விகளை அவர் அறிந்திருந்தார்.

நமது புலன்களுக்கு அடிப்படைக் காரணங்களாக எவை உள்ளன, ஞாபகம், நம்பிக்கை என்பன புலன்களின் உருவாக்கமா, ஞாபகமும் கருத்துகளும்தான் அறிவு உருவாகக் காரணமா? மேலும் அயோனியவாதிகள் கருதியதைப் போல பூமி தட்டையானதா, பைதகரியவாதிகள் கூறிவந்ததைப் போல பூமி உருண்டையானதா போன்ற வினாக்களிலும் அவர் கவனம் செலுத்தி வந்துள்ளார்.

பிரபஞ்சத்திலும் பூவுலகிலும் நடைபெறுகின்ற பல்வேறு பௌதிக மாற்றங்களையும் சூரிய, சந்திரனின் மாற்றங்களையும் நட்சத்திரங்களின் தோற்றப்பாடு, இயக்கம் பற்றியும் சோக்ரடீஸ் அறிந்திருந்தார். ஆனால், இயற்கைத் தோற்றப்பாடுகள் பற்றி அவருடைய காலத்தில் முன்வைக்கப்பட்ட அறிவியல் கோட்பாடுகளில் அவர் நிறைவடையவில்லை. இயந்திரீக அடிப்படையில் இவை விளக்கப்படுவதையும் அவர் சரியானது எனக் கருதவில்லை. ஆனால், இயற்கையின் இந்தப் போக்குகளையும் தோற்றப்பாடுகளையும் எது ஆட்சி செய்கிறது என்பதை அறிவதில் அவருக்கு ஆர்வம் இருந்தது.

அனெக்சகோரசின் ஒரு போதனையின்படி மனம்தான் அதாவது 'தெய்வீக மனம்' அல்லது 'உயர் பகுத்தறிவு'தான் இதற்குக் காரணம் என்ற கருத்தின் உண்மையை அவர் சிந்தித்தார். தெய்வீக மனம் அல்லது உயர் பகுத்தறிவுதான் எல்லாப் பொருள்களுக்கும் அவற்றின் இருப்புக்கும் காரணமாக உள்ளது என்ற கருத்திலும் அவருக்கு ஆர்வம் இருந்தது. எனினும் அனக்ஸகோரஸின் இந்தக் கருத்துகளை சோக்ரடீஸ் தமது சிந்தனைகளோடு இணைத்துக்

கொள்ளவில்லை. அதேவேளை ஏனைய மைலீசிய சிந்தனையாளர் களைப் போல் தீ, காற்று அல்லது நீர் போன்ற இயற்கைப் பொருள் களைப் பற்றி அவர் எதையும் பேசவில்லை.

தமது காலத்தின் பௌதிக அல்லது பிரபஞ்ச ரீதியான அறிவியல் வாதங்களிலோ பைதகரிய சிந்தனைகளிலோ சோக்ரடீஸ் அதிக ஆர்வம் காட்டவில்லை. எல்லாவற்றையும்விட மனித வாழ்வும் வாழ்க்கையின் பிரச்சினைகளுமே அவருடைய கருத்துகளில் தாக்கம் செலுத்தின. இந்தக் காலத்தில் இதே விதமான கருத்து களைத்தாம் சோபிஸ்ட்டுகள் வெளியிட்டு வந்தனர். அவர்களுடைய சிந்தனை வடிவத்திலிருந்து உண்மை-பொய், சரி-பிழை போன்ற வற்றைப் பிரித்தறிவது எளிதான செயலாக இருக்கவில்லை.

சோபிஸ்ட்டுகள் நடைமுறைவாதத்தையே (ப்ராக்மடிசம்) மிகுதியாக சார்ந்திருந்தனர். அதாவது வாழ்க்கைக்கு உடனடியாகத் தேவையானவற்றைக் கற்று அதில் முன்னேற வேண்டும் என்ற மனப்பாங்கை அவர்கள் ஆதரித்துப் பேசினர். அதுமட்டுமன்றி, ஆழமான சாஸ்திரிய, கல்வியியல் விடயங்களைக் கற்பதைவிட சமுதாயத்தில் உடனடித் தேவையாக இருப்பவற்றை அறிவதில் அவர்கள் அதிகம் கவனம் செலுத்தினர். இதனால், உண்மையை ஆராய்வதைவிடப் பேச்சு வல்லமைக்கும் விவாதங்களில் வெற்றி பெறுவதற்கும் அவர்கள் மிகுந்த முக்கியத்துவம் தந்தனர். அதற்கான பயிற்சிகளை வழங்கியதோடு அந்த நுட்பங்களை மாணவர்களுக்குக் கற்பித்தனர்.

சோக்ரடீஸ் இது ஒரு தவறான நடைமுறையெனக் கருதினார். உண்மையான அறிவைப் பெறுவதற்கோ உண்மையைக் கண்டுபிடிப்பதற்கோ சோபிஸ்ட்டுகள் கையாளும் இந்த வழிமுறை பயனற்றதென சோக்ரடீஸ் கருதினார். மேலும் தனிமனிதர்களின் ஒழுக்கத்தையும் சிவில் சமூகத்தின் ஒழுக்கச் சிறப்புகளையும் மேம்படுத்த இதுவொரு சிறந்த முறையென்று சோக்ரடீஸ் ஏற்றுக்கொள்ளவில்லை.

சோபிஸ்ட்டுகளின் கருத்துகளில் இருந்த முரண்பாடுகளைச் சோக்ரடீஸ் அறிந்திருந்தார். அதனால் கருத்துகளைக் கூறுவதில் தமக்கென்று புதிய வழிமுறை ஒன்றை அவர் தெரிவு செய்து கொண்டார். அது இயக்கவியல் முறையில் (டயலெக்டிகல் மெதட்)

அமைந்த உரையாடல் . தமது உரையை அல்லது விவாதங்களை சோக்ரடீஸ் இயக்கவியல் உரையாடல் பாணியிலேயே அமைத்துக் கொண்டார். சோக்ரடீசின் இளமைக் கால கல்வியும் அவருடைய புதிய சிந்தனைப் போக்குகளும் ஏதென்ஸ் மக்களிடத்தில் அவர்மீது ஒரு அபிமானத்தை உருவாக்கியிருந்தன. ஏதென்ஸ் மக்கள் சோக்ரடீசை நன்கு அறிந்திருந்தனர். அவருடைய கருத்துகளைக் கேட்பதற்கு ஒரு நண்பர் குழாம் எப்போதும் தயாராக இருந்தது.

மெனோ-ஒழுக்கத்தை அறிதல்

பொதுக் கருத்துகள், நம்பிக்கைகள், மரபுகள் எதுவாயினும் எல்லோரையும் போல் சோக்ரடீஸ் அவற்றை ஏற்றுக்கொள்வது இல்லை. அறியும் அனைத்தையும் அறிவு என்றும் சோக்ரடீஸ் ஏற்பதில்லை. ஒரு கருத்தை அல்லது எண்ணக்கருவை அறிவாக விளங்கிக்கொள்ள முயல்வதிலிருந்து அவரது அறிவு விசாரணை தொடங்குகிறது. கிரேக்க மக்களில் ஒரு பிரிவினர் இதனால் கவரப்பட்டனர். மற்றொரு பிரிவினர் சோக்ரடீஸை அறிவின், அரசியலின், சமயத்தின் எதிரியாகப் பார்த்தனர். தெரிந்த ஒரு விடயத்தை அவர் தெரிந்ததாகக் காட்டிக்கொள்வதில்லை. தெரிந்த விடயம் என்பது சோக்ரடீஸைப் பொறுத்தவரை பல சூழ்நிலைகளில் தெரியாத விடயம். கருத்துகள் எளிதானவை அல்ல. அவை விசாரணைக்கு உட்படுத்தப்படாதவரை அவற்றின் பொருத்தப்பாடு பற்றி அவரிடம் ஐயங்கள் இருந்தன.

மெனோ உரையாடலில் நிகழ்வதும் அதுதான். சோக்ரடீஸ் மெய்யியலாளர் என்பதோடு சிறப்பு நிலையில் அவர் ஒழுக்கவியல் மெய்யியலாளர் (*மோரல் பிலோசொபர்*) ஒழுக்கக் கருத்துகளை மெய்யியல் மரபிற்குள் கொண்டுவந்த முதல் மெய்யியலாளர். மெனோ உரையாடல் இதற்கு ஒரு சான்று.

ஒழுக்கம் கற்பிக்கப்படக்கூடியதா, நடைமுறையில் பெற்றுக் கொள்ளப்படக்கூடியதா அல்லது இயல்பாகவே அது மனிதனில் காணப்படுகின்றதா? இவ்வாறு மெனோ சோக்ரடீஸிடம் கேள்வி எழுப்புகிறான். ஒழுக்கத்தைக் கற்பிக்க முடியுமா, பயிற்சியால் பெற முடியுமா என்பதற்கு முன்னதாக நல்லொழுக்கம் அல்லது நற்பண்பு என்ன என்பதை முதலில் தீர்மானிக்க வேண்டும் என்று சோக்ரடீஸ் பதில் தருகிறார்.

மெனோ சாதாரணமானவன் அல்லன், செல்வந்தன், அரசியல் பின்னணி உள்ளவன், தீவிரமான கருத்துகளைப் பேசுபவன், சோபிஸ்டுகளின் தலைவர்களில் ஒருவரான ஜோர்ஜியாசின் மாணவன். மெனோவின் கேள்விக்கு சோக்ரடீஸ் வழங்கிய முதல் பதில்: ஒழுக்கம் என்றால் என்ன என்று எனக்குத் தெரியாது. அவ்வாறு தெரிந்தவர் ஒருவரை நான் கண்டதுமில்லை.

மெனோ அமைதியாய் இருக்கவில்லை. அவன் அறிந்திருந்த ஜோர்ஜியாசின் ஒழுக்கக் கருத்துகளைச் சுருக்கமாக கூறுகிறான்: ஒழுக்கம் ஒருவருக்கொருவர் வேறுபட்டது. ஆண்களின் ஒழுக்கம் வேறு; பெண்களின் ஒழுக்கம் வேறு. வீட்டுவேலைகள் செய்வதே பெண்ணின் பொறுப்பு. கணவனுக்குக் கீழ்ப்படிந்து அவள் நடக்க வேண்டும். சிறியவர்களுக்கும் பெரியவர்களுக்கும் வெவ்வேறு ஒழுக்கங்கள் உள்ளன.

மெனோவின் இந்தக் கருத்தை சோக்ரடீஸ் ஏற்கவில்லை. சோக்ரடீஸ் கூறினார்: 'மெனோ நீ ஒழுக்கங்களின் எண்ணிக்கை களைக் கூறுகின்றாய். நான் கேட்டது இவை எல்லாவற்றுக்குமான பொதுக் கருத்து என்ன என்பதுதான்.' இவ்வாறு, அவர் ஒழுக்கம் பற்றிய எல்லாக் கருத்துகளையும் மறுக்கின்றார். உரையாடலில் குறிப்பிட்ட சில பகுதிகளை மட்டும் பார்ப்போம்.

சோக்ரடீஸ்: தெசாலியாவுக்கு ஜோர்ஜியாஸ் வந்தபோது, பலர் அவர் மீது அன்பு காட்டினார்கள். கேள்விக்குப் பதில் தரும் முறையைச் சிறப்பாகவும் துணிவாகவும் உங்களுக்கு அவர் போதித்தார். சொல்லுக்கான அர்த்தம் என்ற ரீதியில் இதற்கு என்னால் பதில் சொல்ல முடியாது. ஒழுக்கம் கற்பிப்பதால் வருவதா, மனித இயல்பில் உள்ளதா என்பதும் எனக்குத் தெரியாது. இதற்குப் பதில் தரக்கூடிய வேறு யாரும் இருக்கிறார்களா என்றும் எனக்குத் தெரியாது. ஒருவேளை இதற்கு உம்மாலும் ஜோர்ஜியாசாலும் பதில் தரமுடியும்.

மெனோ: ஆம், உங்கள் கேள்விகளுக்குப் பதில் தருவது கடினமானது அல்ல. ஆண் ஒருவருக்கு ஆட்சி செய்வது பற்றித் தெரிந்திருக்க வேண்டும். ஒரு பெண்ணின் ஒழுக்கம், வீட்டை ஒழுங்காக வைத்திருத்தல், கணவனுக்குக் கீழ்ப் படிபவளாக நடத்தல் போன்றவை. ஒவ்வொரு வயதிலும்

வாழ்க்கையின் ஒவ்வொரு கட்டத்திலும் முதுமையோ, இளமையோ, பெண்ணோ, ஆணோ, அடிமையோ, சுதந்திரமானவனோ வெவ்வேறு ஒழுக்கங்கள் உள்ளன. எண்ணற்ற ஒழுக்கங்கள் உள்ளன. ஒழுக்கக் கேடானது, தீங்கானது பற்றியும் இவ்வாறுதான் பார்க்க வேண்டும் சோக்ரடீஸ்!

சோக்ரடீஸ்: நான் எவ்வளவு பெரிய வாய்ப்பைப் பெற்றுள்ளேன். நான் உன்னிடம் ஓர் ஒழுக்கத்தைப் பற்றிக் கேட்க நீ திரளான ஒழுக்கங்களைக் கூறியுள்ளாய்.

பொதுமையான வரைவிலக்கணத்தையே சோக்ரடீஸ் அறிய விரும்பினார். ஆனால், 'திரளான ஒழுக்க வகைகள்' என்னும் கருத்தைக் கேள்விக்குட்படுத்தினார். 'திரள்' என்பதைத் தேனீக்களின் திரளோடு சோக்ரடீஸ் ஒப்பிட்டார். மெனோ கூறும் வேறுபாடுகளைக் கடந்து, அவற்றின் சாரமான விடயம் ஒன்றை சோக்ரடீஸ் விளக்க முற்படுகிறார்.

சோக்ரடீஸ்: திரளில் இருந்து இன்னொரு கேள்வியை நான் கேட்கின்றேன். தேனீயின் இயல்பு என்ன? ஆண்-பெண், சிறியது-பெரியது எனப் பல வகைத் தேனீக்கள் இருப்பதாக நீ கூறுவாய். வேறுபாடுகள் இருந்தாலும் ஒரு தேனீ தேனீயாக தேனீக்களில் இருந்து வேறுபட்டுள்ளதா? உனது கருத்து என்ன?

மெனோ: ஆம், தேனீயாக எந்த ஒரு தேனீயும் மற்றத் தேனீக்களில் இருந்து வேறுபடாது.

சோக்ரடீஸ்: அவை ஒன்றிலிருந்து ஒன்று வேறுபடாதிருக்க அவற்றிற்கிடையே இருக்கும் பொதுப்பண்பு என்ன? இதைத்தான் நான் அறிய விரும்புகிறேன்.

ஒழுக்கங்களின் சாரமாக, வடிவமாக நீதியைக் கருதலாம் என்று சோக்ரடீஸ் பேசுகின்றார். அல்லது அவ்வாறான ஒரு கருத்தை உரையாடல் வெளிப்படுத்துகிறது. நடுநிலையும் நீதியும் இன்றி வீட்டையோ (பெண்), நாட்டையோ (ஆண்) ஒழுங்காக ஆள்வது சாத்தியமற்றது. ஆண், பெண் வேறுபாடுகள் இதில் இல்லை. ஒழுக்கம் (நீதி) அனைவருக்கும் பொதுவானது. ஆண், பெண் இருவரும் நல்ல ஆணாகவும் நல்ல பெண்ணாகவும் இருப்பதை

நடுநிலையும் (அல்லது நிதானமும்) நீதியும்தான் தீர்மானிக் கின்றன என்று சோக்ரடீஸ் கூறுகின்றார்.

சோக்ரடீசின் சிந்தனை முறை

சோக்ரடீசின் உரைகள் மனித இயல்பை விவரிப்பதாக மட்டும் இருக்கவில்லை. இயக்கவியல் முறையினூடாக மனித வாழ்வின் இயல்பையும் ஒழுக்கத்தின் இயல்பையும் அவர் விளங்கிக் கொள்ள முயன்றார். தர்க்கரீதியாக அவர் உருவாக்கிய இந்த உரையாடல் சிந்தனைமுறை உண்மையைத் தேடும் கருவியாகப் பயன்படுத்தப்பட்டது. தம்மைப் போல மற்றவர்களும் அறிவையும் ஒழுக்கத்தையும் சிந்திக்க வேண்டும் என்று அவர் விரும்பினார். அந்த ஆர்வத்தைச் சக மனிதர்களிடத்திலும் அவர் தூண்டினார். அறியாமையையும் கற்பனையான நம்பிக்கை களையும் அவர் ஏற்றுக்கொள்ளவில்லை.

கிரேக்க கலாசாரம், அரசியல், சமூகச் சூழலின் பின்னணியில் இருந்துதான் உண்மை, வாழ்வு, அறிவு, ஒழுக்கம் என்ற எண்ணக் கருக்களை சோக்ரடீஸ் விசாரணைக்கு உள்ளாக்குகின்றார். சோக்ரடீசின் மெய்யியல் சிந்தனையின் முதன்மை ஊற்றுக் களாக இவற்றைக் கொள்ளலாம். ஆயினும் அவருடைய மெய்யியலைப் புரிந்துகொள்வதில் அவர் பயன்படுத்திய முறைக்கு ஒரு முக்கிய பங்குள்ளது.

சோக்ரடீசின் முறை பற்றிய புரிதல் இன்றி சோக்ரடீசின் மெய்யியல் வடிவம் பற்றிப் பேசுவது சாத்தியமற்றது. சோக்ரடீசின் கருத்துகள் நன்கு வரையறுக்கப்பட்டவை அல்ல. ஆனால், அவை புரிந்துகொள்ளக் கடினமான அகவய ரீதியான கருத்துகளும் அல்ல. அதே வேளை அளவையியல் முறையில் ஒழுங்கமைக்கப்பட்டதும் அல்ல. ஆனால் அவை உணர்வுகளை அறிவுரீதியாகக் கிளரக்கூடியவை, செயல்திறனுள்ளவை.

அளவையியல் ரீதியில் கூறினால் அவருடைய உரைகள் எளிய உய்த்தறி முறையையும் (டிடக்டிவ் மெதட்) நியாயத்தையும் உட்படுத்தியதாக இருந்தது. பேசுபொருள் எதுவாக இருந்தாலும் அதன் இயல்பையும் சாரத்தையும் வகைகளையும் சீடர்கள் உணரக்கூடியதாக சோக்ரடீஸ் உரையாடினார். சோக்ரடீஸ்

ஒரு முறைமையான கோட்பாட்டையோ முறைமையையோ உருவாக்கவில்லை. சோக்ரடீசிய முறை ஒரு படிமுறைத் தன்மையானது. உண்மை, நுண்மதி, ஒழுக்கப் பண்புகள் மீதான பற்றுணர்வின் அடிப்படையில்தான் சோக்ரடீசின் மெய்யியலாக்கச் செயற்பாடு நிகழ்ந்துள்ளது. அவருடைய உரைகள் கற்பனைச் சித்திரங்கள் அல்ல. தர்க்கமும் இயக்கவியல் முறையும் அவற்றுக்கு இசைவான தர்க்கமும் அந்த உரைகளில் இருந்தன.

பேச்சுவன்மையுடன் சிறந்த வாதத் திறமையும் அவருக்கு இருந்தது. சிந்தனையும் நகைச்சுவையும் கலந்த அவருடைய பேச்சுக்களால் மக்கள் கவரப்பட்டனர். நண்பர்களுடனும் பொதுமக்களுடனும் பேசுவதிலும் உரையாடுவதிலும் தமது முழு நேரத்தையும் சோக்ரடீஸ் செலவிட விரும்பினார். அறிவார்ந்த பேச்சும் தேடல்மிக்க உரையாடலும் அவருக்கு ஒரு தொழில் போல் ஆகியிருந்தன. தெருவோரம், பொதுமக்கள் கூடுமிடம், பொதுச் சந்தை, நகரின் மக்கள் கூடும் சந்துக்கள், சதுக்கங்கள் எல்லா இடங்களிலும் தமது உரைகளை நிகழ்த்தினார். பாடசாலை, நாடக அரங்கு, கொல்லன் பட்டறை, சிகை அலங்காரக் கடைகள், பணப்பரிமாற்றம் நடைபெறும் பொது இடம், விளையாட்டுப் பயிற்சி மண்டபங்கள் எதுவாக இருந்தாலும், அதைச் சோக்ரடீஸ் பேச்சுமன்றமாக மாற்றினார். இளைஞர்கள், நண்பர்கள், அயல்நாட்டினர், தொழிலாளர்கள், பொதுமக்கள் என எல்லாத் தரப்பினரும் சோக்ரடீசின் உரையாடல்களில் கலந்து கொண்டனர்.

சோபிஸ்ட்டுகளும் புகழ்பெற்ற போதனையாளர்கள்தாம். ஆனால், சோக்ரடீசின் போதனைகளும் சோபிஸ்ட்டுகளின் போதனைகளும் ஒரே விதமாக இருக்கவில்லை. சோபிஸ்ட்டு களைப் போல ஒழுங்கமைக்கப்பட்ட பாடத்திட்டத்தின்படி தமது போதனைகளை சோக்ரடீஸ் நிகழ்த்தவில்லை.

சோபிஸ்ட்டுகளைப் போல அவர் தமது போதனைகளுக்கு ஊதியம் பெற்றுக்கொள்ளவும் இல்லை. அவருடைய போதனை முறை சோக்ரடீசியமுறை எனப் பெயர்பெற்றது. அவருடைய உரையாடல்கள் இயக்கவியல் சார்ந்த உரையாடல்களாகவும், விசாரணைகளாகவும், கேள்வி-பதில்களாகவும் அமைந்திருந்தன.

சோக்ரடீஸ் ஒரு பாடசாலையை நடத்தியதாகவோ நிலையான மாணவர் குழாம் ஒன்றைச் சீடர்கள் என்ற வகையில் பெற்றிருந்த தாகவோ தகவல்கள் இல்லை. நண்பர்களும் அவரைப் பின்பற்ற விரும்பியவர்களும்தாம் அவரைச் சூழ இருந்தனர். இவர்கள்தாம் பெரும்பாலும் சீடர்கள் என்றும் அழைக்கப்பட்டனர். மேலும், ஆசான் என்ற நிலையிலும் சோக்ரடீஸ் தம்மைக் கருதவும் இல்லை. ஆனால், சோக்ரடீஸ் மீது குற்றம் சுமத்தியவர்கள் தமது உரைகளில் 'சீடர்கள்' என்ற வார்த்தையைத் தொடர்ந்து வலியுறுத்தி வந்தனர்.

'எனக்கு முறையான சீடர்கள் இருக்கவில்லை. ஆனால், எனது சிந்தனைகளை அறிவதற்காக இளைஞர்களும் முதியவர்களும் வந்து எனது உரைகளை இலவசமாகக் கேட்கலாம்' என்று சோக்ரடீஸ் கூறியதாக *அப்போலொஜி* பதிவு செய்துள்ளது. அவரைச் சூழ இருந்து, அவருடைய கருத்துகளைக் கேட்க விரும்பியவர்களுடைய எண்ணிக்கை, வயது, தராதரம் போன்றவை அடிக்கடி மாறுபவையாக இருந்தன. ஆனால், அவர்களில் சிலர் சோக்ரடீசுக்கு மிகவும் நெருங்கியவர்கள். அரசியல்வாதிகள், சிந்தனையாளர்கள், இராணுவவீரர்கள், கவிஞர்கள், வசதி படைத்த இளைஞர்கள் எனப் பல பிரிவினர் வருகை தந்தனர். இவர்கள் சோக்ரடீசால் மிகவும் கவரப்பட்டவர்கள். அவரோடு நெருக்கமாக இருப்பதற்கு விரும்பியவர்கள். அவர்களில் பலர் சோக்ரடீசோடு இணைந்து உணவருந்தினார்கள். மற்றும் சிலர் சோக்ரடீசின் புகழ் காரணமாக அவருடைய உரைகளைக் கேட்பதற்காகத் தொடர்ச்சியாகவோ அவ்வப்போதோ வந்துபோய்க் கொண்டிருந்தனர் (கோல்மன் பிலிப்சன், 1928).

சீடர்கள்

சோக்ரடீசின் உரைகளைக் கேட்டுச் சென்றவர்களில் லைசிமாக்கஸின் மகன் அரிஸ்டிடஸ், கிரிட்டியாஸ் போன்றோரின் பெயர்கள் குறிப்பிடப்படுகின்றன. இந்த வகையானவர்கள் அவருடைய பேச்சுக்களுக்கு வந்து சென்றதோடு பின்னர் பல்வேறு தீவிர நடவடிக்கைகளிலும் பங்கேற்று வந்துள்ளனர். கிரிட்டியாஸ் சோக்ரடீசின் தத்துவ உரைகளைக் கேட்பதற்காக வந்தான். ஆனால், அவரிடமிருந்து உண்மையான அறிவைப் பெறும்

நோக்கம் கிரிட்டியாகக்கு இருக்கவில்லை. தன்னுடைய அரசியல் வாழ்வுக்குத் தேவையான சில நடைமுறை விடயங்களைக் கற்றுக்கொள்வதே அவனது நோக்கமாக இருந்தது. கிபி 404இல் உருவாக்கப்பட்ட முப்பது பேர் கொண்ட எதேச்சதிகார அரசியல் குழுவில் அவனும் ஒருவன். பல கொடூரச் செயல்களில் கிரிட்டியாஸ் தொடர்புபட்டிருந்ததாக அவன்மீது குற்றச்சாட்டுகள் இருந்தன.

எலிசிபியார்டஸ் சோக்ரடீசின் குறிப்பிடத்தக்க சீடர்களில் ஒருவன். பல தீய செயல்களில் தொடர்புடையவன் என அவன் குற்றம் சாட்டப்பட்டிருந்தான். தமது சிந்தனைகளால் இளைஞர்களைக் கெடுப்பதாக சோக்ரடீசின் எதிரிகள் அவர்மீது குற்றம் சுமத்திய போது, இவ்வாறு சமூகத்தில் முரட்டுத் தனமாகவும் தீய வழிகளிலும் நடந்துகொண்ட இளைஞர்களையே சான்றாகக் காட்டினர். இருந்த போதும் சோக்ரடீஸ் மிகச் சிறந்த நண்பர்களையும் நல்ல சீடர்களையும் பெற்றிருந்தார். அவர்கள் சோக்ரடீஸ் மீது நிறைவான அன்பு பாராட்டியதோடு, பல நல்ல நடவடிக்கைகளிலும் ஈடுபட்டு வந்தனர். அவருடைய மாணவர் களில் ஒருவரான யூக்கிளிடஸ் தர்க்கவியலில் மிகுந்த ஈடுபாடு காட்டினார். சோக்ரடீசின் ஏனைய சில மாணவர்களோடு இணைந்து அவர் தமது ஊரான மெகாராவில் அறிவியலையும் இயக்கவியல் முறையையும் வளர்ப்பதற்கான ஒரு பாடசாலை யையும் நிறுவினார்.

இவர்கள் தவிர எஸ்ச்சினஸ் ஒரு மெய்யியலாளராகவும் நாவன்மையில் தேர்ச்சி பெற்றவராகவும் விளங்கினார். இவ்வாறு குறிப்பிடக் கூடியவர்களில் ஷெனோபனும் ஒருவர். பொதுவாக சோக்ரடீஸ் தமது மிக நெருங்கிய நண்பர்களிடத்தில் மிகுந்த நட்புணர்வுடன் பழகினார். நண்பர்கள் மீது ஆழமான பாசமும் நட்பின் மீது பெருமதிப்பும் அவருக்கு இருந்தன. தம்மிடமிருந்த எந்த நல்ல விடயங்களையும் நண்பர்களோடு பகிர்வதற்கு அவர் ஆர்வமாக இருந்தார். திருத்தமற்ற அவருடைய ஆளுமை சிலவேளை அவருடைய நண்பர்களுக்கு ஆர்வக் குறைவை ஏற்படுத்துவதாக இருந்தாலும் அதிலிருந்த காந்தக் கவர்ச்சியானது சோக்ரடீஸ் மீதான நேசத்தைத் தூண்டுவதாகவே அமைந்து இருந்தது.

பிளேட்டோ உள்ளிட்ட பல இளைஞர்கள் இவ்வாறு அவருடைய கவர்ச்சிக்கு அடிமையானார்கள். மெனோ என்பவர் சோக்ரடீசிடம் காணப்பட்ட இந்த மாயக் கவர்ச்சி பற்றிக் கூறுகிறார்: உங்களை நான் காண்பதற்கு முன்னர் உங்களை நீங்களே சந்தேகிப்பவர் என்றும் அவ்வாறே மற்றவர்களை சந்தேகிக்கத் தூண்டுபவர் என்றும் எனக்குக் கூறப்பட்டது. இன்று நான் உங்களது மந்திர வார்த்தை களுக்குக் கட்டுப்பட்டவன் ஆகிவிட்டேன், நான் அதில் மதிமயங்கி இருக்கின்றேன். எனது ஆன்மாவும் எனது பேச்சும் செய்வதறியாத நிலையில் உள்ளன. நான் உங்களுக்கு எவ்வாறு பதில் அளிப்பேன் என்று தெரியவில்லை. ஓ! சோக்ரடீஸ் நீங்கள் பெரிய ஞானி! அதுதான் எனது எண்ணம். இவ்வாறு மெனோ சோக்ரடீஸ் மீதான தனது ஆழமான நட்பை வெளிப்படுத்தி யுள்ளார்.

சோக்ரடீசின் மற்றொரு நெருங்கிய நண்பரான எலிசிபியார்டஸ் சோக்ரடீசின் ஆற்றலையும் ஆளுமையையும் கிரேக்க மக்களைக் கவர்ந்த ஒலிம்பியா இன்னிசை ராகங்களுடன் ஒப்பிட்டுள்ளார்: அந்த ராகங்கள் ஆன்மாவை இறுகப் பிணைப்பவை. ஏனெனில் அவற்றில் ஒரு தெய்வீகப் பண்பு இருந்தது. ஆனால், நீங்கள் உங்களுடைய சொற்களினால் அதே கவர்ச்சியை உருவாக்கி யுள்ளீர்கள். அதற்கு உங்களுக்கு இசைக் கருவிகள் தேவையாக இருக்கவில்லை. அதுதான் உங்களுக்கும் ஒலிம்பியா இன்னிசையை உருவாக்கியவருக்கும் உள்ள வேறுபாடாகும்.

வேறொரு பேச்சாளரின் உரையை நாங்கள் கேட்கும் போது அது எவ்வளவு நன்றாக இருந்தாலும் அது எங்களில் எந்தத் தாக்கத்தையும் ஏற்படுத்தியதில்லை. ஆனால், உங்களுடைய பேச்சின் ஒரு சிறு பகுதி அல்லது நாங்கள் கேள்விப்பட்ட ஒரு வசனம் அல்லது ஒரு வார்த்தை ஒவ்வொரு ஆண், பெண், குழந்தைகளின் ஆன்மாக்களை இறுகப் பிணைக்கின்றது. நான் பெரிக்கிளிஸ் போன்ற எத்தனையோ பெரிய பேச்சாளர்களின் உரைகளைக் கேட்டிருக்கிறேன். அவர்கள் மிகவும் சிறப்பாகப் பேசியதாக நான் எண்ணினேன். ஆனால், இப்போது உங்கள் உரையைக் கேட்டு நான் அடைவதைப் போன்ற ஒரு மகிழ்ச்சியை அந்த உரைகள் எனக்குத் தரவில்லை. அவர்களின் பேச்சில் எனது ஆன்மா ஒன்றுகலக்கவில்லை. இவ்வாறு சோக்ரடீசைப்

புகழக்கூடிய பல செய்திகள் இருந்தபோதும் அவருடைய சில சீடர்கள்-நண்பர்களின் வன்செயல்களால் சோக்ரடீஸ் இகழ்வுக்கு உள்ளானார். கிரேக்க அரசியல் சூழலில் சோக்ரடீஸ் ஓர் இக்கட்டான நிலைக்குத் தள்ளப்பட்டார்.

இரு காலகட்டங்களில் (1. கிமு 411-410; 2. கிமு 404-403) கிரேக்க ஜனநாயகம் பெரிய நெருக்கடிகளைச் சந்தித்தது. இந்த இரண்டு காலகட்டங்களிலும் ஜனநாயக எதிர்ப்புக்களுக்கு எலிசிபியார்டசும் கிரிட்டியாசும் தலைமை தாங்கினர். இவர்கள் ஏற்படுத்திய குழப்பங்களுக்கும் மக்கள் அடைந்த துன்பங் களுக்கும் சோக்ரடீசும் பொறுப்பேற்க வேண்டும் என்று ஏதெனிய மக்களிடம் ஒரு கருத்து நிலவியது.

எலிசிபியார்டசும் சோக்ரடீசின் கவனத்திற்குரிய மாணவனாக விளங்கினான். இவன் பேரிலும் குற்றச்சாட்டுகள் இருந்தன. பிளேட்டோவின் உறவினரான கிரிட்டியாஸ் மிகவும் கொடூர மானவன் என்று வர்ணிக்கப்பட்டான். அவன் சர்வாதிகாரத்தை விரும்பினான். ஆயிரக்கணக்கில் மனிதர்களைப் பலி கொடுத்தாவது ஜனநாயக விரோத ஆட்சியை நிறுவுவதற்கு எலிசிபயார்டஸ் தயாராக இருந்தான். ஏதென்ஸ் அரசியலிலும் சமூக நெறிமுறைகளிலும் தாக்கங்கள் நிகழ்ந்த வண்ணம் இருந்தன. சோக்ரடீசின் செயற்பாடுகளில் ஐயங்கள் துளிர்த்தன. ஒரு வகையில் இது அரசியல்ரீதியான குற்றச்சாட்டுமாகும்.

சோக்ரடீசின் எதிரிகள் தூங்கிக் கிடக்கவில்லை. சோக்ரடீசுக்கு எதிரான குற்றப்பத்திரிகையைத் தயாரிப்பதிலும் அதை மேலிடங்களுக்குக் கொண்டுசெல்வதிலும் விரைந்து செயல் பட்டனர். சோக்ரடீஸ் தண்டிக்கப்பட வேண்டும் என்ற கருத்து அரசியல் மேலிடம்வரை பரவியிருந்தது.

5

நடுவர்மன்றத்தில் சோக்ரடீஸ்
வாதங்களும் எதிர்வாதங்களும்

நீதிமன்றத்திற்கு வருமாறு அழைப்பாணை கிடைத்தவுடன் சோக்ரடீஸ் ஆர்க்கோனின் சபைக்குச் சென்றார். சோக்ரடீசைக் கைது செய்யும் தேவை அரசிற்கு இருக்கவில்லை. ஏனெனில் சோக்ரடீஸ் சட்டத்திற்கு மதிப்பளிப்பவர் என்பது தெளிவானதாக இருந்தது.

அவர் விரும்பியிருந்தால் தப்பிச் சென்றிருக்கலாம். தப்பிச் செல்வதற்கு அதிக வாய்ப்புக்கள் இருந்தன. விசாரணைக்கான அழைப்பாணை கிடைத்த பிறகும், தமது வழக்கமான செயல் பாடுகளில் அவர் எந்த மாற்றங்களையும் செய்துகொள்ள வில்லை. தம் மீது சுமத்தப்பட்ட குற்றச்சாட்டுகள் பற்றியும் அவர் அதிகம் கவலைகொள்ளவில்லை. விசாரணைக்கான நாளும் அறிவிக்கப் பட்டது. வழக்கு தொடங்கிய போது நீதிபதி முன்னிலையில் மெலிட்டசின் குற்றச்சாட்டுகள் எழுதி வாசிக்கப்பட்டன. சோக்ரடீஸ் இதற்கு பதில் அளித்தார். அதன் பிறகு சோக்ரடீசையும் மெலிட்டசையும் நீதிபதி விசாரணை செய்தார். குற்றச் சாட்டுகளை எதிர்த்து வாதிடுவதற்கு சோக்ரடீசுக்கு வாய்ப்புகள் கொடுக்கப் பட்டன.

ஷெனோபன் முன்வைத்துள்ள கருத்துகளின் அடிப்படையில் இந்த அழைப்பாணையின் பிறகு சோக்ரடீஸ் எவ்வாறு நடந்து

❧

திறமைசாலிகள் எல்லாரிடமிருந்தும் எல்லாவற்றிலிருந்தும் கற்றுக் கொள்கிறார்கள். எளிய மனிதர்கள் தமது அனுபவங்களிலிருந்து மட்டுமே கற்கிறார்கள். மூடர்களிடமோ ஏற்கனவே பதில்கள் உள்ளன.

- சோக்ரடீஸ்

கொண்டார் என்பதை சோக்ரடீஸ் அவருடைய நண்பரான ஹேமோஜனிஸுடன் நடத்திய உரையாடல் மூலம் அறியலாம். மெலிட்டஸ் உருவாக்கியிருந்த குற்றப் பத்திரத்தின் விடயங்களை அறிந்த பிறகும் சோக்ரடீஸ் தமது வழக்கு விசாரணையைவிட ஏனைய பல விடயங்களை விவாதித்துக்கொண்டிருந்தார். இதனால் கலவரமடைந்த நண்பர்கள் வழக்கு பற்றிக் கவனமாக ஆலோசனை செய்யும்படி அவருக்கு நினைவூட்டினர். எனினும் சோக்ரடீஸ் வேறு விதமாகச் சிந்தித்தார்.

எனது வாழ்நாள் முழுவதுக்குமான ஓர் ஆயத்தத்தை நான் செய்துகொண்டிருக்கின்றேன் என்பது உங்களுக்குத் தெரிய வில்லையா? எது சரி, எது பிழை என்பது பற்றித்தான் வாழ்க்கை முழுக்கச் சிந்தித்துக்கொண்டிருக்கிறேன். இதை நீங்கள் உணர வில்லையா என்று சோக்ரடீஸ் தமது பேச்சை ஆரம்பித்தார். தமது தற்காப்பிற்கான சிறந்த பயிற்சி அதில் கிடைத்துள்ளதாகவும் அவர் கூறினார். நமது நீதிபதிகள் வெறும் வாதங்களுக்கு அடிமை யாகி ஏதெனிய அப்பாவி மக்களுக்கு மரணதண்டனை விதிப்பதை நீங்கள் அறியவில்லையா என்று நண்பன் ஒருவன் கவலையுடன் கூறியபோது சோக்ரடீஸ் பின்வருமாறு பதில் அளித்தார்:

ஹேமொஜனிஸ் நான் சொல்வதை நம்பு, எனது தற்காப்பைப் பற்றி சிந்திப்பதற்காகத் தயாராகும் ஒவ்வொரு சூழ்நிலையிலும் ஒரு தெய்வீகக் குரல் அதை எதிர்த்து வருகின்றது.

வாழ்நாள் முழுக்க இந்தப் பண்பு அவரிடம் நீடித்திருந்தது. அதாவது சமநிலையான ஒரு வாழ்க்கை முறையை அவர் கடைப்பிடிக்க முயன்றார். எத்தகைய பதற்ற நிலையிலும், அதன் தீவிரத்திற்குத் தம்மை இழக்காத ஒரு பண்பு அவரிடம் இருந்து வந்தது.

ஆனால், உண்மையை ஆராய்வது எல்லாச் சூழ்நிலைகளிலும் அவருடைய இடைவிடாத முயற்சியாகவும் இலட்சியமாகவும் இருந்துள்ளது. அதனால், அவர் வழக்கு விசாரணையின் தீவிரத்தைப் பற்றியோ அதன் விளைவுகளைப் பற்றியோ கவலைப் படாதவராகவும் அச்சமற்றவராகவும் இருந்தார்.

தேர்ந்தெடுக்கப்பட்ட 500 நீதிபதிகளுக்கு முன்னால் சோக்ரடீஸ் நீதிமன்றத்தில் தோன்றுவதற்கான நாள் குறிக்கப்பட்டது.

இதற்குமுன் அவர் வழக்குமன்றத்திற்கு ஒருபோதும் சென்ற தில்லை. ஏதென்ஸ் நகரில் என்றைக்குமில்லாத ஒரு பரபரப்புத் தோன்றி இருந்தது. அன்றைய விசாரணையைப் பார்ப்பதற்காகப் பெருந்திரளான மக்கள் நீதிமன்றத்தில் ஒன்று கூடினர். நீதிபதிகள் ஆசனங்களில் அமர்ந்தனர். அனிட்டஸ், மெலிட்டஸ், லைக்கோன் ஆகிய மூவரும் சோக்ரடீஸ் மீது குற்றப்பத்திரங்களை எடுத் துரைப்பதற்காக அமைக்கப்பட்ட மேடையில் நீதிபதிகளை நோக்கியவாறு நின்றனர்.

ஜனநாயகத்தை மீண்டும் நிலைநிறுத்துவதில் மிகவும் முக்கிய பங்கேற்றிருந்த தலைவர்களில் ஒருவர் அனிட்டஸ். அனிட்டசிற்கு சோக்ரடீஸ் பெயரில் நிறைய குற்றச்சாட்டுகள் இருந்தன. தனது நீதிமன்ற உரையில், தன்மீது குற்றம்சாட்டிய அனிட்டஸ் பற்றி குறிப்பிடும் போது 'அனிட்டசும் அவனுடைய கூட்டாளிகளும்' என்று சோக்ரடீஸ் கூறுவார். மெலிட்டஸ் அனிட்டசினால் தூண்டப்பட்டவர். எந்தக் காரணங்களால் அவர் தூண்டப்பட்டார் என்று சரியான தகவல்கள் இல்லை. மெலிட்டஸ் அழகிய தோற்றத்தைக் கொண்டிருந்தான். அவன் கவிஞர்களின் சார்பில் குற்றச்சாட்டாளனாகப் பங்கேற்றான் என சோக்ரடீஸ் கூறினார். லைக்கோன் பேச்சலங்காரக் கலைவல்லுநர்களின் சார்பில் தோன்றினான். இவனைப் பற்றியும் முக்கியமான தகவல்கள் இல்லை என்றாலும் மெலிட்டசும் லைக்கோனும் அனிட்டசின் தூண்டுதலால் வழக்குமன்றத்திற்கு வந்திருந்தனர் என்பது உறுதியாகத் தெரிகின்றது.

விசாரணை மன்றம்

நீதிமன்றில் திரளான மக்கள் கூடி நின்றனர். வேடிக்கை பார்க்க வந்தவர்கள், சோக்ரடீசிற்கு என்ன நடக்கப்போகின்றது என்று அறிய விரும்பியவர்கள், சோக்ரடீசின் மறுப்புரைகளைக் கேட்டு ரசிக்க வந்தவர்கள் என்று பல பிரிவினர் அங்கு இருந்தனர். இந்தக் கூட்டத்தில் பங்கேற்ற மற்றொரு பிரிவினர் சோக்ரடீசின் நண்பர்களும் சீடர்களுமாவர். தமது நட்புக்கும் மதிப்பிற்கும் பாத்திரமான சோக்ரடீசிற்கு இந்த வழக்குமன்றம் என்ன குற்றங்களைச் சுமத்தப் போகின்றது என்ற ஆதங்கத்துடன் அவர்கள் அங்கு திரண்டிருந்தனர்.

விசாரணைகள் தொடங்கு முன்னர் பிரார்த்தனைகள் செய்யப் பட்டு, நறுமணப் புகைகளும் இடப்பட்டன. இவற்றைத் தொடர்ந்து நீதிமன்ற நடவடிக்கைகள் தொடங்கின. சோக்ரடீசிற்கு எதிரான மெலிட்டசின் வழக்கை விசாரிக்குமாறு வழக்குமன்றத் தலைவர் நீதிபதிகளுக்கு ஆணையிட்டார். வழக்கப்படி நீதிமன்ற எழுத்தர் எழுந்து நின்று, குற்றச்சாட்டுகளைப் படிக்க ஆரம்பித்தார்.

பித்ஹேவைச் சேர்ந்த மெலிட்டசின் மகன் மெலிட்டஸ், சொபரோனிக்கசின் மகனான சோக்ரடீசிற்கு எதிராக முன் வைத்துள்ள குற்றச்சாட்டின் விவரமாவது, சோக்ரடீஸ் கடவுள் களையும் அரசையும் அவமதித்துள்ளார். அதேவேளை புதிய தெய்வங்களை அறிமுகப்படுத்தியுள்ளார். இவை அவர் செய்துள்ள குற்றங்களாகும். அவர் இளைஞர்களைக் கெடுத்துள்ளார் என்பது அவர் மீதான மற்றொரு குற்றச்சாட்டாகும். அவருக்கு மரண தண்டனை வழங்கப்பட வேண்டும் (கோல்மன் பிலிப்சன், 1928).

இந்தக் குற்றச்சாட்டுகளை நிறுவுவதற்குப் போதுமான சான்றுகளோ வலிமையான வாதங்களோ முன்வைக்கப்பட வில்லை. ஆயினும் இந்தக் குற்றப்பத்திரிகையின் அடிப்படையில் தான் விசாரணைகள் நடந்தன. சோக்ரடீஸ் மீதான குற்றப்பத்திரம் படிக்கப்பட்ட பிறகு, குற்றச்சாட்டாளர்கள் வழக்கை ஆரம்பித்தனர். நீதிமன்றத்தின் குற்றச்சாட்டு ஒழுங்கின்படி மெலிட்டஸ் முதன்மைக் குற்றச்சாட்டாளனாகத் தோன்றினான். அனிட்டஸ், லைக்கோன் ஆகிய இருவரும் அவனுக்கு ஆதரவளிக்கும் பணியையே செய்தனர். வேறு சிலரின் கருத்துப்படி சோக்ரடீஸ் மீதான குற்றவுரைகளை அனிட்டஸ், மெலிட்டஸ், லைக்கோன் ஆகிய மூவரும் தங்களுக்குள் யார் யார் எதைப் பேசுவது என்று வகுத்துக்கொண்டு பேசியதாகத் தெரிகிறது. அதன்படி மெலிட்டஸ் சமய நிந்தனை தொடர்பிலான குற்றச்சாட்டையும் அனிட்டசும் லைக்கோனும் அரசியல்ரீதியான விடயங்களையும் தமது வாதங்களின் போது கையாண்டனர்.

நீதிமன்ற விசாரணையின் தொடக்கத்தில் மெலிட்டஸ், தனது நோக்கத்தின் தூய்மையையும் தனது நாட்டுப்பற்றையும் எடுத்துக் கூறிய பின்னரே தனது உரையைத் தொடங்கினான். சோக்ரடீசைக் கடவுள் நம்பிக்கை இல்லாதவர் என்றும், இளைஞர்களைக்

கெடுப்பவர் என்றும் குற்றம் சாட்டுவது மெலிட்டசின் முக்கிய நோக்கமாக இருந்தது. ஏதென்ஸ் நகரக் கடவுளர்களை சோக்ரடீஸ் எள்ளிநகையாடி அவமதித்தார் என்றும் அவர் ஒரு நாத்திகர் என்றும் அவன் வலியுறுத்திப் பேசினான். தனக்குள் இருக்கும் ஒரு சக்தி தனக்கு அறிவுரை வழங்குகின்றது என்றும் அது 'தெய்வீகக் குரல்' என்றும் சோக்ரடீஸ் ஏதென்ஸ் மக்களுக்குக் கூறிவருவதாக மெலிட்டஸ் எள்ளி நகையாடினான்.

பின்னர் லைக்கோன் உரையாற்றினான். அவனது உரை, அவனது நாவன்மைக் கலையை வெளிப்படுத்துவதாக அமைந் திருந்தது. அழகிய சொற்களையும் அலங்கார நடையையும் அவன் பயன்படுத்தினான். அனிட்டஸ் தனது உரையை ஆற்றும்போது தன்னைப் பற்றிப் பேசினான். தான் வெறும் வாய்ச்சொல் வீரனல்ல என்றும் தேசத்திற்காக உயிர்விடக்கூடிய பெரும் தியாகி என்றும் தனது தேசப்பற்றின் பெருமையை அவன் எடுத்துரைத்தான். ஜனநாயக அரசாங்கத்தின் செயல்பாடுகளைச் சிதைக்கத் தூண்டியதாகவும் சோக்ரடீஸ் இளைஞர்களைக் கெடுப்பதாகவும் அவன் குற்றம் சாட்டினான். இந்த வகையில் அனிட்டஸ், மெலிட்டஸ் ஆகிய இருவரும் சோக்ரடீஸ் இளைஞர்களைக் கெடுக்கின்றார் என்பதைத் தமது உரைகளில் வலியுறுத்தினர். மேலும் தமது இரத்த உறவுகளை நாசம் செய்பவர் என்றும் அனிட்டஸ் சோக்ரடீஸ் மீது குற்றம் சுமத்தினான்.

அண்மையில் நடைபெற்ற முப்பது பேரின் எதேச்சதிகாரத் தையும் அதனால் மக்களுக்கு ஏற்பட்ட துன்பங்களையும் தெய்வாதீனமாக ஜனநாயகம் காப்பாற்றப்பட்டதையும் அனிட்டஸ் விவரித்தான். ஜனநாயகத்தைப் பாதுகாப்பதற்காகத் தான் ஆற்றிய சேவைகளையும் நீதிமன்றத்தில் அவன் விவரித்தான். சோக்ரடீஸ் ஜனநாயகத்தின் எதிரி என்பதை அந்தச் சபையில் வெளிப் படுத்துவதும் அவருக்கு எதிராக மக்களைத் திசை திருப்புவதும் அவனது நோக்கமாக இருந்தது.

கிமு 392-380-க்கு இடைப்பட்ட காலத்தில் பொலிக்கட்ஸ் என்ற சொல்லலங்காரக் கலைவல்லுநர் ஒருவர் முன்வைத்த குற்றச்சாட்டுகளையே மெலிட்டஸ் தனது குற்றச்சாட்டுகளில் பயன்படுத்தியதாகவும் கருதப்படுகிறது. இந்த விவரங்களை

ஷெனோபனின் எழுத்துக்களும் *அப்போலொஜியும்* குறிப்பிடுகின்றன. அந்தக் குற்றச்சாட்டுகள் பின்வருமாறு அமைந்திருந்தன:

1. சோக்ரடீஸ் பெருங்கேடுகளுக்குக் காரணமாக இருந்த சோபிஸ்ட்டுகளில் ஒருவர்.
2. கிரேக்கக் குடிமக்களுக்குக் குறிப்பாக, இளைஞர்களுக்கு ஏதெனிய சட்டங்களையும் மரபுகளையும் மீறுவதற்கு ஊக்கமளித்து வந்தார்.
3. ஜனநாயக அரசாங்கத்தையும் அரச நிறுவனங்களையும்-மக்களின் இறைமையையும் அவர் தாக்கினார். அவ்வித எதிர்ப்புகளுக்கு சோக்ரடீஸ் ஆதரவு அளித்தார்.
4. தேசியக் கடவுள்களை அலட்சியம் செய்யுமாறு தமது நண்பர்களைத் தூண்டினார்.
5. பல வழிகளில் அவர் இளைஞர்களைக் கெடுத்தார்.
6. ஹோமர், ஹெசியோட் தியோக்னிஸ், பின்டார் போன்ற மிகப் பெரிய கவிஞர்களைக் கேலி செய்ததோடு, அவர்களின் எழுத்துகளையும் அவர் தவறாகப் பயன்படுத்தினார்.
7. வன்செயல், ஏமாற்றுதல், திரித்துக் கூறுதல், களவு போன்ற சட்டத்திற்குப் புறம்பானவற்றுக்கு ஆதரவாக அவர் நடந்து கொண்டார்.
8. தனக்குள் ஒலிக்கும் இரகசிய குரலுக்கு அவர் முக்கியத்துவம் அளித்தார்.
9. ஒருவகை ஒதுங்கிய வாழ்க்கைக்கும் அர்த்தமற்ற சிந்தனைகளுக்கும் மக்களை அவர் தூண்டினார்.
10. பொதுவாழ்க்கையிலிருந்தும் அரசியல் வாழ்க்கையில் இருந்தும் விலகியிருப்பதற்கு மக்களுக்கு அவர் ஊக்கம் அளித்தார்.
11. எலிசிபியார்டஸ், கிரிட்டியாஸ் போன்ற தீவிரவாதிகளுக்கு அவர் போதனை அளித்து வந்துள்ளார் (கோல்மன் பிலிப்சன், 1928).

மெலிட்டசின் குற்றச்சாட்டுகளில் மூன்று பிரச்சினைகள் முன்வைக்கப்பட்டிருந்தன:

1. சோக்ரடீஸ் இளைஞர்களைக் கெடுக்கின்றார்.

2. ஏதென்ஸ் நகர மக்கள் வணங்குகின்ற பெரிய கடவுள்களை வணங்க மறுக்கின்றார்.

3. இவை அல்லாத (புதிய) கடவுள்களை உருவாக்குகிறார். இதே வகையான குற்றச்சாட்டுகளை ஏற்கெனவே மக்களிடம் பிரபலப்படுத்தும் முயற்சியிலும் சிலர் ஈடுபட்டிருந்தனர்.

அரிஸ்தோபனீசின் மேகங்கள் நாடகம் ஏற்கனவே இதற்கொரு களத்தை உருவாக்கியிருந்தது. குற்றச்சாட்டுகள் முன்வைக்கப்படும் நேரம் முடிந்த பிறகு சோக்ரடீஸ் பேசுவதற்கு இடமளிக்கப்பட்டது.

சோக்ரடீஸ் பேசத் தொடங்குதல்

ஏதென்ஸ் நகர மக்களே! குற்றச்சாட்டாளர்கள் பேசியதை நீங்கள் கேட்டீர்கள். நானும் கேட்டேன். மற்றவர்களைத் தூண்டும் வகையில் நாவன்மையுடன் அவர்கள் பேசினார்கள். ஆனால் அவர்கள் உண்மை பேசவில்லை. அவர்கள் பேசிய ஏராளமான பொய் உரைகள் என்னை வியப்பில் ஆழ்த்தின. அவர்கள் கூறிய பொய்களில் எல்லாம் பெரிய பொய் எதுவெனில் சோக்ரடீசைப் பற்றிக் கவனமாக இருங்கள்; அவன் பேசத் தெரிந்தவன்; அவனிடம் நீங்கள் ஏமாற வேண்டாம் என்று கூறியதுதான். இவன் பேச்சில் வல்லவன்; இவனிடம் கவனமாக இருங்கள் என்று சொன்னார்களே அதுதான் அவர்கள் கூறிய அனைத்திலும் பெரிய பொய். நான் பேச ஆரம்பித்தால், உண்மை வெளியாகிவிடும் என்பதை இவர்கள் அறிவார்கள். நல்ல பேச்சின் இலக்கணம் உண்மை பேசுவது தான். எனது இந்த ஆற்றலைத்தான் பேச்சுவன்மை என்று அவர்கள் கூறுகிறார்கள். வெட்கமற்று இவ்வாறு பேசி யுள்ளார்கள்.

உண்மை பேசுவதுதான் நன்றாகப் பேசத் தெரிந்தவன் என்பதற்குப் பொருளாயின் அது ஏற்கக்கூடியதுதான். இந்தப் பொருளில் கூறியிருந்தால், நான் ஒரு சிறந்த பேச்சாளன் என்பதை ஏற்றுக்கொள்கிறேன். அவர்களின் பேச்சில் இருப்பது பொய். உங்களிடம் நான் பேசுவது உண்மை. அவர்களைப்போல் அலங்கார வார்த்தைகளால், நாவன்மைத் திறன் காட்ட நான் உங்கள் முன் வரவில்லை. உண்மை என் பக்கம் இருப்பதால், எதுகை மோனை வார்த்தைகள் எனக்குத் தேவையில்லை.

ஏதென்ஸ்வாசிகளே! என் மனதில் தோன்றுவதை எனக்குக் கிடைக்கும் வார்த்தை களைக்கொண்டு நான் பேசுகிறேன்.

நியாயத்தையும் உண்மையையும் நம்பியிருப்பதால் அழகிய பதங்களைத் தேடும் தேவை எனக்கில்லை. எனது இலட்சிய எண்ணங்களுடன் எனக்குத் தோன்றுவதை உங்களுடன் பேசுகிறேன். நண்பர்களே! நகரச் சதுக்கங்களிலும் சந்தை களிலும் நான் எவ்வாறு பேசிவந்தேனோ, எவ்வாறு அதைச் செவியுற்றீர்களோ, அவ்வாறு வார்த்தை அலங்காரங்கள் இன்றி இங்கு இயல்பாகப் பேசுவேன். எனது பேச்சைத் தடுக்க வேண்டாம். நான் எழுபது வயதைத் தாண்டிவிட்டேன்.

முதல் முறையாக நீதிமன்றத்திற்கு வந்துள்ளேன். இங்கு எப்படிப் பேச வேண்டும் என்று எனக்குத் தெரியாது. குறைகள் இருந்தால், மன்னித்துக்கொள்ளுங்கள். நான் அழகாகப் பேசுகிறேனா என்று பார்க்காதீர்கள். எனது பேச்சில் இருக்கும் உண்மையைப் பாருங்கள்.

சோக்ரடீஸ் எப்போதும் வலியுறுத்தும் ஒழுக்கத்தின் தொனி அவருடைய ஆரம்ப உரையில் எதிரொலித்தது. உலகில் ஆற்றப் பட்ட வழக்குமன்ற உரைகளில் அரிதான ஒன்றாக இதைக் கூற முடியும். ஆனால், எதேச்சையாகவும் முன்தயாரிப்பு இல்லாமலும் அவர் பேசினார். நடந்த நிகழ்வுகளின் நியாயங்களை சோக்ரடீஸ் இந்த உரையில் விளக்கினார். தம்மீதான குற்றச்சாட்டுகளுக்குப் பதில் தரக்கூடிய அடித்தளம் ஒன்றைத் தமது பாணியில் அவர் உருவாக்க முயன்றதை இந்த உரை நமக்கு உணர்த்துகிறது. இந்த உரையின் இரண்டாவது கட்டத்தை சோக்ரடீஸ் பின்வருமாறு தொடங்குகிறார்.

ஏதென்ஸ் நகர மக்களே! என் மீது குற்றம் சுமத்தப்படுவது இதுதான் முதல் தடவை என்று கருத வேண்டாம். பல ஆண்டு களாகச் சிலர் இப்போது சுமத்தப்பட்டுள்ள இதே குற்றங்களை என் மீது சுமத்தி வந்துள்ளனர். பல ஆண்டுகளாக இவ்வாறு அபாண்டமாக என்மீது பழி சுமத்தப்பட்டு வந்துள்ளது. அனிட்டசும் அவருடைய தோழர்களும் ஆபத்தானவர்கள். அவர்கள்தாம் எனது முதல் எதிரிகள்.

6

கடவுள் கொள்கை
தொல்சமய நம்பிக்கையும் நிராகரிப்பும்

சோக்ரடீஸ் ஒரு சமய மறுப்பாளர் என்பது அவர்மீது சுமத்தப் பட்ட முதன்மைக் குற்றச்சாட்டாகும். அவர் ஒரு நாத்திகவாதி என்றும் தெய்வங்களை இழிவுபடுத்துபவர் என்றும் மெலிட்டஸ் சோக்ரடீஸ் மீது குற்றம் சுமத்தினான். ஆனால், குற்றச் சாட்டுகளை மெய்ப்பிப்பதற்கான சான்றுகள் மெலிட்டசிடம் இருக்கவில்லை. கடவுள் மறுப்புப் பற்றிச் சோக்ரடீஸ் திட்ட வட்டமாக எதையும் கூறவில்லை. அவர் தெய்வ நிந்தனையான பேச்சுக்களைப் பேசினார் என்பதற்கோ வேறு வகைகளில் தெய்வ நிந்தனைகளில் ஈடுபட்டார் என்பதற்கோ எந்தவிதச் சான்றுகளும் தரப்படவில்லை. அந்த வகையில் சோக்ரடீஸ் மீது முன்வைக்கப்பட்ட குற்றச்சாட்டுகளுக்குச் சான்றுகள் எதுவும் இருக்கவில்லை. இளைஞர்களைக் கெடுக்கின்றார் என்று குற்றச்சாட்டாளர்கள் முன்வைத்த குற்றச் சாட்டுகளுக்குப் போதுமான ஆதாரங்கள் காட்டப்படவில்லை என்று சோக்ரடீஸ் தமது உரையில் நீதிபதிகளுக்கு விளக்கிக் கூறினார்.

ஆனால், தெய்வ நம்பிக்கையின்மை, கடவுள் மறுப்புப் பற்றிக் கொண்டுவரப்பட்ட குற்றச்சாட்டுகளுக்குத் தீவிரமான எதிர்ப்புகள் எதையும் சோக்ரடீஸ் முன்வைக்கவில்லை.

❊

ஒரு செயல் நல்ல செயல் என்பதற்காகக் கடவுள் விரும்புகிறாரா,
கடவுள் விரும்புவதால் ஒரு செயல் நல்ல செயலாகிறதா?

- சோக்ரடீஸ்

அவருடைய தெய்வ நம்பிக்கையின்மை அல்லது மதத்திற்கு பணிய மறுத்தநிலை தொடர்பான குற்றச்சாட்டுகளை நோக்கினால், அரசாங்கம் மதிப்பளிக்கும் கடவுள்களுக்கு அவர் மதிப்பளிக்க வில்லை என்பதுதான் அந்தக் குற்றச்சாட்டின் ஒரு பகுதியாக இருந்துள்ளது. குற்றச்சாட்டின் இரண்டாம் பகுதி சோக்ரடீஸ் புதிய கடவுள்களை அறிமுகப்படுத்துகின்றார் என்பதாகும். நாட்டின் எல்லாக் கடவுள்களுக்கும் அவர் மதிப்பளிக்க மறுத்தாரா அல்லது சில கடவுளருக்கு மட்டும்தான் மதிப்பளிக்கவில்லையா? கடவுளர் மீதான அவருடைய நம்பிக்கை என்ன என்பதை அறிவதற்கு எளிதான வழிமுறைகள் இல்லை.

தனிப்பட்ட வாழ்வு, பொது வாழ்வு தொடர்பான எல்லா விடயங்களிலும் ஏதென்சில் சமயம் செல்வாக்குச் செலுத்தியது. ஏதெனிய மக்களின் வாழ்க்கையில் இருந்து சமயத்தைப் பிரித்துப் பார்ப்பது கடினம். கிரேக்கத்தில் சமய அதிகாரமும் அரசியல் அதிகாரமும் வெவ்வேறாக இருக்கவில்லை. ஆட்சியாளரின் அரசியல் வெற்றிகளுக்கு கடவுள்கள் உதவி செய்தன. போரில் கடவுள் உதவுவார் என்று மக்கள் நம்பினர்; ஆட்சியாளர் தெய்வத்தைப் பிரதிநிதிப்படுத்தினர். சிலவேளை தெய்வத்தின் நேரடிக் கட்டுப்பாட்டின் கீழ் ஆட்சி நடப்பதாகவும் நம்பினார்கள்.

ஒரு மனித வாழ்க்கைக்கும் கிரேக்கக் கடவுளுக்குமுள்ள தொடர்புகள் பற்றி சோக்ரடீசிற்குப் பிரச்சினை இருந்தது. அவற்றை அவர் விமர்சித்துள்ளார்.

கிரேக்கத்தில் மதகுருக்கள் என ஒரு வகுப்பினர் இல்லை; புனித வேதநூல்களும் இல்லை. சமய நடவடிக்கைகளுக்கு உள்ளூர்க் கோயில்கள் பொறுப்பாக இருந்தன. ‘சமயம்’ என்ற நவீன கருத்துடன் கிரேக்க சமயத்தை சமப்படுத்த முடியாது. கிரேக்கக் கடவுள்கள் மனிதப் பண்பேற்றம் செய்யப்பட்டவை. மனிதரைப்போல் உண்பார்கள், குடிப்பார்கள், கோபப்படுவார்கள். எனினும் மனிதரைவிடச் சக்திபடைத்தவர்கள், நிரந்தரமானவர்கள்.

சலுகைகளையும் தேவைகளையும் நிறைவேற்றித் தருமாறு மனிதர் கடவுள்களை வேண்டினர். அதற்குப் பகரமாக உயிர்ப் பலிகள் கொடுத்தனர். ஆனால், ஒழுக்க வாழ்வுக்கான வழிகாட்டுதல்கள் அவற்றிடம் இருக்கவில்லை (ஜார்ஜ் டிரிடிமாஸ், 2021).

ஒழுக்கத்துடன் கடவுளை சேர்த்துப் பார்ப்பது அன்று முக்கியமானது இல்லை. மனிதர் கடவுளில் நம்பிக்கை வைத்தனர்: மரியாதை செலுத்தினர்; ஓர் இயற்கை நிலையில் சமயம் காணப்பட்டது (வால்டர் ஃபோட்டோ, 1954).

கிரேக்கத்தில் அரச அங்கீகாரம் பெற்ற, அதிகாரப்பூர்வமான கடவுள் வழிபாடுகள் இருந்தன. அங்கு பல தெய்வக்கோட்பாடு மிகப் பரவலாக இருந்தது. அங்கீகரிக்கப்பட்ட நம்பிக்கை சார்ந்த நூல் தொகுதிகளோ வேதநூல்களோ அவர்களிடம் இருக்கவில்லை. ஒவ்வொரு நகரத்திற்கும் தலைமைக் கடவுள்கள் இருந்தன. சான்றாக, ஏதென்ஸ் நகரில் ஏதேனா பெண்கடவுள் முதன்மைக் கடவுள். ஒவ்வொரு நகரத்தின் கடவுள்களின் வழிபாடுகளிலும் குடிமக்கள் பங்கேற்றனர். சில கடவுள்கள் அதிகாரபூர்வமாக நிர்ணயிக்கப்பட்டிருந்தன. அவற்றை வழிபடுவதில் ஓர் அரசியல் கடப்பாடு தொடர்புபடுத்தப்பட்டிருந்தது. அரசியல் ரீதியில் ஏற்றுக்கொள்ளப்பட்ட கடவுளர்களை நிந்திப்பது தடைசெய்யப் பட்டிருந்தது. புதிய கடவுளர்களை அறிமுகம் செய்வதும் தடைசெய்யப்பட்டிருந்தது.

சோக்ரடீஸ் மத நிந்தனைகளில் ஈடுபட்டார் என்ற குற்றச் சாட்டை இந்தக் கட்டுப்பாடுகளின் பின்னணியிலேயே மெலிட்டஸ் முன்வைத்தான். இது ஒரு தீவிர குற்றச்சாட்டாகக் கருதப்பட்டது. ஆனால் மெலிட்டசின் குற்றச்சாட்டு எந்தளவு ஏற்புடையது என்பது பற்றி சோக்ரடீஸ் கேள்வி எழுப்பினார். குறுக்கு விசாரணையின் போது இதற்கு எதிரான சில விளக்கங்களையும் அவர் வெளியிட்டார்.

மெலிட்டசினுடனான குறுக்கு விசாரணையின் போது வெளி யிடப்பட்ட கருத்துகள் மூலம் குறிப்பிட்ட சில ஏதெனிய கடவுள்கள் மீது அவருக்கு இருந்த நம்பிக்கை குறித்தும் அவற்றை அவர் வழிப்பட்டது பற்றியும் அறிய முடிகிறது. குறிப்பாக சூரிய, சந்திர கடவுள்களையோ இன்னும் சில முதன்மைக் கடவுள் களையோ அவர் வணங்கியிருப்பதாகத் தெரிகிறது. உற்றுநோக்கும் போது சமய நிந்தனைக் குற்றச்சாட்டு இந்த வழக்கில் ஒரு முக்கியமான இடத்தைப் பெற்றிருந்தது. ‘சமயம்’ என்ற சொல் மூன்று வேறுபட்ட வகைகளில் பயன்படுத்தப்பட்டுள்ளது.

1. வைதீக நெறி அல்லது சித்தாந்த வகைப்பட்ட சமயம்.
2. சடங்குகள், சமயத் திருவிழாக்கள் மூலமான வழிபாட்டு முறைச் சமயம்.
3. பிரபஞ்சத்தையும் வாழ்க்கையையும் பற்றிய ஆன்மிக நோக்கு. அதாவது, அதி உயர்ந்த ஆன்மிக ஆற்றலை அங்கீகரிப்பதும் அந்த ஆற்றலை (கடவுளை) வணங்குவதும்.

மேலே தரப்பட்ட மூன்று வகைகளில் இரண்டு சமயப் பண்பு களைப் பொறுத்தவரை சோக்ரடீஸ் ஒரு சமயவாதி என்று கூறுவதற்கான தகுதிகளைப் பெற்றிருந்தார். ஏனெனில் அவருடைய வாழ்க்கையைக் கவனமாக நோக்கினால் ஒழுக்க வாழ்வை நேசிப்பதிலும் கடவுள் மீதான நம்பிக்கையிலும் அவர்மீது ஐயம் கொள்வது எளிதல்ல. ஆர். டபிள்யூ. லிவிங்ஸ்டன் (1939) கூறுவது போல் சோக்ரடீஸ் மீது சுமத்தப்பட்ட குற்றச்சாட்டு சோக்ரடீஸ் சமயமற்றவர் என்பதல்ல. ஆனால், அவைதீக நெறியில் இருந்தார் என்பதாகும். அதாவது கிரேக்க தேசியக் கடவுள்களில் நம்பிக்கை யின்மை, புதிய தெய்வீகப் பண்புகளை அறிமுகம் செய்தது என இதைக் கூறலாம்.

கடவுள்களை ஏற்றுக்கொள்ளாமல் இருப்பதும், அவற்றில் நம்பிக்கை கொள்ளாமல் இருப்பதும், தொன்மை ஏதெனிய சட்டங்களின்படி பெரிய தண்டனைக்குரிய குற்றங்கள் அல்ல. மேலும் அவருடைய காலத்தில் ஏதென்ஸ் நகரத்தில் சமய மறுப்பு, ஐயவாதம், சுதந்திரச் சிந்தனை, அறியவொணாமைவாதம் என்பவற்றோடு நாத்திகவாதமும் அந்த வகையில்தான் எடுத்துக் கொள்ளப்பட்டது. ஏனெனில், மத விடயங்களில் மக்கள் பெரும்பாலும் சகிப்புத்தன்மையுடன் நடந்துகொண்டனர். அப்படியானால், மெலிட்டஸ் குழுவினர் ஏன் இதை ஒரு முக்கிய குற்றச்சாட்டாகக் கொண்டுவந்தனர் எனும் கேள்வி எழுகிறது.

சோக்ரடீஸ் அவருடைய சொந்த விருப்பத்தாலும் நண்பர் களின் தூண்டுதல்களாலும் கிரேக்கத்தின் செயூஸ் போன்ற முதன்மையான பெரிய கடவுள்களுக்கும் சில தேசியக் கடவுள் களுக்கும் பணிந்து நடந்துகொண்டுள்ளார். நேர்ச்சைகள் செய்வதன் மூலம் கடவுள்கள் மீதான மதிப்பை வெளிப்படுத்தி வந்துள்ளார்.

அதேநேரத்தில் புதிய கடவுள்களை அவர் அறிமுகப் படுத்தினார் என்பது மற்றொரு குற்றச்சாட்டு. விசாரணையின் போது, தாம் ஏன் அரசியலில் தொடர்புபடவில்லை என்பதை நீதிபதிகளிடம் கூறுகையில் தமக்குள் ஒலிக்கும் ஒரு மர்மக்குரல் பற்றி அவர் குறிப்பிடுகின்றார். அவருடைய சமய நிலைப் பாட்டை வெளிப்படையாகக் கூறும் ஒரு முக்கிய கருத்தாக இது கருதப்படுகிறது.

இதை 'மர்ம அகக்குரல்' (டெமோனியன்) என்று பிளேட்டோ குறிப்பிடுகின்றார். அந்த அகக்குரல் எப்போதும் தமக்கு வழிகாட்டுவதாக சோக்ரடீஸ் பல சூழ்நிலைகளில் கூறியுள்ளார். அகக்குரல் அல்லது அக ஆற்றல் என்றும் இது கூறப்படுகிறது. 'சிறுவயதிலிருந்து இந்தக் குரல் எனக்குள் கேட்கிறது. தவறான வற்றைச் செய்யவிடாது அது தடுக்கிறது' என்று சோக்ரடீஸ் கூறுகிறார். இந்த அகக்குரலை சிலர் மனசாட்சியுடன் ஒப்பிட்ட போதும், ஆன்மிக அல்லது இயற்கை கடந்த சக்தியாக அதிகமானோர் கருதுகின்றனர். ஆனால், அவர் உண்மையாகவே புதிய கடவுள்களை அறிமுகப்படுத்தினாரா என்ற கேள்விக்கு இது போதுமான ஆதாரம் அல்ல. அதை ஒரு பெரிய கடவுள் சிந்தனையாக அவர் வளர்த்தார் என்பதற்கும் சான்றுகள் இல்லை.

தமக்குள் கேட்பதாகச் சோக்ரடீஸ் கூறிய அந்த இரகசியக் குரல் புதியது அல்ல. அக்காலத்தில் பலர் இவ்வாறான ஒரு குரல் தமக்குள் ஒலிப்பது பற்றிக் குறிப்பிட்டுள்ளனர். ஆனால், சோக்ரடீஸ் ஒரு புதிய வகைச் சமயத்தைக் கொண்டுவர முனைந்தார் என்பதற்கு இது ஒரு நல்ல எடுத்துக்காட்டாக இருக்கவில்லை.

சோக்ரடீஸ் தமது வழக்குமன்றத்தில் நிகழ்த்திய விளக்கவுரை ஒன்றில் பின்வருமாறு குறிப்பிடுகின்றார்: 'புதிய கடவுளர்களை நான் அறிமுகப்படுத்தியதாக எதிர்த் தரப்பினர் குற்றம் சாட்டு கின்றனர். எனக்குள் ஒலிக்கும் தெய்வீகக் குரல் என்னைத் தீங்குகளிலிருந்து தடுக்கின்றது. அதனால் இந்தக் குற்றச்சாட்டு நியாயம் அற்றது.'

மேலும் அரசியல் நடவடிக்கைகளில் இருந்து நான் விலகி இருப்பதாக என்மீது குற்றம் சாட்டப்படுகிறது. நான் இவ்வாறு ஒதுங்கி இருப்பதற்குக் காரணம் எனது நாட்டின் மீது எனக்குப்

பற்றில்லை என்பதோ சமூக நடவடிக்கைகளில் நான் வேறுபாடு காட்டுகின்றேன் என்பதோ அல்ல. எனது உள்ளத்தில் ஒலிக்கும் குரலை ஏற்று நான் நடப்பதே இதற்கான காரணம் என்று சோக்ரடீஸ் கூறினார். அவர் கூறுகின்ற இரகசியக் குரலை, அது ஒரு தெய்வீகக் கருத்தென எடுத்துக்கொண்டாலும் அது அதிகார பூர்வமான தெய்வத்தின் குரல் என்று சொல்வதற்கில்லை.

சோக்ரடீஸ் மீதான மற்றொரு முக்கிய குற்றச்சாட்டு அவர் ஒரு நாத்திகவாதி அல்லது சமயமற்றவர் என்பதாகும். இதற்கு முன்னரே, பிரபஞ்சவியல்வாதியான அனெக்சகோரஸ் மீது இந்தக் குற்றச்சாட்டுகள் தொடுக்கப்பட்டன. அதேபோல் இளைஞர்களைக் கெடுக்கின்றார் என்ற குற்றச்சாட்டு சோபிஸ்ட்டுகள் மீதும் சுமத்தப்பட்டிருந்தது.

பொதுவாக ஏதெனிய மக்கள் இரண்டு முக்கிய ஏதெனிய சிந்தனைப் பள்ளிகளுடன் சோக்ரடீஸை இணைத்துப் பேசினர். திட்டமிட்டே இதைச் செய்திருக்கலாம் என்று சில பிரிவினர் கூறினர். அதாவது தேலிஸ் போன்ற அறிவியல் அல்லது பிரபஞ்சவியல் வாதிகளுடன் சிலர் அவரை இணைத்துப் பேசினர். அல்லது சிலர் அவரை ஒரு சோபிஸ்ட்டாகக் கருதினர். பொதுவாகத் தொன்மை உரையாடல்களில் நாத்திகவாதத்திற்கு ஒரு கவர்ச்சி இருந்தது. எதிர்ப்புகளும் இருந்தன. நாத்திகவாதி என்று ஒருவர் அடையாளப்படுத்தப்படும் போது, அவரை ஒரு அராஜகவாதி யாகவும் பொதுவுடைமைவாதியாகவும் தீமைகளைச் செய்பவ ராகவும் எதிராளிகள் கூறுவது மரபாக இருந்துள்ளது.

கடவுள் இருப்பு

கிரேக்கச் சிந்தனை வரலாற்றில் சமயங்களின் கடவுள்களை நிராகரித்ததற்காக ஷெனோபன் ஒரு நாத்திகவாதி என்று கூறப் பட்டார். ஆனால், அவர் அதிவுயர் கடவுளின் இருப்பை மறுக்க வில்லை. கடவுள் இருக்கிறார் என்று ஏற்றுக்கொள்வதற்கோ கடவுள் இல்லை என்று மறுப்பதற்கோ, தன்னிடம் எந்த சான்றாதாரங்களும் இல்லை என்று கூறிய புரட்டகோரசும் நாத்திகவாதி என்றே கூறப்பட்டார். பல தெய்வக் கொள்கையை ஏற்க மறுத்த ஆரம்பகால கிறிஸ்தவர்களைக்கூட உரோமர்கள் நாத்திகவாதிகள் என்று கூறியுள்ளனர். அதேவேளை தொன்மை

அறிவியல்வாதிகளான தேலிஸ் போன்ற முதல் மெய்யியலாளர்களும் நாத்திகவாதிகள் என்றே அழைக்கப்பட்டனர்.

கிரேக்கச் சிந்தனை வரலாற்றில் கடவுள் கருத்து பல வேறுபாடுகளைக் கொண்டதாக இருந்தது. அதியுயர் கடவுள்கள், சிறு தெய்வங்கள், இயற்கைகடந்த சக்திகள் என்பன மீதான நம்பிக்கைகள் ஒருபுறம். சூரியன், சந்திரன், நட்சத்திரம் போன்ற விண்பொருள்கள் மீதான நம்பிக்கைகள் மறுபுறம். இவை தொடர்பாகக் கருத்துமுரண்பாடுகளும் தோன்ற ஆரம்பித்தன. தேலிசின் காலத்தில் இருந்தே இந்தக் கருத்துவேறுபாடுகள் தோன்ற ஆரம்பித்துவிட்டன. ஹோமர் காலத்தில் மக்கள் பின்பற்றி வந்த ஆழமான சமய நம்பிக்கைகளைப் புதிதாகத் தோன்றிய அறிவியல், பௌதிகவியல் சிந்தனையாளர்கள் விமர்சனத்திற்கு உள்ளாக்கினர். முக்கிய கடவுளர் பற்றி மட்டுமன்றி, மக்கள் பரவலாக நம்பி வந்தவை பற்றியும் கேள்வி எழுப்பினர்.

அண்டத்தின் தோற்றப்பாடுகள் இயற்கைக் காரணிகளோடு தொடர்புடையவை என்று இந்த அறிவியல்வாதிகள் வாதிட்டனர். இதற்காகப் பரிணாமவாதக் கோட்பாட்டையும் இவர்கள் பயன்படுத்தினர். பிரபஞ்சத்தையும் அதன் இயற்கைப் பொருள்களையும் தெய்வ சக்திகள் என்றும், கடவுளர்கள் என்றும் மக்கள் நம்பியதை இந்த அறிவியல்வாதிகள் நிராகரித்தனர். எனினும் பொதுமக்களின் நம்பிக்கைகளில் இது அதிக மாற்றங்களை உருவாக்கவில்லை. வலிமை பொருந்திய பெரிய சமய சக்திகள் அறிவியலாளர், மெய்யியலாளர் ஆகியோரின் கடவுள் மறுப்புக் கருத்துகளை ஏற்றுக்கொள்ளவில்லை. இத்தகைய விமர்சனங்கள் தெய்வ நிந்தனையாகவும் பொய் உரைகளாகவுமே எடுத்துக்கொள்ளப்பட்டன. அத்தோடு ஏதென்சில் சிறப்புத்தன்மை பெற்றிருந்த தேசிய சமயத்தின் மீதும், நாட்டின் பாதுகாப்புத் தெய்வங்கள் மீதுமான மக்களின் பக்தி சிதைக்கப்படுவதை மக்கள் ஆதரிக்கவில்லை. அந்தத் தெய்வங்களை நிந்திப்பது தேசத் துரோகம் என்றும் மக்கள் கருதினர். கிரேக்கரின் வணக்கத்திற்குரிய பொருளான சூரியன் ஒரு செந்நிறக்கல் என்று அனெக்ஸகோரஸ் கூறிய போது, அவரைத் தெய்வ நிந்தனையாளன் என்று மக்கள் குற்றம் சுமத்தினர்.

இளமைக் காலத்தில் இயற்கைவாதிகளான அயோனியச் சிந்தனையாளர்களின் மெய்யியல்களைக் சோக்ரடீஸ் கற்றார். அனெக்சகோரசின் கருத்துகளையும் அவர் அறிந்திருந்தார். அதேபோல் அனெக்சகோரசின் மாணவனான ஆர்ச்சலசுடனும் அனெக்சகோரசுடனும் அவர் தொடர்பு வைத்திருந்தார். அதனால் சிலர் சோக்ரடீசை அனெக்சகோரசுடன் அல்லது ஆர்ச்சலசுடன் ஒப்பிட்டுப் பார்த்தனர். அனெக்சகோரஸ் ஒரு நாத்திகவாதி, ஆகவே சோக்ரடீசும் ஒரு நாத்திகவாதி என்று ஒரு பிரிவு மக்கள் முடிவு செய்தனர்.

என்றாலும், சமயம், கடவுள் பற்றிய சோக்ரடீசின் விசாரணைகள் இன்னொரு சிறப்புப் பகுப்பாய்வுக்குரியவை. இயற்கை கடந்த தெய்வீக சக்திகளில் அதீத நம்பிக்கைகொண்டவர்களின் மனவெழுச்சி உணர்வுகளுக்கு அளவையியல் பகுப்பாய்வுகளோ, பகுத்தறிவுப் பரிசீலனைகளோ தகுதியானவையாக இருக்க முடியாது. அதனால், மெலிட்டஸ் எவ்விதத் தயக்கமும் இன்றி சோக்ரடீசை ஒரு நாத்திகவாதி என்று நீதி விசாரணை மன்றத்தில் குற்றம் சுமத்தினான். சோக்ரடீசை முழுமையான நாத்திகவாதி என்றும் மிகப் பெரிய கடவுள் மறுப்பாளர் என்றும் மெய்ப்பிப்பதே மெலிட்டசின் நோக்கமாகும்.

இதற்கான மேலோட்டமான ஆனால் மக்களிடம் செல்வாக்குப் பெறக்கூடிய சில அலங்கார வார்த்தைப் பயன்பாடுகளுடன் மெலிட்டஸ் அந்தக் குற்றச்சாட்டுகளைத் தீவிரமாக முன் வைத்தான்.

மெலிட்டசின் குற்றச்சாட்டுகளுக்கு சோக்ரடீஸ் பதற்ற மின்றி பதில் அளித்தார். ஆனால், மரண தண்டனைக்கு இட்டுச் செல்லக்கூடிய ஒரு பாரிய குற்றச்சாட்டை சோக்ரடீஸ் எதிர் கொண்டிருந்தார். எனினும் சலனங்களின்றி, தமக்கேயுரிய பாணியில் சோக்ரடீஸ் பதில் அளித்தார்.

கடவுள் மறுப்பும் புதிய சமயமும்

தொன்மை கிரேக்கத்தில் பொதுவிடயங்களிலும் மக்களின் செயற்பாடுகளிலும் சமயம் சிறப்பான இடத்தைப் பெற்றிருந்தது. பல்லிறை வாதம் ஏதெனியக் கலாசாரத்தின் அடித்தளமாகும்.

சமய நம்பிக்கைகளைப் வலுப்படுத்த உதவும் சமயப் பொதுச் சபைகள் பல அங்கு இருந்தன. இந்த நிலையில் பார்க்கும்போது தெய்வ நிராகரிப்பு என்பது அடிப்படைக் கலாசாரப் பிரச்சினை யாகும். சமயப் பற்றும் தெய்வ நம்பிக்கையும் சமூக மட்டத்தில் ஆழமாகப் பரவியிருந்தன. தெய்வ நிராகரிப்புத் தொடர்பில் சோக்ரடீஸ் மீது குற்றம் சுமத்தப்பட்ட போது தெய்வநம்பிக்கை பற்றிய கருத்து சமூகத்தில் முக்கிய இடத்திற்கு வருகிறது.

தெய்வ நிந்தனையில் ஈடுபட்ட ஒருவருக்கு மரண தண்டனை வழங்கப்பட வேண்டுமென அன்றைய கிரேக்கச் சட்டங்கள் வலியுறுத்தின. சோக்ரடீசின் கடவுள் பற்றிய சாதக, பாதக கருத்துகளை ஆராயும்போது கிரேக்கச் சமூகத்தின் அன்றைய சமய நம்பிக்கைக்கான வழிமுறைகளின்படி சோக்ரடீஸ் மீது குற்றம் சாட்டப்பட்டது வியப்புக்குரியதல்ல. தமக்குள் ஒலி எழுப்பும் தெய்வீக அகக்குரல் பற்றி விசாரணை மன்றத்திலும் அவர் கருத்துகளை வெளியிட்டார். பண்டைய சமயப் பற்றில் ஊறியிருந்த பலரை இது அதிர்ச்சியடையச் செய்தது. கடவுள் மறுப்பு அல்லது மத நிந்தனை ஒரு சட்டப் பிரச்சினையாக மட்டும் கருதப்படவில்லை.

'எனக்குள் ஒரு குரல் ஒலிக்கிறது, சிறு வயதிலிருந்து அதை நான் கேட்டு வருகிறேன். அந்தக் குரலுக்கு நான் வழிபடுகிறேன்' என்று தமது 'அகக்குரல்' பற்றிச் சோக்ரடீஸ் கூறினார். ஆனால், சோக்ரடீஸ் தமக்குள் கேட்பது (தெய்வீக) அகக்குரல் என்று கூறினாரே அன்றி அதை அவர் தெய்வமாகச் சித்திரிக்கவில்லை.

சோக்ரடீசின் 'தெய்வ வழிகாட்டுதல்' பற்றி ஆய்வுகளை மேற்கொண்டவர்கள் அவர் தியானத்தில் அதிக நேரம் செலவிட்ட தாகவும், பலமணி நேரம் ஓரிடத்தில் அவர் தியானத்தில் இருப்பார் என்றும் சிம்போசியத்தை ஆதாரம் காட்டிக் கூறியுள்ளனர். தனது கனவில் அவர் செய்திகளைப் பெற்றுக்கொண்டார் என்றும் அவற்றின்படி அவர் செயல்பட்டார் என்றும் கிரீட்டோவிலும் அப்போலொஜியிலும் பதிவுகள் உள்ளன.

எதைச் செய்ய வேண்டும், எதைச் செய்யக்கூடாது என்று சோக்ரடீசுக்குச் (தெய்வீகச்) செய்திகள் வந்ததாகவும் மற்றவர் களுக்குச் சொல்லும்படிச் (தெய்வீகச்) செய்திகள் அவருக்குக்

கிடைத்ததாகவும் ஷெனோபன் *மெமரொபிலியாவில்* குறிப்பிடு கிறார்.

சோக்ரடீஸ் தமக்குக் கிடைத்த தெய்வீக (குரலின்) வழிகாட்டு தலையே பெரும்பாலும் பின்பற்றி வந்துள்ளார். கடவுள் நிறைவாக நல்லவர். முழு ஒழுக்கமானவர் என்றும் அவர் கருதினார். தமக்குள் ஒலித்த குரல் பற்றி ஆழமான கருத்து சோக்ரடீசிற்கு இருந்தது. புதிய தெய்வங்களை அறிமுகம் செய்வதே அவருடைய நோக்கம் என்று வழக்கு விசாரணையில் மெலிட்டஸ் அவர்மீது குற்றம் சுமத்தினான்.

பெரும்பாலும் பொதுமக்களிடத்திலும் மதபோதனை யாளரிடத்திலும் சோக்ரடீசின் இந்தப் புதிய கொள்கைக்கு வரவேற்பிருக்கவில்லை. தீவிர ஏதெனிய சமயவாதிகளில் சிலர் சோக்ரடீசின் இந்தக் கருத்துகளைச் சமய மறுப்பாகவே கருதினர். கிரேக்கத்திலிருந்த எல்லாக் கடவுள்களையும் கைவிட்டு தமக்குள் ஒலிக்கும் தெய்வீகக் குரலுக்கு சோக்ரடீஸ் வழிப்பட்டார் என்பதைக் கேட்டு சமயத் தலைவர்கள் பெரிய கலக்கத்திற்கு உள்ளாகினர். கடவுளருக்கும் மனிதருக்கும் இடையிலான இடைத் தரகராகச் செயல்படும் தமது தரகுச் சுதந்திரம் பறிபோகக்கூடும் என்று அவர்கள் கவலையடைந்தனர்.

கடவுள் மறுப்பு, வழக்கு சார்ந்த ஒரு சட்டப் பிரச்சினை மட்டுமல்ல. இது தண்டிக்கப்பட வேண்டிய குற்றம் என்று ஏதெனியர் கருதியதால், அது ஓர் அழுத்தத்தை உருவாக்கியது.

மெலிட்டஸ் சோக்ரடீசை 'நாத்திகர்' என்றும் குற்றம் சுமத்தினான். நாத்திகர் என்பதோடு இளைஞர்களைக் கெடுத்தார் என்பதும் சேர்ந்துகொண்டது. இது ஓர் அபாண்டமான குற்றச் சாட்டாக இருந்தபோதும், இந்தப் பிரச்சினை பற்றிய ஒரு நேர்மையான கலந்துரையாடலுக்குச் செல்வதற்கே சோக்ரடீஸ் விரும்பினார்.

சோக்: மனதில் உள்நோக்கம் இன்றி நான் அவர்களைக் கெடுத்தேன் என்றால் இவ்விதமான ஒரு குற்றத்திற்காகச் சட்டம் என்னை விசாரணை செய்திருக்காது. ஏனெனில் அது திட்டமிடப்படாத ஒன்று.

மெலிட்டஸ் நான் எவ்வாறு இளைஞர்களைக் கெடுத்தேன் என்று நீ எனக்குக் கூறு. நகரில் உள்ள கடவுள்களில் நம்பிக்கை வைக்கவேண்டாம் என்றும், புதிய கடவுள்களின் மீது நம்பிக்கை வைக்கும்படியும் நான் சொன்னதாக நீ குற்றம் சாட்டியுள்ளாய். எனது போதனைகளின் மூலம் இளைஞர்களை நான் அவ்வாறு கெடுத்தேன் என்றா நீ கூறுகின்றாய்.

மெலி: ஆம். உறுதியாக அது அவ்வாறுதான்.

சோக்: நாம் இங்கு எடுத்துக்கொண்டுள்ள கடவுள்களின் பேரில் சற்றுத் தெளிவாக எனக்கும் இங்கிருக்கின்ற நீதிபதிகளுக்கும் நீ விளக்கிக் கூறு. நீ என்ன கூறுகின்றாய் என்று என்னால் புரிந்துகொள்ள முடியவில்லை. சில கடவுளர்கள் மீது நம்பிக்கை வைக்குமாறும் ஆனால், நகரிலுள்ள கடவுள்களை நம்ப வேண்டாம் என்றும் நான் இளைஞர்களுக்குப் போதித்தாகவா நீ கூறுகின்றாய்? இதுதான் நீ எடுத்துக்கொண்ட அர்த்தமாக இருந்தால், நான் சில கடவுளர்கள் மீது நம்பிக்கை வைத்திருக்கிறேன். அந்த வகையில் முழு நாத்திகவாதி என்ற குற்றச்சாட்டுக்கு நான் உரியவன் அல்லன். அல்லது எந்தவொரு கடவுள் மீதும் நான் நம்பிக்கை வைக்காதவன் என்றும் அவ்வாறுதான் மக்களுக்கும் நான் போதித்தேன் என்றும் நீ கருதுகின்றாயா?

மெலி: நீங்கள் எந்த விதத்திலுமே கடவுள்களில் நம்பிக்கை வைத்த ஒருவர் அல்ல. இதுதான் எனது எண்ணம்.

சோக்: அற்புதம் மெலிட்டஸ். ஏன் நீ அவ்வாறு சொன்னாய். மற்றவர்களைப் போல நான் சூரியனையும் சந்திரனையும் கடவுளர்களாக நம்பவில்லை என்று நீ கருதுகின்றாயா? (இந்த இடத்தில் மெலிட்டஸ் அவரை மடக்குவதற்கு முயலுவது போல).

மெலி: நான் சத்தியமிடுகின்றேன். நீதிபதி அவர்களே நான் அவ்வாறு கூறவில்லை. சூரியனைக் கற்பாறை என்றும் சந்திரனை நிலம் என்றும் அவர் கூறுகின்றார்.

சோக்: எனது அன்புக்குரிய மெலிட்டஸ்! நீ அனெக்சகோரசைக் குற்றம் சுமத்துகின்றாய் என்று நான் நினைக்கிறேன்.

மெலிட்டஸ், உனக்கு நீதிபதிகள் மீது மிகவும் தாழ்வான எண்ணம் உள்ளது. அவர்களைப் படிப்பற்றவர்கள் என்றும் நீ கருதுகின்றாய். அனெக்சகோரஸ் உடைய நூல்கள் அனைத்திலும் இந்தக் கோட்பாடுகள் அடங்கியிருப்பது பற்றி அவர்களுக்குத் தெரியாது என்று நீ நினைக்கின்றாயா? இந்த நூல்களைத் திறந்தவெளி அரங்குகளின் அருகிலுள்ள புத்தக சாலைகளில் மக்கள் பணம் கொடுத்து வாங்க முடியும். அப்படி இருக்கும் போது அதை அவர்கள் சோக்ரடீசிடம் இருந்துதானா கற்றுக்கொள்ள வேண்டும்? அவ்வித அதீதமான கருத்துகளை சோக்ரடீஸ் தம்முடைய கருத்துகளாக இளைஞர் களிடம் போதித்தால் சோக்ரடீசைப் பார்த்து அவர்கள் நகைக்கமாட்டார்களா? கடவுளின் பெயரால் கூறு! இதைப் பற்றி நீ இப்படித்தான் சிந்திக்கின்றாயா. எந்தத் தெய்வங்கள் பற்றியும் என்னிடம் எந்த நம்பிக்கையும் இல்லை என்றா நீ கூறுகின்றாய்.

மெலி: நான் ஆணையிட்டுக் கூறுகின்றேன். நீர் ஒரு முழுமை யான நாத்திகவாதி.

சோக்: மெலிட்டஸ்! நீ கூறுவதை யாருமே நம்பமாட்டார்கள். உனது கூற்று உனக்கே நம்பிக்கையற்ற கூற்றாகும். நண்பர்களே! எனது எதிராளி அகங்காரம்கொண்டவர் என்று எனக்குத் தோன்றுகின்றது. அவர் இந்த குற்றச் சாட்டை தான்தோன்றித்தனமான இளமை உணர்விலிருந்து எழுப்பியிருக்கிறார். ஒரு வியப்பிலிருந்து பரிசோதனை ஒன்றை என்மீது செய்து பார்க்க அவர் முயலுகின்றார். பதில் அளிக்க முடியாத புதிர்களை அவர் உருவாக்குகிறார். சோக்ரடீஸ் என்னும் மகா பெரிய அறிஞனுக்குத் தன்னுடைய ஒன்றுக்கொன்று முரண்பாடான கதைகள் பற்றி அறிந்து கொள்ளக்கூடிய அறிவு இருக்கின்றதா, இல்லாவிட்டால் என்னிடம் அவர் கேட்கின்ற கேள்விகளால் நான் ஏமாற்றப் படுகின்றேனா? உண்மையில் மெலிட்டசுடைய குற்றச் சாட்டுகள் ஒன்றுக்கொன்று முரணாக இருப்பதை நான் பார்க்கிறேன்.

மெலிட்டசின் குற்றச்சாட்டுகள் ஒன்றுக்கொன்று முரணானதாக இருப்பதை சோக்ரடீஸ் நீதிபதிகளின் கவனத்திற்குக்கொண்டு

வந்தார். சோக்ரடீசுக்குக் கடவுள்மீது நம்பிக்கையில்லை என்பது போலிக் குற்றச்சாட்டு என்றும் மெலிட்டசைப் பார்த்து சோக்ரடீஸ் கூறுகின்றார்.

குதிரைகள் இல்லாமல் குதிரைக்காரன் இருக்கின்றான் என்று யாரேனும் நம்புவார்களா? புல்லாங்குழல் இசைப்பவன் இல்லாமல் புல்லாங்குழல் இசைப்பதைப் பற்றி ஒருவனால் எண்ண முடியுமா? நீ இதற்கு பதில் அளிக்காவிட்டால், அப்படி யாரும் இல்லை என்று நான் இந்த நீதிமன்றத்தில் கூறுவேன். ஆயினும் எனது அடுத்த கேள்விக்கு நீ பதில் தரவேண்டும். தெய்வாம்சங்கள் பற்றி நம்பிக்கை இல்லாமல் தெய்வங்கள் இருக்கின்றன என்று ஒருவரால் நம்ப முடியுமா?

மெலி: முடியாது.

சோக்: நீதிமன்றத்தாரின் துணையுடன் இவ்வாறான ஒரு பதிலைக் கறந்து எடுப்பதற்கு நான் எவ்வளவு நல்வாய்ப்புப் பெற்றவனாக இருக்க வேண்டும். ஆவித்தன்மை கொண்ட தெய்வாம்சப் பொருள்களில் நான் நம்பிக்கை கொண்டவன் என்றும் அதைப் போதிப்பவன் என்றும் குற்றப்பத்திரத்தில் நீ குறிப்பிட்டுள்ளாய். ஆவித்தன்மைகொண்ட பொருள் களில் நான் நம்பிக்கை கொண்டுள்ளேன் என்பதற்கு நீ சாட்சியம் தந்திருக்கின்றாய். அப்படியானால் நான் ஆவிகள் மீதும் நம்பிக்கை உள்ளவன் என்று கருதலாம் அல்லவா— அவ்வாறு இல்லையா?

நான் உறுதியாகக் கூறுகின்றேன், அது அவ்வாறுதான். எனது கேள்விக்கு நீ பதில் அளிக்காததால், அது சம்மதத்தின் அடையாளம் என்று எடுத்துக்கொள்கிறேன். இந்த ஆவிகள் என்பவை என்ன? அவை கடவுள்கள் இல்லையா, கடவுள் களின் பிள்ளைகள் இல்லையா?

மெலி: உண்மையில் அவ்வாறுதான்.

சோக்: அதனால்தான் கூறுகின்றேன் இந்த ஏமாற்றுத்தனமான புதிரைக் கண்டுபிடித்தவன் நீதான். ஆவிகள் என்பவை கடவுள்கள். ஆனால், முதலில் நீ கூறினாய் நான் கடவுள்கள் மீது நம்பிக்கை வைக்காதவன் என்று, ஆவிகளில் நான்

> நம்பிக்கைகொண்டு இருப்பவன் என்பதால் நான் கடவுள்கள் மீது நம்பிக்கைகொண்டிருப்பவன் ஆவேன். மெலிட்டஸ், இந்த வகையில்தான் நீ என்னைக் குற்றம் சுமத்தி வந்துள்ளாய். ஒன்று, எனது திறமையை சோதிப்பதற்காக அல்லது என்மீது குற்றம் சொல்வதன் மூலம் நீ எவ்வளவு தூரம் தவறிழைத்துள்ளாய் என்பதைக் காட்டுவதற்காக நீ அவ்வாறு செய்துள்ளாய். ஆவி மீதும் தெய்வீகப் பொருள்கள் மீதும் நம்பிக்கையுள்ள ஒருவன் ஆவிகளிலும் கடவுள் களிலும் நம்பிக்கையற்றவன் என்று கூறுவதன் மூலம் கடுகளவு அறிவுள்ளவனைக்கூட உன்னால் ஏமாற்ற முடியாது.

இவ்வாறு குறுக்கு விசாரணைகள் மூலமாக சோக்ரடீஸ் கடவுள் நம்பிக்கை அற்றவர் என்ற மெலிட்டசின் குற்றச்சாட்டுக்கு சோக்ரடீஸ் பதிலளித்தார்.

எவ்வாறான சூழ்நிலைகளில் தம்மீது குற்றச்சாட்டுகள் முன்வைக்கப்பட்டன என்பதை அனுபவ அறிவுக்குப் பொருந்தக் கூடிய வகையில் நீதிபதிகளுக்கு சோக்ரடீஸ் விளக்கினார். தவறான முன்முடிவு கொண்ட சிலரால், அவருக்கு எதிராகச் சோடிக்கப் பட்ட குற்றச்சாட்டுகள்தாம் இவை என்பதைத் தமது வாதங் களின் மூலம் சோக்ரடீஸ் நிறுவ முயன்றார்.

சோக்ரடீசுடைய உரை சொற்சிலம்பப் பண்புகளைக் கொண்டதாக இருந்ததெனச் சில வேளைகளில் கூறப்பட்டாலும் சோக்ரடீஸ் தமது பேச்சை வழக்கமான முறையில் நடத்திச் சென்றார். அலங்காரத்தைவிட உண்மை தேடும் நோக்கு அவருடைய உரையில் இருந்தது. மேலும் வழக்குமன்றத்திற்கும் வழக்கு விசாரணைக்கும் அவர் புதியவர். தமது பேச்சைத் தொடங்கும் போது அவர் பின்வருமாறு குறிப்பிட்டார்.

> எழுபது வயதைத் தாண்டிய பின்னர் நான் நீதிமன்ற விசாரணைக்கு வந்துள்ளேன். முன்னெப்போதும் இந்த இடத்திற்கு நான் வந்த தில்லை. இந்த நீதிமன்றத்தில் எவ்வாறு பேசவேண்டும் என்று எனக்கு எதுவும் தெரியாது. அதனால் இந்த இடத்திற்குப் புதிய ஒருவன் எவ்வாறு தனது சொந்த மொழியைத் தனக்கு உரிய மொழிநடையில் பேசுவானோ அவ்வாறு பேசுகிறேன்.

இதற்காக என்னை நீங்கள் மன்னிக்க வேண்டும். எனது கோரிக்கை நியாயம் அற்றது என்று நீங்கள் கருதுகின்றீர்களா? எனது பேச்சு நன்றாக அமைந்துள்ளதா, அமையவில்லையா என்பது அல்ல இங்கு பிரச்சினை. எனது வார்த்தைகளிலுள்ள உண்மைகளை மட்டுமே சிந்தியுங்கள். பேசுபவன் உண்மையைப் பேச வேண்டும். நீதிபதிகள் நீதியான தீர்ப்பை வழங்க வேண்டும்.

இந்த வார்த்தைகளை விகடமாகவோ, மற்றவர்களை இகழ்வதற் காகவோ கூறவில்லை. திறந்தமனதுடன் தமது கருத்துகளை அங்கு சோக்ரடீஸ் முன்வைத்தார் (கோல்மன் பிலிப்சன், 1928).

சடங்குகளும் சமய நம்பிக்கையும்

கடவுளர் நம்பிக்கை தொடர்பாக சோக்ரடீஸ் மீது தொடுக்கப் பட்ட குற்றச்சாட்டின் உண்மையான பொருள் என்ன? இது பற்றிய விவாதங்கள் இன்னும் தொடர்கின்றன. கிரேக்க கலாசாரத்தின் அணுகுமுறை இன்றி இதற்குத் தீர்வு காண்பது எளிதல்ல. கடவுள் நம்பிக்கை, நாத்திகம் என்ற சொற்கள் குறிப்பதென்ன? இவை இன்று கொள்ளப்படும் கருத்தில் அன்று இருக்கவில்லை. கிறிஸ்தவ அல்லது வேறு சமயங்களின் கருத்து களைக்கொண்டு பார்ப்பதாலும் இது தீர்க்கப்படக்கூடியதல்ல.

கிரேக்கச் சமயம் அதன் எதார்த்த வடிவில் குடிமைப் (சிவில்) பண்பைக்கொண்டது. நகரசபை அல்லது உள்ளூர் அரசியல் கட்டமைப்புதான் அந்தச் சமூகத்தை நிர்ணயிக்கிறது (சமயம் அல்ல). வழக்காறுகளை ஒருவர் கடைப்பிடிப்பதிலிருந்துதான் கிரேக்க சமயத்தன்மை அளவிடப்படுகிறது. உங்களுடைய சமயப் பற்றை அல்லது சமயப் பற்றின்மையை நீங்கள் சார்ந்துள்ள 'நகரம்' தான் தீர்மானிக்கிறது. அன்றி, உங்கள் நம்பிக்கை அல்லது நம்பிக்கையின்மையால் அது தீர்மானிக்கப்படுவதில்லை.

கிரேக்க நகர சமூகத்தின் சமய நம்பிக்கைகளையும் சடங்கு களையும் பற்றி மாறுபட்ட கருத்துகளையும் சோக்ரடீஸ் பேசினார். அப்போதைய கிரேக்கர் விரும்பியது போல சுய இலாபங்களுக்காகக் கடவுளைப் பிரார்த்தனை செய்வதையும் பலிகள், சடங்குகள் நிகழ்த்துவதையும் அவர் ஏற்கவில்லை.

'சுயநலமற்ற வழிபாடு' ஒன்றைப் பற்றி அவர் பேசினார் (எம். கோர்டானோ, சகரியா, 212 இ.த.).

கிறிஸ்தவ சமயத்திற்கு முற்பட்ட கிரேக்க சமயம் என்று பார்க்கும் போது இந்த வேறுபாடு மிகவும் தெளிவானது. கிறிஸ்தவம் 'நம்பிக்கையை' ஆழமான நிறுவனமாகக் கொண்ட சமயம். எல்லா ஆப்ரஹாமிய சமயங்களையும் இந்த வகையீட்டினுள் வைக்கலாம். கிமு 5ஆம் நூற்றாண்டு கிரேக்க சமயம் தொன்மை யினாலும் உள்ளூர் மரபுகளாலும் நிர்ணயிக்கப்பட்டிருந்தது. சமய நூல்களும் வரையறுக்கப்பட்ட கோட்பாடுகளும் இல்லாததால் இணங்கிச் செல்லும் தன்மை பல ஆயிரம் ஆண்டுகள் அதற்கு இருந்தது. காலத்துக்குக் காலம் பல புதிய விடயங்களையும் அது ஏற்றுக்கொண்டது. பல்லிறைவாதத்தை அது பிரதிபலித்த போதும் 'பல்லிறைவாதம்' என்ற பதத்தால் மட்டும் தொன்மை கிரேக்கச் சமயத்தை விளக்குவது போதுமானதல்ல. கிரேக்க சமயத்தை 'கிரேக்கச் சமய இயல்புகள்', 'கிரேக்கச் சமய அனுபவங்கள்' என்று கூறுவதுதான் அதிகம் பொருத்தமுடையது.

தொன்மை அரபியரின் கடவுளர் கோட்பாட்டிலும் பலதெய்வ வாதம், விண்பொருள்கள் வழிபாடு, கல் வழிபாடு போன்றவை பரவலாக இருந்தன. ஓர் ஒழுங்கமைக்கப்பட்ட சமய நிறுவன அமைப்பும் அங்கிருக்கவில்லை (பார்க்க: எம். எஸ். எம். அனஸ் 2021). கிரேக்கக் கடவுளர் வழிபாட்டுக் கருத்துகளை மூன்றாக வகுக்கலாம்:

1. மனித உருவமைந்த மனிதத்தன்மை வாய்ந்த கடவுள்களின் மீது நம்பிக்கை வைத்தல்.
2. நன்நிமித்தக்குறி உரைத்தலில் நம்பிக்கை வைத்தல்.
3. விண்பொருள்களில் தெய்வீகப் பண்புள்ளது என்ற நம்பிக்கை.

பாரம்பரியமான கடவுளர்கள் நம்பிக்கையை மறுக்கும் போக்கு கிரேக்கத்தில் இருந்துள்ளது. இதுதான் நாத்திகம் என்ற பொருளில் குறிப்பிடப்படுகிறது. மனித உருவமைந்த கடவுள்களை ஷெனோபன் நிராகரித்தார்.

விண்பொருள்களில் தெய்வீகப் பண்புகள் உள்ளன என்ற நம்பிக்கையை அனக்சகோரஸ் மறுத்தார். அந்த இருவரும் பண்டைய கிரேக்க மரபின் மீதான நம்பிக்கையை மறுத்தனர்.

சோக்ரடீசும் இத்தகைய கிரேக்க மரபை நிராகரித்தவராகவே கருதப்பட்டிருக்க வேண்டும்.

அனக்சகோரஸ், சோக்ரடீஸ், எப்பிக்கூரஸ் போன்ற கிரேக்க சிந்தனையாளர்களின் கடவுள் தொடர்பான நம்பிக்கைகளை 'நாத்திகம்' என்று முத்திரை இடவேண்டிய அவசியம் இல்லை. 'சமயம்', 'நம்பிக்கை' என்ற விடயங்கள் கிறிஸ்தவ மரபிற்குரியன. வில்லியம் பி. அல்ஸ்ட்டன், ரொட்னி நீதாம் போன்றவர்கள் இந்தக் கருத்தை முன்வைக்கின்றனர். இப்போது கூறப்படும் 'சமயம்' என்ற எண்ணக்கரு கிறிஸ்தவ யுகத்துக்கு முற்பட்ட தொன்மை கிரேக்கத்திற்குப் பொருத்தமற்ற சொல்.

யூத-கிறிஸ்தவ பண்பட்டுத் தாக்கத்தோடுதான் 'நம்பிக்கை' (பிலீவ்) என்ற கருத்தைப் பிரதிபலிக்கும் பதங்களும் அறிமுகமாகி யுள்ளன. 'சடங்கு யுகத்'தின் போது நம்பிக்கை முக்கிய கருத்தாக இருக்கவில்லை என்பது இதன் பொருள். சடங்குமுறை உள்ள காலத்தில் கடவுள்மீது நம்பிக்கை இல்லாமையும் ஒரு பகுதியாகவே கணிக்கப்பட்டுள்ளது. தொன்மை கிரேக்கத்தில் சமயச்சடங்குகளே ஆதிக்கம் செலுத்திவந்துள்ளன, இறையியல் அல்ல. சமயச்சடங்கு நடவடிக்கைகளில் மாற்றம் ஏற்படுத்தாத நிபந்தனையுடன் நாத்திகம் அல்லது சமயப் பற்றின்மைக்கு அங்கீகாரம் இருந்தது.

அதாவது கோட்பாட்டளவில் அது நின்றுவிட வேண்டும். கடவுளரைக் கௌரவிக்க நடத்தப்படும் சடங்குகளில் அது தாக்கத்தை ஏற்படுத்தக் கூடாது (அலெக்சாண்டர் மீர், 2009). ஏதெனிய வழிபாட்டுச் சடங்குகளில் ஒருவர் பங்கேற்காது விட்டிருந்தால் ஏதெனியரின் சமய எதிர்பார்ப்பு ஒன்றை அவர் நிறைவேற்றத் தவறியுள்ளார் என்று பொருள்.

கிரேக்கத் தொன்மங்களில் இருந்த பயங்கர ஒழுக்கக்கேடான கதைகளைச் சோக்ரடீஸ் கண்டித்துள்ளார். அவ்வாறு கண்டித்தால் தமக்கிருந்த மக்கள் ஆதரவு குறைந்துவிடுமே என்பதை அவர் கருத்தில் கொள்ளவில்லை. தாம் நிகழ்த்தும் உயிர்ப் பலிகளுக்கு ஏதெனிய மக்கள் கடவுளரிடமிருந்து உதவிகள் கிடைக்கும் என்று நம்பினர். 'பரிசுக்குப் பகரமாகப் பரிசு வழங்குதல்' என்ற பாரம்பரிய நியாயம் ஒன்றை இதற்காக மக்கள் பயன்படுத்தினர்.

பரிசு வழங்குவதன் மூலம் நீங்கள் கடவுளைக் கடனாளியாக்கு கிறீர்கள் என்பது இதன் பொருள் (அன்னா லான்ஸ் ட்ரோம், 2010).

உயிர்ப் பலிகளுக்குப் பதிலாக கடவுளர்கள் உதவுகின்றனர் என்ற மக்களின் நம்பிக்கையை சோக்ரடீஸ் நிராகரித்தார். கடவுளர்கள் நீதிக்குக் கட்டுப்பட்டிருப்பதனால் மக்களின் நீதியற்ற விருப்பங்களை கடவுளர் நிறைவேற்றப் போவதில்லை என்றார். உண்மையில் பலியிடும் வழிபாட்டை சோக்ரடீஸ் முற்றாக மறுக்கவில்லை. ஆனால் பொருள்ரீதியான பலிகள், அர்ப்பணங்கள் ஊடாக கடவுளுக்கு இலஞ்சம் வழங்குவதையே அவர் எதிர்த்தார். கடவுளைக் கௌரவிப்பதற்காக அல்லது நன்றி செலுத்துவதற்காக இது நிகழ்த்தப்பட்டாலும் இது ஒரு தவறான கொடுக்கல்-வாங்கல் என்றே சோக்ரடீஸ் கருதினார். சோக்ரடீசின் கருத்துப்படி கடவுளரைக் கௌர விப்பதற்கான சிறந்த வழி தத்துவரீதியான சுய-விசாரணைதான். அதேவேளை பலிகொடுத்தல் ஒரு முக்கிய சமூகச் செயற்பாடு என்பதில் சோக்ரடீசுக்கு உடன்பாடு இருந்தது.

மெக்பராம் கூறுவது போல தீவிரமாகவும் வேறுபட்ட விதத்திலும் சோக்ரடீஸ் நடந்துகொண்டார். பலி, கௌரவம், நன்றி என்ற பெயரில் கடவுளர்க்கு கையூட்டு வழங்குவது தவறு என்று கூறியதோடு நல்லெண்ணம் இன்றிப் பலிகள் கொடுப்பது தவறு என்றும் கருதினார். அளவு மீறிய செல்வத்தை அடைவதற்காகவும் அரசியல் அதிகாரத்தைப் பெறுவதற்காகவும் பலிகள் செய்வது அடிப்படையில் தவறான செயல் என்றார் (மேலது, 2010).

தொன்மைக் கிரேக்கத்தில் செல்வாக்குப் பெற்றிருந்த பல தெய்வ வாதத்தை விடவும் தொன்மயியலைவிடவும் வழிபாட்டுக் கொள்கைகளைவிடவும் சோக்ரடீசின் சமய நம்பிக்கை வேறுபட்டிருந்தது (எஃப். ஜே. சர்ச், 1946). கிரேக்கத் தொன்மங் களிலிருந்த பயங்கர ஒழுக்கக்கேடான கதைகளை சோக்ரடீஸ் கடுமையாகக் கண்டித்தார்.

தாம் கடவுள் மறுப்பாளரா அல்லது கடவுள் பக்தி உள்ளவரா என்பதை சோக்ரடீஸ் தெளிவுபடுத்தவில்லை. கடவுள் நம்பிக்கை என்ற பொதுவான கருத்தை அவர் நிராகரித்ததற்கான சான்றுகளும்

இல்லை. ஆனால் விசாரணையின் போது என்னைக் குற்றம் சாட்டுபவர்கள் நம்பாவிட்டாலும் நான் கடவுளை நம்புகிறேன், எனக்குச் சிறந்தது எதுவோ, உங்களுக்குச் சிறந்தது எதுவோ அதைக் கடவுள் தீர்மானிப்பார் என்றும் சோக்ரடீஸ் குற்றச்சாட்டாளர்களைப் பார்த்துக் கூறினார்.

சோக்ரடீஸ் கடவுள் நம்பிக்கையை மறுத்தார் என்பதற்குக் குறிப்பிடத்தக்க சான்றுகள் இல்லை. அவரது கடவுள் நம்பிக்கை ஏக (ஒரு) கடவுள் கொள்கைக்கு நெருங்கியதா என்றும் ஒரு கேள்வி உள்ளது. அவருடைய கடவுள் கோட்பாடு பிளேட்டோவின் கடவுள் கோட்பாட்டுடன் ஒத்தது என்பது சிலருடைய கருத்து. கடவுள் நல்லவர். எல்லா நன்மைகளும் கடவுளிடமிருந்தே வருகின்றன. தீமைகள் கடவுளிடமிருந்து வருவதில்லை. கடவுள் யாரையும் ஏமாற்றுவதில்லை போன்ற கருத்துகளைப் பிளேட்டோவின் கடவுள் கோட்பாட்டில் அவதானிக்கலாம் (மேலது, 1946).

வழிபாட்டு முறைகள்

சோக்ரடீசின் சமய நிலைப்பாட்டைச் சரியாகத் தீர்மானிப்பதில் சில பிரச்சினைகள் இருப்பது போலவே, கிரேக்கத்தின் குறிப்பாக ஏதெனிய நகரச் சமயம் பற்றியும் பேசப்பட வேண்டியவை உள்ளன. 'சமயம்' (ரெலிஜென்) என்ற தற்காலக் கருத்திற்கும் கிரேக்க சமயத்திற்கும் இடையில் பல வேறுபாடுகள் உள்ளன.

தொன்மைக் கிரேக்கத்தில் சமயக் குற்றச் செயல்கள் கடவுள் களுக்கு எதிரானவையாக மட்டும் இருக்கவில்லை, நகரத்திற்கும் எதிரானவை என்றும் அவை கருதப்பட்டன. சடங்குகளும், சமய விழாக்களும், பலிகளும் வழக்கமாக நடைபெறும் பல்லிறைவாத சமூகத்திலேயே சோக்ரடீஸ் வாழ்ந்தார். அந்தச் சமூகத்தின் கடவுள் கருத்துப்படி கடவுள் உலகைப் படைக்கவில்லை. பண்டைய கால கடவுள் மரபில் முடிவற்றவன், எல்லாம் வல்லவன் என்ற பண்புகளைக் கடவுளர் பெற்றிருக்கவில்லை.

பல்வேறு வழிபாடுகள், நம்பிக்கைகள், வழக்காறுகள், தொன்மங்கள் பலிகொடுத்தல்கள் என்பவற்றை உட்படுத்திய பல்சமய வடிவத்தையே 'கிரேக்க சமயம்' பிரதிபலித்தது. பல சமயக் குழுக்களும் வழிபாட்டுப் பிரிவுகளும் (கல்ட்) இவற்றுள்

அடங்கியிருந்தன. செயூஸ் தலைமைக் கடவுளாகக் கருதப்பட்டது. எல்லாம் வல்ல, எல்லாம் நல்ல என்ற பெரும் சக்திபடைத்த கடவுள் அல்ல. மனிதர் போல அவர்கள் விதிக்குக் கட்டுப் பட வேண்டியிருந்தது. கடவுள்களில் பல மனிதப் பண்பேற்றத்தைப் பெற்றிருந்தன.

விசாரணையின் பல சூழ்நிலைகளில் தாம் சமய எதிர்ப்பாளர் அல்ல என்றும் கடவுள் நம்பிக்கை தொடர்பாகத் தம்மீது குற்றம் சுமத்த எந்த முகாந்திரமும் இல்லை என்றும் சோக்ரடீஸ் கூறினார். தமது உரையில் தாம் ஒரு கடவுள் பற்றாளர் என்பதை அவர் மக்களுக்கு எடுத்துரைக்க முற்பட்டார். எனினும் சோக்ரடீசின் கடவுள் நம்பிக்கை கிரேக்க மக்களின் வரலாற்று ரீதியான சமய நம்பிக்கை களைப் பிரதிபலிக்கவில்லை.

கடவுளரைக் கௌரவப்படுத்துவதை ஏதெனிய மக்கள் முக்கிய வழிபாடாகவும் சடங்காகவும் நிறைவேற்றி வந்தனர். கடவுளரைக் கௌரவிக்கத் தவறினால் தாங்கள் அழிக்கப்படுவோம்; தமது குடும்பத்தினர் அழிக்கப்படுவர் என்று அவர்கள் அஞ்சினர். அதனால் மக்கள் பலிச் சடங்குகளில் அதிக ஆர்வம் காட்டினர். பலிச்சடங்கு விழாக்களில் சோக்ரடீஸ் பங்கு பற்றினாரா என்பது பற்றித் தெளிவான கருத்துகள் இல்லை. அவற்றில் அவர் கலந்து கொள்ளவில்லை என்று அப்போலொஜி கூறுகின்றது. ஷெனோபனின் எழுத்துக்கள் அவர் கலந்துகொண்டதாகக் கூறுகின்றன. அதைச் சுருக்கமாக இங்கு பார்க்கலாம்.

ஏதெனிய நகர மக்கள் வழிபடுகின்ற கடவுளரை நிராகரிக் கின்றார், புதிய தெய்வங்களை அறிமுகம் செய்கின்றார் என்று சோக்ரடீசின் மீது சுமத்தப்பட்ட குற்றச்சாட்டுகளுக்கு ஆதரவான வாதங்கள் என்ன? நகர அரசால் வணங்கப்படுகின்ற கடவுளரை சோக்ரடீஸ் நிராகரிக்கின்றார் என்பதற்குத் தரப்பட்டுள்ள சான்றுகள் என்ன? பலியிடுதல்களை அவர் தொடர்ச்சியாகச் செய்துவந்துள்ளார். இதுவோர் இரகசியம் அல்ல. ஆல்டர் தெய்வத்துக்கான அரச தேவாலயங்களிலும் அவருடைய வீட்டிலும் அவர் இதைச் செய்துள்ளார். நன் நிமித்தக் குறி பார்ப்பதிலும் அவர் ஈடுபட்டார் (ஷெனோபன், மெமொரபிலியா, இ.சி. மெர்சண்ட், பதிப்பு).

7

ஜனநாயகம் என்னும் செல்வந்தராட்சி

நல்லாட்சிக்கான சோக்ரடீசின் விமர்சனங்கள்

சமய எதிர்ப்பாளர் என்று அவர்மீது சுமத்தப்பட்ட குற்றச்சாட்டில் ஒரு தெளிவின்மை அல்லது பலவீனம்தான் காணப்பட்டது. அதே தெளிவின்மைதான் இளைஞர்களை அவர் கெடுத்தார் என்ற குற்றச்சாட்டிலும் இருந்தது. உண்மையில் சோக்ரடீஸ் மீதான குற்றச்சாட்டுகளில் அதிகமானவை தவறான முன்ணெணங்கள் என்ற பாதிப்பற்கு உள்ளானவையாக இருந்தன. சோபிஸ்ட்டுகள் மீது பொதுவாக ஏதெனியர் எதிர்மறை மனப்பான்மையைக் கொண்டிருந்தனர். அவர்களுடைய செயல்பாட்டை மக்கள் ஒருவகைக் குறை மதிப்பீட்டுடன் நோக்கினர். தீய போதனை களாலும் விதண்டாவாத முறைகளாலும் இளைஞர்களின் மனங்களை சோபிஸ்ட்டுகள் திரிபுபடுத்தினார்கள் என்று மக்கள் கருதினர். சோக்ரடீசுக்கு எதிராகக் குற்றப்பத்திரிகை தாக்கல் செய்தவர்கள் சோக்ரடீசை சோபிஸ்ட் குழுவினரில் ஒருவராகவே அடையாளப் படுத்தியிருந்தனர்.

இந்தப் பின்னணியிலேயே சோக்ரடீசையும் சோபிஸ்ட்டு களையும் சமப்படுத்தி தனது உரையில் அனிட்டஸ் சில கருத்துகளை வெளியிட்டான். ஒழுக்க விடயங்கள் மட்டும் அன்றி

தாங்கள் அறியாத வணிகத்தில் யாரும் ஈடுபடுவதில்லை.
ஆனால் எல்லாவற்றிலும் கடினமான, அரசியலில் ஈடுபடுவோர்
தங்களை எல்லாம் அறிந்தவர்களாகக் கருதுகின்றனர்.

\- சோக்ரடீஸ்

அரசியல் கருத்துகளிலும் பல ஒற்றுமைகள் இருந்ததாக அனிட்டஸ் பேசினான். இவை பற்றிய ஐயங்களை வெளியிடுவதிலும் அச்சமின்றிச் சுதந்திரமாகப் பேசுவதிலும் சோக்ரடீசிற்கும் சோபிஸ்ட்டுகளுக்குமிடையில் ஒற்றுமைகள் இருந்தன என்றும் அனிட்டஸ் வாதாடினான். குறுக்கு விசாரணை செய்யும் முறை, சிறந்த விளக்கங்களின் மூலம் விடயங்களை எடுத்துக்காட்டும் விதம், மற்றவர்களின் வாதங்களையும் எடுத்துக்காட்டுகளையும் நிராகரிக்கும்முறை, நகைச்சுவைக்கு இடமளித்துப் பேசுதல், வாதங்களின் நுட்பம், மற்றவர்களின் வாதங்களைத் தவறென நிரூபிக்கும் திறன் போன்றவற்றிலும் சோக்ரடீசிற்கும் சோபிஸ்ட்டு களுக்கும் ஒற்றுமை காணப்படுவதாக குற்றச்சாட்டாளர்கள் கூறினர். இவ்வாறு சோக்ரடீசை சோபிஸ்ட்டுகளில் ஒருவராக்க அனிட்டசும் அவனது தோழர்களும் முயன்றனர்.

பெற்றோர்களை மதிக்க வேண்டாமென பிள்ளைகளுக்கு போதித்தார் என்றும் அறிவு சார்ந்த விடயங்களில் பெற்றோரை விட தம்மையே பின்பற்றும்படி சோக்ரடீஸ் தூண்டினார் என்றும் அனிட்டஸ் தனது பங்கிற்கான குற்றச்சாட்டுகளை முன் வைத்தான். தனது மகனே இவ்வாறு நடந்துகொண்டதாகத் தனது சார்பில் இருந்தே அனிட்டஸ் எடுத்துக்காட்டுகளைக் காட்டினான். தான் வழங்கிய ஆலோசனைகளைத் தனது மகன் மறுத்து வந்ததாகவும் அவன் கூறினான். அனிட்டசின் மகன் அனிட்டசுடன் பணிவின்றி நடந்துகொண்டமை பற்றிய கருத்து நடுவர்களின் கவனத்தைப் பெற்றது.

சில நடுவர்கள் இதை ஒரு முக்கியமான குற்றச்சாட்டாகக் கருதினர். உண்மையில், தவறான கருத்துகளை அல்லது அறியாமைக்குரிய விடயங்களைக் கூறி, பெற்றோர் பிள்ளைகளை வழி நடத்துவது தவறு என்று தம்மோடு பழகிய இளைஞர்களிடம் சோக்ரடீஸ் கூறியிருந்தார். பெற்றோர் மட்டுமன்றி, ஏனைய உறவினர்கள் அவ்வாறு செய்தால் அவர்களையும் தாம் கண்டிப்பதாக நண்பர் களிடம் கூறும் வழக்கமும் அவருக்கு இருந்தது.

அரசியல் சர்ச்சை

மேலும் சோக்ரடீஸ் நடைமுறையிலுள்ள ஜனநாயக நிறுவனங் களையும் ஆட்சியாளர்களையும் தொடர்ந்து விமர்சித்து வந்தார்.

அதே நேரத்தில் அவர் நேரடி அரசியலிலிருந்து ஒதுங்கியிருந்தார். ஆனால் ஜனநாயகத்தைவிட சர்வாதிகாரத்தை ஆதரித்துக் கருத்துகளை வெளியிட்டார் என்பதில் உண்மை இருந்தது. வாக்களிப்பு முறையில் நடந்த நீதிபதிகளின் தேர்வையும் அதே முறையில் ஏனைய நிர்வாக அதிகாரிகளைத் தேர்வு செய்ததையும் அவர் விமர்சித்தார்.

இந்த வழக்கில் தவிர்க்க முடியாத வகையில் முன்வைக்கப் பட்ட குற்றச்சாட்டாக நண்பர்களுடனான சோக்ரடீசின் தொடர்புகளைக் குறிப்பிடலாம். இதில் எலிஸிபியார்டஸ் உடனான தொடர்பு முக்கிய இடத்தைப் பெறுகின்றது. அந்நிய தேசம் ஒன்றுக்கு நாட்டைக் காட்டிக் கொடுத்தவன் என்ற குற்றச்சாட்டு அவன்மீது இருந்தது. மற்றொரு நண்பரான கிரிட்டியாஸ் மிகவும் பயங்கரமான 30 சர்வாதிகாரிகளுள் ஒருவனாவான். இவன் இரத்த வெறியோடு அலைபவனாகக் கருதப்பட்டான். சாமிடஸ் 30 சர்வாதிகாரிகளுள் ஒருவன். இவ்வாறு இன்னும் சிலருடைய பெயர்களும் மன்றத்தில் கூறப்பட்டு அவர்களுடைய குற்றங்களுக்கும் தவறான நடத்தைகளுக்கும் சோக்ரடீஸ் மீது பழி சுமத்தப்பட்டது.

விசாரணைகளிலும் குறுக்கு விசாரணைகளிலும் தெரிவிக்கப் பட்ட கருத்துகளில் அடிக்கடி சோக்ரடீஸ் சோபிஸ்ட்டுகளுக்குச் சமமாக ஒப்பிடப்பட்டார். சோபிஸ்ட்டுகளையும் தம்மையும் ஒப்பிடுவதில் சில ஒற்றுமைகள் காணப்படலாம் என சோக்ரடீஸ் ஒப்புக்கொண்டார். எனினும் மேலோட்டமான ஒற்றுமைகளை மட்டும் கருத்தில்கொண்டு பாரபட்சமான முடிவுகளை நீதிபதிகள் எடுக்கக்கூடாது என்றும், தமக்கும் சோபிஸ்ட்டுகளுக்கும் இடையில் பல வேற்றுமைகள் இருப்பதாகவும் சோக்ரடீஸ் கூறினார். ஏதெனிய குடிமக்களோடு எப்போதும் தாம் உரையாடல்கள் நடத்திவந்தாலும் ஒருபோதும் தனிப்பட்ட வகையில் தாம் யாருக்கும் போதனை செய்யவில்லை என்றார். மேலும் தாம் பணம் பெற்றுக்கொண்டு யாருக்கும் போதிக்க வில்லை என்பதையும் தமது மறுப்புரைகளில் அழுத்தம் திருத்தமாக அவர் கூறினார். அத்தோடு ஒரு தகுதியான ஆசான் தனது போதனைகளுக்காகக் கட்டணம் அறவிடுவது கண்ணிய மானதல்ல என்றும் கூறினார்.

அவமரியாதைக்கும் நிந்தனைக்கும் உரிய வகையில் குற்றச் சாட்டாளர்கள் சோக்ரடீஸைக் குற்றவாளியாக்க முயன்றனர். ஆனால், குற்றம்சாட்டியவர்களால் போதிய சாட்சியங்களை முன்வைக்க முடியவில்லை. எனினும் குற்றச்சாட்டுகான பதில்களை சோக்ரடீஸ் தமது இயல்புக்கு ஏற்ற விதத்தில் நீதிபதி களுக்கு அளித்தார். மேலும் தமது போதனைகள் சோபிஸ்ட்டுகள் வழங்கிவந்த போதனை முறைகளில் இருந்து வேறுபட்டவை என்பதையும் அவர் விளக்கிக் கூறினார். சோபிஸ்ட்டுகள் தங்களை அறிவாளிகள் என்று கூறிக்கொண்டது போலத் தாம் அறிவாளி என்று தம்மை ஒருபோதும் கூறிக்கொள்ளவில்லை என்றார். அவர்களைப் போல் பல்வேறு அறிவு வகைகளை வழங்கும் ஒரு தொழில்சார் போதனையாளராக ஒரு போதும் தாம் இருந்ததில்லை என்றும் அவர் கூறினார்.

சோபிஸ்ட்டுகளின் போதனை முறைகளால், அரசியல்வாதிகள், நாவன்மையாளர்கள், கருத்து முரண்பாட்டாளர்கள் என்று பலவகைத் திறமையாளர்கள் உருவாக்கப்பட்டனர். தமது போதனைகள் அவ்வாறானவையல்ல என்றும் அவர் கூறினார். மற்றவர்களை நோக்கிக் கேள்விகள் எழுப்புவதே தமது முதன்மை யான போதனைமுறை என்று அவர் கூறினார். 'உண்மையில் அவர்களுக்கு அவை பற்றி எதுவுமே தெரியாது என்பதை அவர்களுக்கு உணர்த்தினேன். இதன் மூலம் பேரறிவையும் உண்மையையும் தேடுவதற்கு அவர்களை நான் தூண்டினேன். உலகியல் செல்வங்களைக் கைப்பற்றி அனுபவிப்பதை வாழ்வாகக் கருதுவதைவிட உயர்ந்த ஒழுக்கங்களில் கவனம் செலுத்தும்படியும் அவர்களின் ஆன்மாக்களை முழுமை பெறச் செய்யும்படியும் நான் அவர்களுக்குப் போதித்தேன்' என்றார்.

ஆனாலும், வழக்கு விசாரணையில் சோபிஸ்ட்டுகளோடு தொடர்புபடுத்தி அவர்மீது கொண்டுவரப்பட்ட குற்றச்சாட்டு களுக்கு நீதிபதிகள் திருப்திப்படும் வகையில் சோக்ரடீஸ் பதிலளிக்க வேண்டியிருந்தது. இந்தக் குற்றச்சாட்டுகள் நீண்ட காலமாக அவர்மீது சுமத்தப்பட்டு வந்தவையாகும்.

இது தொடர்பாக அவர் தமது வாக்குமூலங்களின் வழியாக நோக்கம், முறை, கண்ணோட்டம், இலக்கு போன்றவற்றின்

அடிப்படையில் சோபிஸ்ட்டுகளிலிருந்து தம்மை வேறுபடுத்திப் பார்க்கும்படியும் சோக்ரடீஸ் நீதிபதிகளைக் கேட்டுக்கொண்டார்.

தமது விசாரணை முறை புறவயத் தன்மையானது (ஆப்ஜெக்டிவ்) என்றும் சோபிஸ்ட்டுகளினுடைய விசாரணையானது அடிப்படையில் அகவயப் (சப்ஜெக்டிவ்) பண்பைக் கொண்டிருந்தது என்றும் சோக்ரடீஸ் கூறினார். மனிதனின் பேரறிவானது எல்லாவற்றையும் சந்தேகிப்பதில்தான் சார்ந்திருப்பதாக சோபிஸ்டட்டுகள் போதித்து வந்தனர். ஏனெனில் அவர்களைப் பொறுத்தவரை அனைத்தும் எதார்த்தம் அற்றவை, தொடர் மாறுபாட்டில் இருப்பவை. ஆனால், தாம் அனுபவரீதியான தரவுகளையே கவனமாக மதிப்பீடு செய்வதாகக் கூறினார். தெளிவான விளக்கங்களின் மூலம் உண்மையைத் தேடுகின்ற தமது உரையாடல் முறையே சரியானது என்றும் அதையே தாம் பின்பற்றுவதாகவும் கூறினார். மேலும் தமது அணுகுமுறை மனித நடத்தையின் இயல்புகளைக் கவனத்தில் கொண்டது, புத்திபூர்வமானது என்றார். சரி-பிழை, நல்லது-கெட்டது போன்ற வேறுபாடுகளுக்கு சோபிஸ்ட்டுகள் மதிப்பு அளிக்கவில்லை என்றும், மனித நடத்தைகளுக்கு அவர்கள் இடமளிக்கவில்லை என்றும் சோபிஸ்ட்டுகளுக்கும் தமக்கும் இடையிலான வேறுபாடுகள் பற்றி விளக்கமளித்தார்.

வாலிபர்களைக் கெடுத்ததாகத் தம்மீது கூறப்படும் குற்றச் சாட்டுகள் வெறும் அவதூறுகள் என்றார். தமது போதனைகளுக்கும் வாலிபர்களுக்கும் இடையேயிருந்த தொடர்புகளின் தன்மையையும் சோக்ரடீஸ் விளக்கினார். தமது போதனை முறைகளாலும் சமூகத்தில் அறிவாளிகள், கலைஞர்கள் என்று கூறப்படுவோர் மீதான தமது விமர்சனங்களாலும் பலர் அதிர்ச்சி அடைந்துள்ளனர். இந்தத் தாக்கத்திற்கு உள்ளாகியவர்கள்தாம் தம்மீது அவதூறுகளைக் கிளப்பி வருவதாகவும் மன்றத்தில் சோக்ரடீஸ் கூறினார்.

சோக்ரடீஸ் தமது நியாயங்களைக் கூறிவிட்டு, அவரின் போதனைகளுக்கு ஆதரவளித்துவரும் இளைஞர்களைப் பற்றி பேசினார். இளைஞர்களைக் கெடுத்தார் என்ற மெலிட்டசின் குற்றச்சாட்டிற்கு குறுக்கு விசாரணை மூலமாக ஒரு விழிப்பை அவர் ஏற்படுத்த முனைந்தார். இதற்கு ஒரு பீடிகை போல அமைந்த பேச்சின் ஒரு பகுதியை இங்குப் பார்க்கலாம்.

மேலும், பேசுவதற்கு விடயங்கள் உள்ளன. பணக்கார குடும்பத்தைச் சேர்ந்த, செய்வதற்கு வேலை எதுவும் இல்லாத சில வாலிபர்கள் தமது விருப்பப்படி என்னைப் பின்பற்றி வந்துள்ளனர். அறிவாளிகளாகத் தம்மைக் காட்டிக்கொள்பவர் களை நான் விசாரிக்கும் போது அதைக் கேட்க அந்த இளைஞர்கள் ஆசைப்பட்டனர். நான் செய்வதைப் போலவே மற்றவர்களை விசாரிக்கவும் ஆயத்தமாகிவிடுகின்றனர். தங்களுக்கு ஏதோ விடயங்கள் தெரியும் என்று கூறிக்கொள்பவர் களிடம் சென்று அவர்களை விசாரணைக்கு உட்படுத்தி அவர் களுக்குத் தெரிந்தது ஒன்றுமில்லை என்பதை வாலிபர்கள் மிகவும் விரைவில் அறிந்துகொள்ளச் செய்கின்றனர்.

இவ்வாறு வாலிபர்களால் விசாரிக்கப்படுபவர்கள் என்மீது கோபம்கொள்கிறார்கள். வெறுக்கத்தக்க இந்த சோக்ரடீஸ் 'வாலிபர்களைக் கெடுக்கின்றார்' என்று அவர்கள் கூறுகிறார்கள். யாரேனும் அவர்களைப் பார்த்து, என்ன விதத்தில் சோக்ரடீஸ் தவறு செய்துள்ளார் அல்லது கேடு விளைவிக்கக்கூடிய விடயங் களை அவர் போதித்துள்ளாரா என்று கேட்டால் அவர்களிடம் கூற எதுவும் இல்லை. தமது போலித்தனம் வெளிப்படாமலிருக்க எல்லா மெய்யியலாளர்கள் மீதும் சுமத்தப்படுவது போல, புரியாதவற்றைப் போதிப்பதாகவும், நாத்திகம் பேசுவதாகவும், மோசமானவற்றை நல்லவை என்றும் நல்லவற்றை மோச மானவை என்றும் நான் கூறுவதாகவும் என்மீது குற்றம் சுமத்து கின்றனர். ஆனால் அறிவாளிகள் என்று அவர்கள் போட்ட வேடம் கலைக்கப்பட்டதை அவர்கள் ஏற்றுக்கொள்ளவில்லை. இத்தகையவர்கள்தாம் என்னைத் தூற்றுகிறார்கள். தவறான வற்றைக் கூறி எனக்கு எதிராகப் பரப்புரை செய்கிறார்கள் என்று கூறிவிட்டு சோக்ரடீஸ் பின்வருமாறு கூறுகிறார்.

நான் எதையும் மறைக்கவில்லை. திரித்துக் கூறவுமில்லை. ஆனால் நான் வெளிப்படையாகப் பேசுகிறேன். அதனால்தான் இவர்கள் என்னை வெறுக்கிறார்கள். என்மீது குற்றம் சாட்டுவதற்கு இன்னொரு சாராரும் இருக்கிறார்கள். அவர்களின் குற்றச்சாட்டுகளுக்கும் நான் பதில் சொல்ல வேண்டும்.

இவ்வாறு கூறிவிட்டு மெலிட்டசை நோக்கி சோக்ரடீஸ் தமது பார்வையைத் திருப்புகிறார்.

இளைஞர்களைக் கெடுத்தார்

சோக்ரடீஸ் 'இளைஞர்களைக் கெடுப்பவர்' என்று மெலிட்டஸ் ஒரு குற்றச்சாட்டை முன்வைத்தான். அது ஒரு முக்கியமான குற்றச்சாட்டாகும். விசாரணை மன்றத்திலும் இது அதிக கவனத்தைப் பெற்றது. குறுக்கு விசாரணையின் போது சோக்ரடீஸ் இந்தப் பிரச்சினைக்கு முகங்கொடுத்தார். மெலிட்டசை மடக்கி உண்மைகளை வெளிப்படுத்தும் வாதங்களோடு தமது குறுக்கு விசாரணையை சோக்ரடீஸ் ஆரம்பித்தார்.

சோக்: நண்பா, மெலிட்டஸ் நான் உன்னிடம் ஒரு கேள்வி கேட்க வேண்டும். இளைஞர்களுக்குப் பெரிய அளவில் முன்னேற்றங்கள் நடந்திருப்பதாக நீ கூறுகின்றாய் அல்லவா?

மெலி: ஆம் அவ்வாறுதான்.

சோக்: அவ்வாறு முன்னேற்றத்தை ஏற்படுத்தியவர்கள் யார் என்று இந்த நீதிபதிகளுக்குக் கூறு. ஏனெனில் யார் இந்தக் குற்றத்தைச் செய்தவர்கள் என்பதை மிகக் கடுமையாக முயன்று நீ கண்டறிந்திருக்கிறாய். ஆகவே அவர்கள் யார் என்பதை இந்த மன்றத்தில் எடுத்துக் கூறு. ஆனால் மெலிட்டஸ்! நீ மௌனம் சாதிக்கிறாய், எதுவும் பேச வில்லை. இது மிகுந்த கண்ணியக் குறைவானதாகத் தெரிய வில்லையா. இந்த விடயத்தைப் பொறுத்தவரை எந்த விதமான அக்கறையும் உனக்கு இல்லை என்று என்னால் கூற முடியும். பேசு மெலிட்டஸ்! யார் அந்த முன்னேற்றவான்?

மெலி: சட்டங்கள்

சோக்: நான் கேட்பது அதுவல்ல. அதில் முன்னணியில் இருக்கின்றவர்கள் யார்? இதுதான் முன்வைக்கப்பட வேண்டும்.

மெலி: நீதிபதிகள். இந்த வழக்கு மன்றத்தில் வருகை தந்து இருப்பவர்கள்.

சோக்: மெலிட்டஸ், நீ என்ன கூறுகிறாய். அவர்கள் இளைஞர்களை முன்னேற்றுவதற்காகப் போதனை செய்யக்கூடியவர்களா?

மெலி: ஆம்! நிச்சயமாக அவர்களால் முடியும்.

சோக்: என்ன, எல்லோருமா? அல்லது சிலர் மட்டுமா, மற்றவர் யாரும் இல்லையா?

மெலி: எல்லோரும்.

சோக்: கடவுள்மீது ஆணையாக இது ஒரு நல்ல செய்தி. அப்படியானால் எண்ணற்ற முன்னேற்றவாதிகள் காணப் படுகின்றனர். அவர்கள் அனைவரும் முன்னேற்றத்திற்கு உரியவற்றைத்தான் செய்கின்றார்களா?

மெலி: ஆம், செய்கின்றார்கள்.

சோக்: மேலவை உறுப்பினர்கள்?

மெலி: ஆம். அவர்களும்தான்.

சோக்: பொதுச் சபையிலுள்ள உறுப்பினர்களும் சில வேளை கெடுமதியாளர்களாய் உள்ளனரா? அல்லது அவர்களும் இளைஞர்களை முன்னேற்றுவதில்தான் ஈடுபட்டுள்ளார்களா?

மெலி: ஆம். அவர்களும் இளைஞர்களை முன்னேற்றுவதில் தான் ஈடுபட்டுள்ளார்கள்.

சோக்: அப்படியானால், ஒவ்வொரு ஏதெனியரும் இளைஞர் களை முன்னேற்றுகின்றார்கள், உயர்த்துகின்றார்கள். ஆனால், என்னைத் தவிர. நான் மட்டும்தான் அவர்களைக் கெடுக்கின்றேன் இல்லையா? அதைத்தானே நீ வலியுறுத்த விரும்புகின்றாய்?

மெலி: ஆம்! அப்படித்தான்.

சோக்: நீ சொல்வது சரியாக இருந்தால் நான் மிகவும் துரதிர்ஷ்டசாலி. ஆனால் உன்னிடம் ஒரு கேள்வியை நான் கேட்பதாக வைத்துக்கொள். உலகில் எல்லோருமே நன்மை செய்யும் போது ஒரு மனிதன் மாத்திரம் தீமை செய்யலாமா? இளைஞர்களைக் கெடுக்கின்றவர் ஒருவர்தான் என்றால் மற்ற அனைவரும் இளைஞர்களை முன்னேற்றுபவர்கள் என்று கூறினால் மெலிட்டஸ், எனக்கு எதிராக நீ கொண்டு வந்த குற்றச்சாட்டுகள் பற்றி நீ அதிகம் கவனம் செலுத்த வில்லை அல்லவா.

இளைஞர்களைக் கெடுக்கின்றார் என்ற குற்றச்சாட்டுக்கு எதிராக சோக்ரடீஸ் இவ்வாறு தமது வாதங்களை முன்வைத்தார். தமது கருத்துகளுக்கு ஆதரவான சான்றுகளைக் கூறி அவை தவறான குற்றச்சாட்டுகள் என்று மெய்ப்பிக்க முயன்றார். இப்போது வளர்ந்து பெரியவர்களாக இருக்கின்ற கடந்தகால இளைஞர்கள்

ஜனநாயகம் என்னும் செல்வந்தராட்சி ✦ 127

பலரைக் கருத்தில்கொள்ளும்படி அவர் நீதிபதிகளைக் கேட்டுக் கொண்டார். சில நேரம் இளைஞர்களைக் கெடுப்பதாகத் தன்னைக் குற்றம்சாட்டுபவர்களுடைய குடும்பத்தினர், சகோதரர்கள், சுற்றத்தார் என்று எடுத்துப் பார்த்தாலும் அவர்களில் பலர் கெடுக்கப்படாது சிறந்த நிலையில் இருப்பதைக் காணலாம் என்று சோக்ரடீஸ் கூறினார். அவர்களில் பலரைத் தாம் வழக்கு மன்றத்தில் பார்ப்பதாகவும் கூறினார்.

> கிரீட்டோ, அவருடைய மகன் கிரீட்டோபியூலஸ், அஸெச்செனீஸ், என்டிபோன் உள்ளிட்ட என்னுடன் தொடர்புகொண்டிருந்த பலரையும் இந்த வழக்குமன்றத்தில் இன்று நான் பார்க்கிறேன். நிக்கோஸ்டராட்டஸ், தியோடோட்டஸின் சகோதரர், டெமோடோக்கசின் மகன் பரலஸ் ஆகியோரையும் இங்கு நான் காண்கிறேன். இன்னும் பலரையும் என்னால் இங்கு குறிப்பிட இயலும். அவர்களில் பலரை மெலிட்டஸ் தனது உரைகளில் சாட்சியங்களாகக் குறிப்பிட்டுள்ளார். மெலிட்டஸ் அவ்வாறே பெயர்ப்பட்டியல் தரட்டும். பெயர்ப்பட்டியல் தருவதில் மறதி ஏற்பட்டால் நான் ஞாபகப்படுத்துவேன். ஆனால் அவர் சொல்வதற்கு ஏதாவது சாட்சியம் இருக்குமானால், அதை அவர் சமர்ப்பிக்கட்டும்.

இவ்வாறு தமது தரப்பு நியாயங்களையும் நல்லவர்களின் பெயர்ப்பட்டியலையும் மன்றத்தின் கவனத்திற்குக் கொண்டு வந்தார். நான் கூறுவதுதான் உண்மை என்றும் மெலிட்டஸ் இந்த விடயத்தில் பொய்யுரைத்து வருவதாகவும் சோக்ரடீஸ் நீதி மன்றத்தில் வாதாடினார். குறுக்கு விசாரணையின் ஒரு கட்டத்தில் சோக்ரடீஸ் மெலிட்டசைப் பார்த்துப் பின்வருமாறு கேள்வி எழுப்பினார்.

> மெலிட்டஸ், நான் எனது செல்வாக்கைப் பயன்படுத்தி யாரையாவது கெடுத்திருக்கின்றேன் என்று உன்னால் கூற முடியுமா? ஒரு சமயவாதியைச் சமயவாதியில்லாமல் ஆக்கி யிருக்கின்றேன் என்று உன்னால் கூற முடியுமா? தூங்கிக் கிடந்த ஒருவனை நான் வன்முறையாளனாக மாற்றி இருக்கிறேன் என்று உன்னால் கூற முடியுமா? ஒரு சாதாரண குடிகாரனை நான் பெரும் குடிகாரனாக மாற்றியிருக்கிறேன் என்று உன்னால் கூற முடியுமா?

என்று மெலிட்டசை நோக்கி அவர் பல கேள்விகளை எழுப்பினார். மக்களின் வெறுப்பிற்கும் குற்றச்செயல்களுக்கும் எடுத்துக் காட்டாகக் கூறப்பட்ட கிரிட்டியாஸ், சாமிடஸ், எலிசிபியார்டஸ் போன்றவர்களுக்கு சோக்ரடீஸ் போதனையாளராக விளங்கினார் என்று கூறப்பட்ட போது நீதிமன்றத்தில், அது மிகுந்த கவனத்தைப் பெற்றது. இவர்களுடனான சோக்ரடீசின் தொடர்பு பற்றிய விவரங்கள் நீதிபதிகளை அதிகம் பாதித்தன. எனினும் சோக்ரடீஸ் கபடம் அற்றவராகத் தமது கருத்துகளை அங்குக் கூறிக் கொண்டிருந்தார். சோக்ரடீஸ் ஒருபோதும் ஆசிரியர், ஆசான், குரு என்ற தோரணையில் தம்மை அடையாளப்படுத்தியதில்லை.

தாம் அவ்வாறு நினைக்கவில்லை என்று அவர் பல தடவை குறிப்பிட்டுள்ளார். அதனால் அவருக்கு மாணவர்கள் யாரும் இருப்பதற்கு நியாயம் இல்லை. ஆனால், முன்னர் குறிப்பிட்டு இருப்பது போல் பல்வேறு தரப்பினர், பல்வேறு தராதரத்தினர் தமது நோக்கத்திற்காகவும் போதனைகளைப் பெறுவதற்காகவும் அவரிடம் வந்து சென்றனர். சிலர் அவருடைய உரைகளைத் தொடர்ந்து அவதானித்து வந்தனர். சிலர் சீடர்களைப் போல் செயல்பட்டனர்.

இவ்வாறு சொல்வதன் அர்த்தம் அவருடைய சிந்தனைச் செல்வாக்கு யாரையும் பாதிக்கவில்லை என்பதல்ல. ஆனால், சோக்ரடீஸ் திட்டமிட்ட வகையில் மற்றவர்களைக் கெடுக்க வேண்டும் என்ற தீய எண்ணத்தில் போதிக்கவில்லை. தம்மோடு பழகியவர்களைத் தவறான பாதைகளில் அவர் இட்டுச் செல்ல வில்லை. சமூக விரோத சக்திகளாகவும் இரத்தவெறி பிடித்தவர் களாகவும் போருக்கம் உள்ளவர்களாகவும் அவர்களை அவர் மாற்றவில்லை. குடிகாரர்களாகவும் சோம்பேறிகளாகவும் போர் வெறியர்களாகவும் யாரையும் மாற்றும் நோக்கம் அவருடைய போதனைகளில் இருக்கவில்லை. இது சோக்ரடீஸ் சார்பில் வலியுறுத்திக் கூறப்பட வேண்டிய செய்தியாகும். மற்றவர் களுக்குக் கேடு செய்ததாகத் தம்மீது கூறப்பட்டுவந்த குற்றச் சாட்டுகளைச் சோக்ரடீஸ் மறுத்தார்.

குறிப்பாக சோக்ரடீசின் நெருங்கிய மாணவர் எலிசி பியார்டஸ் மீது கூறப்பட்டு வந்த குற்றச்சாட்டுகளுக்குப் போதிய சான்றுகள்

இல்லை என்று அண்மை ஆய்வுகள் விளக்குகின்றன. அதாவது சோக்ரடீசின் மாணவர் அல்லது சீடர் என்ற உண்மையான அர்த்தத்தில் எலிசிபியார்டஸ் குறிப்பிடப்படக்கூடியவர் அல்ல என்று இவை கூறுகின்றன (கோல்மன் பிலிப்சன், 1928).

சோக்ரடீஸ் மீது முன்வைக்கப்பட்ட மற்றொரு குற்றச்சாட்டு அவரோடு தொடர்பு வைத்திருந்தவர்களில் பலர் ஜனநாயக விரோதிகள் என்பதாகும். ஆனால், இதிலிருந்த உண்மை என்னவெனில் இவர்களில் பலர் மேல்தர, செல்வந்த வகுப்பைச் சேர்ந்தவர்கள். அதனால் அவர்கள் பிரபுத்துவ அரசாட்சிமுறைக்குச் சார்பானவர்கள். இதை வைத்துப் பெரிய ஜனநாயக விரோத குற்றச்சாட்டு ஒன்றைச் சோக்ரடீஸ் மீது முன்வைப்பது கடினம். இவர்கள் தவிர இன்னும் பலர் ஜனநாயக ஆதரவாளர்களாக இருந்துள்ளனர். செரபோன் அவர்களில் ஒருவர்.

இவ்வகையானவர்களைப் பற்றிச் சோக்ரடீஸ் தமது வாதங் களில் எடுத்துக் கூறினார். அவர்மீது முன்வைக்கப்பட்ட மற்றொரு குற்றச்சாட்டு சோக்ரடீசின் போதனைகளால், பிள்ளைகள் பெற்றோருக்குப் பணிவதற்கு மறுத்தனர் என்பதாகும். சோக்ரடீசின் பேரறிவுக்கும் போதனைகளுக்கும் மட்டும்தான் பிள்ளைகள் பெரும் பணிவு காட்டினர் என்றும் அவர்கள் பெற்றோர்களை மதிக்கவில்லை என்றும் மன்றத்தில் எடுத்துக் கூறப்பட்டது.

சோக்ரடீஸ் இதற்கு பதில் அளித்தார். 'கல்வி என்ற நோக்கில் நான் இதை ஏற்றுக்கொள்கிறேன். அது எனது அறிவுச் செயற் பாடுகளில் ஒரு அம்சமாக இருந்ததை நான் நன்கறிவேன். மக்களின் உடல்நலம் பற்றிய விடயத்தை நாம் எடுத்துக் கொண்டால், தனது பெற்றோர் என்ன நினைக்கின்றனர் என்பதை விட நோயாளி மருத்துவர் மீதுதான் நம்பிக்கை வைப்பான். ஏதெனிய மக்கள் மன்றத்தைப் பொறுத்தவரை ஆழமான பேரறிவைப் புலப்படுத்து கின்ற வாதங்களை யார் முன்வைக் கிறார்களோ அவர்களைத்தாம் ஏதெனிய மக்கள் கவனத்தில் கொள்வார்கள், அன்றித் தமது சொந்த உறவினர்களை அல்ல. படைத்தளபதிகளைத் தேர்வு செய்யும் போது படைத் தளபதி களாக இராணுவப் பயிற்சியில் போதிய அறிவும் அதிகாரமும் உள்ளவர்களைத் தேர்வு செய்வீர்களா அல்லது உங்கள்

பெற்றோர்களையும் உங்கள் சகோதரர்களையும் நீங்கள் தேர்வு செய்ய முன்வருவீர்களா?' என்று சோக்ரடீஸ் எழுப்பிய கேள்விகளுக்கு சந்தேகம் இல்லை; அது அவ்வாறுதான் நடக்கும் என்று மெலிட்டஸ் சாதகமாகப் பதில் கூறினான்.

ஆகவே எல்லாச் சூழ்நிலைகளிலும் சிறந்த ஒருவருக்குத்தான் உரிய இடம் வழங்க வேண்டும். உண்மையில் அதுதான் நடக்க வேண்டும் என்று ஒரு சூழ்நிலையில் சோக்ரடீஸ் கூறினார். ஆனால், எனது விடயத்தைப் பொறுத்தவரை கல்வி தொடர்பாகப் பெரும் அறிவுக்களஞ்சியமாகச் சிலர் என்னைக் கருதுகிறார்கள். அதன் காரணமாகவே நான் கொல்லப்படுவதற்குத் தகுதியானவன் ஆகின்றேன் என்று பதில் கூறினார். மக்களுக்குத் தாம் வழங்கிய கல்வியின் உயர்வு பற்றியும், தமது கல்விப் போதனைகளை மக்கள் ஏற்றுள்ளார்கள் என்பது பற்றியும் மெலிட்டசைப் பார்த்து சோக்ரடீஸ் கூறினார். அங்கு கூறப்பட்ட கருத்துகளால் அவர் பெருமிதம் அடைந்திருக்கலாம்.

நாகரிகமும் சட்ட ஒழுங்கும் உள்ள ஒரு நாட்டில் மனசாட்சிக்கு ஏற்ற விதத்தில் இளைஞர்களின் கல்வி மேம்பாட்டிற்காக ஒருவர் போதிப்பது தண்டனைக்குரிய குற்றமல்ல. இளைஞர்களின் பெற்றோர்கள் பெற்றிருந்த அறிவைவிட மேலதிகமான அறிவைப் பிள்ளைகளுக்கு வழங்குவதை ஒரு குற்றச்செயலாகக் கருத முடியாது. கல்வி தனி ஆள் ஒருவருக்குத் தேவையான அறிவைப் பெற்றுத்தரும் சாதனம். சமூக அரசியல் முன்னேற்றத்துக்கு கல்வி இன்றியமையாததாக இருந்தது. அதனால் கிரேக்கக் கல்வியில் சோக்ரடீசுக்கு ஓர் அக்கறை இருந்தது.

சோக்ரடீசின் கல்விப் போதனைகள் தொடர்பாகக் குற்றச்சாட்டாளர்கள் முன்வைத்த குற்றச்சாட்டுகள் பொருத்தமானவையாக இருக்கவில்லை. சோக்ரடீசும் தமது வாதங்களில் இந்தக் கருத்துகளையே வெளிப்படுத்தியிருந்தார்.

அரசியல் எதிர்ப்பாளர் எனும் குற்றச்சாட்டு

சோக்ரடீஸ் மீது கொண்டுவரப்பட்ட மற்றொரு குற்றச்சாட்டு அவர் பொது வாழ்க்கையை அல்லது அரசியல் வாழ்க்கையைத் தவிர்த்து வருகின்றார் என்பதாகும். இதன் பின்னணியை

சோக்ரடீஸ் நீதிமன்றத்தில் விளக்கினார். தாம் தனிப்பட்ட முறையில் மற்றவர்களின் விவகாரங்கள் தொடர்பாக விரிவான ஆலோசனைகள் வழங்கி, உரைகள் ஆற்றிவந்துள்ள போதும், பொதுமக்கள் சார்பான அரசியல் பேரவைக்கும் அரசாங்கத்தின் ஏனைய அவைகளுக்கும் ஓர் உறுப்பினராகத் தெரிவு செய்யப்பட வில்லை என்றார். அங்கு சென்று எதையும் சாதிக்கவில்லை என்றும் சோக்ரடீஸ் கூறினார்.

ஏன் அவ்வாறான பணிகளைத் தவிர்த்து வந்தீர் என்று கேட்டபோது தமக்கு ஆலோசனை வழங்கும் தெய்வீகக் குரல் அதைத் தடுத்துவிட்டது என்றார். அந்தக் குரலுக்குப் பணிவது பயனுள்ளது என்று நான் கருதுகின்றேன் என்று சோக்ரடீஸ் ஜூரிகளிடம் கூறினார். அத்தோடு அவருடைய அனுபவத் திலிருந்து பார்க்கும் போது அந்தத் தெய்வீகக் குரல் அவ்வாறு தடுத்தால், அதில் ஒரு நன்மை இருக்கும் என்று தாம் நம்புவதாகவும் நடுவர்களிடம் கூறினார்.

இந்த வகைக் கேள்வி ஒன்றின் போது 'ஏதெனியவாசிகளே! நான் அரசியலில் சம்பந்தப்பட்டிருந்தால் நிச்சயமாக உங்களுக்கோ எனக்கோ எவ்வித நன்மையும் செய்யாதவனாக பல ஆண்டு களுக்கு முன்பே நான் அழிந்து போயிருப்பேன்' என்று அவர் பதிலளித்தார். அத்தோடு மரணத்திற்குப் பயந்து எந்தவிதத் தவறையும் நான் செய்யமாட்டேன். அதைவிட நான் மரணத்தைத் தழுவுவேன் என்றும், இதைப் பற்றிப் பலர் அறிந்திருப்பார்கள் என்றும் அவர் குறிப்பிட்டார்.

தமது வாழ்க்கையில் நடந்த இரண்டு வரலாற்று நிகழ்வு களையும் தமது இந்தக் கருத்திற்கு ஆதாரமாக அவர் முன் வைத்தார். அதன் மூலம் சோக்ரடீஸ் தமது வாழ்நாள் முழுவதும், தமது தனிப்பட்ட வாழ்விலும், பொது வாழ்விலும் யாருக்கும் எந்தத் தீங்கும் இழைக்காதவர் என்பதை அங்கு உறுதிசெய்தார்.

சோக்ரடீசின் இந்த வாக்குமூலம் நீதிபதிகளுக்கு மிகவும் வெளிப்படையானதாகவும் நிறைவு தருவதாகவும் அமைந்து இருந்தது. மேலும் சோக்ரடீஸ் அரசியலிலிருந்து ஒதுங்கி இருந்தாலும் மக்களிடமிருந்து விலகியிருக்கும் நோக்கம் தமக்கு இல்லை என்பதையும் அவர் சுருக்கமாக எடுத்துக் கூறினார்.

ஆனால், சோக்ரடீசின் உள்ளத்தில் இருந்து எழும் ஒரு தெய்வீகக் குரலுக்கு அவர் செவிசாய்த்தார் என்பது சோக்ரடீசின் உரையில் வலியுறுத்தப்பட்டிருந்தது. இதை நீதிபதிகளும் நன்கு அவதானித்தனர். அத்தோடு அவர் சுயதேவைகளுக்காக மக்களோடு ஒன்று சேராது, அரசியல் வாழ்விலிருந்து ஒதுங்கி யிருந்தார் என்பது, அவர் ஜனநாயகத்தை எதிர்க்கிறார் என்பதற்குப் போதுமான சாட்சியமாக இருக்கவில்லை. அதேபோல் எதேச்சதிகார ஆட்சியை ஆதரிக்கின்றார் என்பதையும் அது மெய்ப்பிக்கவில்லை. ஆனால், சோக்ரடீஸ் அவருடைய உரை களிலும் நீதிமன்றத்தில் அவர் வழங்கிய வாக்குமூலங்களிலும் நாட்டின் அரசியல் நிலவரங்கள் குறித்துத் தம் கருத்துகளை வழங்கி வந்துள்ளார் என்பது நம்பக்கூடியதாக இருந்தது.

இந்த வகையில் சோக்ரடீஸ் நீதிக்கும் நியாயத்திற்கும் நாட்டின் சட்டத்திற்கும் மதிப்பளிப்பவராகவே விளங்கியுள்ளார். தாம் ஒரு முரட்டுத்தனமான ஜனநாயக விரோதியாக இருந்ததில்லை என்பதையும் அவர் அங்கு எடுத்துக்காட்டினார். அரசியல் வாழ்வில் இருந்து தாம் ஒதுங்கி நிற்க தமக்குள் ஒரு தடையை ஏற்படுத்திக்கொண்டது பற்றியும் சோக்ரடீஸ் நீதிமன்றத்திற்குக் கூறினார். தம்முடைய செயற்களம் அரசியல் வாழ்வு அல்ல, மாறாக, அது மற்றொரு விதமான பணி என்று அவர் கூறினார். அதாவது தம்மையும் ஏனையவர்களையும் அறிவு விசாரணைக்கு உட்படுத்தும் மெய்யியலாளன் ஒருவனுடைய குறிக்கோள் பணித்திட்டத்தை கடவுள் தமக்கு வழங்கியுள்ளதாகத் தாம் நம்புவதாகக் குறிப்பிட்டார்.

இதை அவர் தெய்வீக ஆணையாகவும் கருதியிருக்கலாம். இந்தக் குறிக்கோள் பணியை நிறைவேற்றும் முயற்சியில் தாம் தங்குதடையின்றி செயல்பட்டதாகவும் அவர் கூறினார். எந்தவொரு மனித அச்சுறுத்தலுக்கும் நன்கொடைகளுக்கும் தாம் மருண்டு போகாது எந்தப் பிரதி விளைவுகளையும் நோக்காது இந்தக் கொள்கையைச் செயல்படுத்தியதாகவும் அவர் நடுவர் முன்னிலையில் கூறினார்.

அறிவும் ஒழுக்கமும்

தமது முயற்சிகளுக்கும் தமது அறிவுச் செயற்பாட்டிற்கும் தடைகள்

நேர்ந்தால் மரணத்தைத் தழுவுவதற்கும் அவர் தயாராக இருந்தார் என்பதை அவருடைய பேச்சு நன்கு புலப்படுத்தியது. அவருடைய மனவுறுதிக்கும் நேர்மையான எண்ணங்களுக்கும் முன்னால் மரணம் ஒருபோதும் அவருக்கு ஒரு பொருட்டாகத் தென்பட வில்லை. வெளிப்படையாகக் கூறினால், அவர் மரணத்திற்கு அஞ்சவில்லை. 'மரணத்தின் மீதான பயம் உண்மையில் அறிவின் மீதான பாசாங்காகும். அது உண்மையான அறிவல்ல. அது சிறந்த அறிவுக்கான வழியாகவோ பெரிய நன்மைக்கான உதாரண மாகவோ இருக்கமாட்டாது' என்றும் அவர் மன்றத்தில் பேசினார். இந்த விடயத்தில் பொதுவான மனிதர்களிலிருந்து தாம் வேறு பட்டிருப்பதாக நம்புகின்றேன் என்றும் அவர் கூறினார்.

'பணத்தையும் கௌரவத்தையும் குவித்துவந்த போதும், உண்மையைத் தேடுவதற்கும் ஆன்மாவை வளர்ப்பதற்கும் செய்வதற்கும் நீ தருகின்ற முக்கியத்துவம் மிகவும் அற்பமானது. நல்லவற்றை நீ ஒருபோதும் மதித்ததில்லை என்று நான் கூறுவேன்' என்றார். 'என்னோடு யாராவது இது தொடர்பாக விவாதத்திற்கு வந்தால் நான் அவரை விடமாட்டேன். நான் ஆழமாக விசாரணை செய்வதோடு குறுக்கு விசாரணையும் செய்வேன். அதன்மூலம் தாழ்ந்தவற்றுக்கு அதிகமான மதிப்பையும் உயர்ந்தவற்றுக்குக் குறைவான மதிப்பையும் தரும் அவருடைய எண்ணத்தின் குறைபாட்டை அவருக்கு நான் எடுத்துக்கூறுவேன்' என்றார். இளைஞர்கள், முதியவர்கள், குடிமக்கள், அயல்நாட்டவர் யாராக இருந்தாலும் அவர்களுக்கு நான் இதை மீண்டும் மீண்டும் சொல்வேன். குறிப்பாக, அவர்கள் ஏதெனிய குடிமக்களாக இருந்தால் இன்னும் அதிகமாகச் சொல்வேன். இது கடவுளின் ஆணை என்று தெரிந்துகொள்ளுங்கள். நான் கடவுளுக்குச் செய்யும் இந்த சேவைக்கு ஒப்பாக இந்த ஏதெனிய நகரத்தில் இதற்கு முன்னர் அவ்வளவு பெரிய நற்செயல் எதுவும் நடைபெற்ற தில்லை. இவ்வாறு செய்வதன் மூலம் உங்களிடமிருந்து நான் எதையும் பெற்றுக்கொள்ள விரும்பவில்லை. முதலாவதாகவும் முக்கியமானதாகவும் உங்கள் ஆன்மாக்களை உன்னதமாக்குங்கள் என்பதைத்தான் நான் உங்களிடம் கேட்டுவருகின்றேன்.

ஒழுக்கம் பணத்தால் கிடைப்பதல்ல, ஒழுக்கத்தால் செல்வம் பெருகுகின்றது. தனிப்பட்ட முறையிலும் பொதுவாகவும்

பணமும் எல்லா நன்மைகளும் அதிலிருந்துதான் கிடைக்கின்றன. இளைஞர்களுக்கும் முதியோர்களுக்கும் இதுதான் எனது போதனை. எனது இந்தப் போதனைகளால் தான் இளைஞர்கள் கெட்டுப்போகிறார்கள் என்று நீங்கள் கூறினால், நான் உண்மையில் மோசமானவன்தான்.

தாம் மேற்கொண்டுவரும் அறிவுச் செயல்பாடுகளில் தீய அல்லது மோசமான நோக்கங்கள் எதுவுமே இருந்ததில்லை என்பதை சோக்ரடீஸ் நீதிமன்றத்தில் தெளிவுபடுத்தினார். தண்டனைக்குரிய குற்றங்கள் எவற்றையும் தாம் செய்ததில்லை என்பதையும் விளக்கினார். தமது நேர்மையான தன்னலம் கருதாத சேவைகளையும் சமூக நலன் கருதியே அவற்றைத் தாம் செய்துவந்ததையும் அவர் நீதி மன்றத்தில் பேசினார். சோக்ரடீசின் இந்தக் கருத்துகள் பற்றி கோல்மன் பிலிப்சன் பின்வருமாறு குறிப்பிட்டுள்ளார்.

நீதிபதிகளின் கவனத்திற்காக அவர் இவற்றை முன்வைத்திருந்தார். அவர் அங்கு முன்வைத்த ஒவ்வொரு வசனத்திற்கும் ஒவ்வொரு கருத்திற்கும் ஏராளமான எடுத்துக்காட்டுகளை முன்வைக்க முடியும். அந்த வார்த்தைகள் ஒவ்வொன்றும் சோக்ரடீசின் இதயத்திலிருந்தும் அவருடைய ஆன்மாவில் இருந்தும் வெளிவந்தவை. தமக்கும், தமது போதனைகளுக்கும், தமது நாட்டிற்கும், தமது நாட்டு மக்களுக்கும் உண்மையாக இருக்கும் ஒரு சிறந்த மனிதனின் வார்த்தைகள்தாம் அவை.

சோக்ரடீசின் மிகச் சிறந்த நற்பண்புகளையும் உயர்ந்த எண்ணங்களையும் பற்றி ஷெனோபன் முன்வைத்துள்ள மற்றொரு கூற்றையும் இங்கு நாம் நோக்கலாம்:

தேசத்திற்கு அவர் எந்தத் தீமையும் செய்ததில்லை. தனிப்பட்ட வாழ்விலும் அவர் தீமைகள் செய்தவரல்ல. தனிப்பட்டவர்களை நன்மை செய்வதிலிருந்து அவர் தடுத்ததும் இல்லை. இந்த நிலையில் அவருக்கு எதிராகக் கொண்டுவரப்பட்ட குற்றச் சாட்டுகளில் அவரை நாம் எவ்வாறு தொடர்புபடுத்தலாம் என்ற கேள்வி எழுகிறது.

8
சோக்ரடீசின் குற்றமறுப்புரை
நடுவர்களின் தீர்ப்பை மாற்றாதது ஏன்?

மெலிட்டஸ் முன்வைத்த குற்றச்சாட்டுகள் புதியன அல்ல. ஏற்கனவே பல ஆண்டுகளாக மக்களும் கவிஞர்களும் தம்மீது சுமத்திய குற்றச்சாட்டுகளைத்தான் புதியது போல, மெலிட்டஸ் முன்வைப்பதாக சோக்ரடீஸ் கூறினார். சோக்ரடீஸ் ஒரு கெட்ட மனிதன். அண்டவெளியிலும் பாதாளத்திலும் நடப்பவற்றை ஆராய்கின்றவன். தனது கெட்டசெயல்களைப் பிறருக்குப் போதிப்பவன். குதர்க்க வாதங்களால் மெய்யைப் பொய்யாக்குபவன். பொய்யை மெய்யாக்குபவன். இவ்வாறுதான் என்னைப் பற்றிக் கூறுகிறார்கள் என்று முன்னர் பலர் தம்மீது சுமத்திய குற்றச் சாட்டுகளை சோக்ரடீஸ் மன்றத்தில் நினைவுபடுத்தினார்.

அரிஸ்தோபனீசின் நாடகம் பற்றியும் அதில் தம்மைப்பற்றி மோசமாக விமர்சிக்கப்பட்டிருந்ததையும் நடுவர்கள் முன்னிலையில் சோக்ரடீஸ் பேசினார். இப்படித்தான் ஏதென்ஸ்வாசிகள் என்மீது குற்றம் கூறிவந்துள்ளார்கள். அரிஸ்தோபனீசின் நாடகமும் அப்படித்தான் என்னைத் தவறாகச் சித்திரிக்கிறது என்று கூறினார்.

அந்த நாடகத்தை நீங்கள் பார்த்திருப்பீர்கள். ஒரு கூடைக்குள் ஒருவன் உட்கார்ந்தபடி அர்த்தமற்ற விதத்தில் (என்னைப் போல்) பேசியதை நீங்கள் பார்த்திருப்பீர்கள். அரிஸ்தோபனீஸ் காட்டும் அந்தப் பாத்திரம் நான் அல்ல. நாடகத்தில் சோக்ரடீஸ் பேசியதாகக்

✦

உங்களுக்குக் காற்று தேவைப்படும் அளவுக்கு
வெற்றி தேவைப்படும் போது, நீங்கள் அதை அடைவீர்கள்.
வெற்றிக்கு வேறு எந்த இரகசியமும் இல்லை.
- சோக்ரடீஸ்

காட்டப்பட்டவை நான் பேசியவை அல்ல. எனக்கு அதுபற்றி எதுவும் தெரியாது. வானம் பூமி பற்றி ஆராய்ச்சி செய்பவனாகவும் நான் அந்த நாடகத்தில் சித்திரிக்கப்பட்டுள்ளேன். இந்த ஆய்வு களைச் செய்தவர்கள் மேலானவர்களாக இருக்கலாம். ஆனால் அவற்றுக்கும் எனக்கும் எந்தவிதத் தொடர்பும் இல்லை. எனக்கு நீங்கள்தான் சாட்சி. இதைக் கூறிவிட்டு அவ்வாறு ஆதாரம் இன்றிப் பழிகளும் குற்றங்களும் என்மீது சுமத்தப்பட்டுள்ளன என்பதை நீங்கள் விளங்கிக்கொள்ள வேண்டும் என்றார்.

அதே விடயங்களை மெலிட்டஸ் மீண்டும் குற்றச்சாட்டுகளாக முன்வைத்திருப்பதைப் பார்த்து அவன் மீது நான் பரிதாபப் படுகிறேன். இவ்வாறு சோக்ரடீஸ் தமது உரையில் குறிப்பிடுகிறார். இங்கிருந்துதான் மெலிட்டசின் நேரடியான குற்றச்சாட்டுகளுக்கு சோக்ரடீஸ் பதில்களைக் கூறுகின்றார்.

சோக்ரடீஸ் ஆற்றிய நீதிமன்ற உரை அவருக்கான குற்ற மறுப்புரையாகவும் அமைந்திருந்தது. எனினும் அந்தக் குற்ற மறுப்புரை பாரிய குற்றச்சாட்டுகளுக்கு ஆளாகிக் கடுமையான தண்டனையை எதிர்பார்த்து நிற்கும் ஒருவரின் உரையல்ல. தன்மீது சுமத்தப்பட்ட குற்றச்சாட்டுகளில் இருந்து விலக்குப் பெறக்கூடியதாகவோ துயர உணர்வை வெளியிடக்கூடியதாகவோ அந்த உரை இருக்கவில்லை. தமது உரைகளின் கவர்ச்சியால், நீதிபதிகளின் அனுதாபத்தைப் பெறுவதற்கோ வழங்கப்படும் தண்டனையைக் குறைப்பதற்கோ சோக்ரடீஸ் முயலவில்லை.

வழக்கமாகப் பேசுவது போல் தமக்குரிய பாணியில் தமது எண்ணங்களையும் கருத்துகளையும் சோக்ரடீஸ் வெளியிட்டார். தனது சிந்தனைமுறையிலிருந்து வழுவாது தமக்கெதிராக முன்வைக்கப்பட்டுள்ள குற்றச்சாட்டுகளுக்கு அவர் பதில் தந்தார். சிறிதும் தளராத நிலையில் சோக்ரடீஸ் சோக்ரடீசாகத் தமது வாதாட்ட உரைகளை நடத்திச் சென்றார்.

விசாரணை மன்ற வாதாட்டத்தில் அனுபவமும் பேச்சாற்றலும் உள்ள எவரையும் தமக்குத் துணையாக அவர் வைத்துக் கொள்ளவில்லை. இந்த விசாரணையைப் பற்றியும் அதில் தாம் வாதிட வேண்டிய விடயங்களைப் பற்றியும் அவர் அதிகம் கவலை கொண்டிருக்கவில்லை. நிகழ இருப்பது எதுவாயினும் தவிர்க்க

முடியாத ஒரு நோக்கம் சோக்ரடீசுக்கு எப்போதும் இருந்தது. அது நல்லதைத் தீயதிலிருந்து பிரித்தறிவதற்காக ஆழமான விசாரணையில் ஈடுபடுவதாகும். அதுதான் வாழ்க்கைக்கு முன்னாயத்தப்படுத்தும் சிறந்த அறிவுப்பணி என்று அவர் உணர்ந்திருந்தார். இதைத் தவிர வேறு எந்தச் சிறப்பான முறைகளையும் நீதிமன்றத்திற்காக அவர் வரவழைத்துக்கொள்ளவில்லை.

சோக்ரடீசை நன்கறிந்தவர்களும் சோக்ரடீஸ் மீது ஆழமான நேசம் பாராட்டியவர்களும் கவலையும் பரபரப்பும் அடைந்தனர். ஏனெனில் ஏதென்ஸ் நகர நீதிமன்ற நடைமுறைக்கும் அதன் விதிகளுக்கும் ஏற்ற வகையில் ஒரு தற்காப்பு உரையை சோக்ரடீஸ் நிகழ்த்தப் போவதில்லை என்று அவர்கள் அறிந்திருந்தனர். சோக்ரடீசை நன்கறிந்திருந்ததனால், இந்த முடிவுக்கு அவர்கள் வந்தனர். சோக்ரடீசின் கலந்துரையாடல் முறை பற்றியும் அவர்கள் அறிந்திருந்தனர். உரையாடலுக்குப் பொருத்தமான அந்த முறையைப் பயன்படுத்தித் தம்மை ஒரு நிரபராதி என்று நீதிமன்றத்தில் நிறுவுவது சாத்தியமாகுமா என்று நண்பர்கள் கலங்கினர்.

ஆனால், சோக்ரடீசின் கருத்து வேறுவிதமாக இருந்தது. வழக்கு மன்ற நடைமுறைகளுக்கு ஏற்ற விதத்தில் உரையை அமைப்பதை அவர் தவிர்க்க விரும்பினார். உண்மையைத் தேடுவது என்ற தமக்கு விருப்பமான இலட்சியத்துடன் பேசுவதற்கு அவர் ஆயத்தமாக இருந்தார். சிறந்த பேச்சுக்கலை என்பது உணர்ச்சிகளை உருவாக்குவது அல்ல. நல்லதையும் தீயதையும் பிரித்து உணர்த்தக்கூடிய நியாயத்தை அல்லது ஞானத்தைக் கொண்டதாக அது இருக்க வேண்டும். இந்த நோக்கத்தையே அவர் மனதில் கொண்டிருந்தார்.

தமது வாழ்நாள் முழுக்கப் பகுத்தறிவின் நியாயத்திற்கு மாத்திரமே பணிந்து பழக்கப்பட்ட சோக்ரடீஸ் தமக்கு எதிரான வழக்காக இருந்தாலும் தமது நோக்கத்தில் இருந்து அவர் விலகக்கூடும் என்பது எதிர்பார்க்கக்கூடியதல்ல. அவருடைய குற்றமறுப்புரை இதைத்தான் நமக்குக் கூறுகின்றது. வார்த்தை அலங்காரத்தின் ஆற்றல் அல்ல. ஆனால் உண்மையின் மீதான

பற்றுதல். இதைத்தான் அவருடைய வழக்குரை நமக்குப் புலப் படுத்துகிறது. தனித்துவமான தமது உரையினாலும் விசாரணை முறையினாலும் நியாயத்தை நோக்கி நீதிபதிகளின் கண்களைத் திறக்க முடியும் என்று சோக்ரடீஸ் நம்பியிருக்கலாம்.

சோக்ரடீஸ் அவருடைய உரையின் தொடக்கத்தின் போதே தாம் ஒரு அலங்காரப் பேச்சாளன் என்பதை மறுத்துள்ளார். தாம் ஒரு நாவன்மையாளன் அல்ல என்றும் அவர் குறிப்பிட்டார். உண்மை பேசுவதுதான் பேச்சின் அலங்காரம் என்றார். ஒரு கட்டத்தில் நான் பேசுவது நகைச்சுவையல்ல; நான் முழு உண்மையையே பேசி வருகின்றேன் என்று குறிப்பிட்டார். 'ஏதெனிய மக்களே! நான் இங்கு உண்மையையே பேசுகின்றேன். உண்மையைத் தவிர நான் எதையும் பேசவில்லை' என்று ஒரு சூழ்நிலையில் குறிப்பிட்டார். ஜூரிகளை நோக்கி அவர்கள் செய்துள்ள சத்தியப் பிரமாணத்தை அவர்களுக்கு நினைவுபடுத்தினார். அந்த சத்தியப் பிரமாணத்திற்கு மதிப்பளிக்கும் வகையில் நடந்துகொள்ளுமாறும் உணர்ச்சிகளுக்கு இடமளிக்காது சட்டத்திற்கிணங்க தீர்ப்பு அளிக்குமாறும் நடுவர்களுக்கு நினைவுபடுத்தினார்

கைதி ஒருவர் அல்லது குற்றவாளி ஒருவர் நடுவர்களின் கருணையை எதிர்பார்த்து வேண்டுதலை முன்வைப்பது ஏதெனியாவின் பழைய வழக்கங்களில் ஒன்று. இது தவிர மற்றொரு வாய்ப்பும் குற்றவாளிகளுக்கு வழங்கப்பட்டது. தமது குடும்பத்தினரைக் குற்றஞ் சாட்டப்பட்டவர் நீதிமன்றத்திற்கு அழைத்து வந்து நீதிபதிகளின் கருணையைப் பெற முயலலாம். இந்த வழக்கங்களுக்கு சோக்ரடீஸ் இணங்குவார் என்று எதிர்பார்க்கலாமா? இந்த வழக்கங்களுக்குத் தமது சம்மதத்தைத் தர சோக்ரடீஸ் மறுத்துவிட்டார். இவ்வாறு நடந்துகொள்வது குற்றஞ் சாட்டப்பட்டிருக்கும் தமக்கும் நாட்டிற்கும் பெரும் இழிவு என்றார். அத்தோடு நீதிபதிகள் தமது சத்திய பிரமாணத் திற்கு மாற்றமாக நடந்துகொள்ளவே இது தூண்டும் என்றும் கூறினார்.

தமது உரையில் சோக்ரடீஸ் பின்வருமாறு கூறினார்: 'நண்பர்களே! நானும் மனிதன். உங்களைப் போல ஒரு மனிதன். இரத்தத்தாலும் சதையாலும் படைக்கப்பட்டவன். மரத்தாலும்

கற்களினாலும் நான் படைக்கப்படவில்லை. எனக்கும் குடும்பம் இருக்கின்றது. மூன்று பிள்ளைகள் இருக்கின்றார்கள். ஒருவன் வளர்ந்த பெரியவன். மற்ற இருவரும் இளையவர்கள். ஆனால் கருணை மனுச்செய்து நீதிபதிகளிடமிருந்து விடுதலைத் தீர்ப்புப் பெறுவதற்காக எனது குடும்பத்தை இங்கு அழைத்து வந்து நான் நிறுத்தமாட்டேன்... தற்பெருமைக்காகவோ நீதிபதிகளான உங்களை மரியாதை செய்ய மறுக்கிறேன் என்பதற்காகவோ இதை நான் சொல்லவில்லை. நான் மரணத்திற்குத் தயாராக இருக்கின்றேனா அல்லது பயப்படுகின்றேனா என்பது வேறு விடயம். இப்போது அதைப் பற்றி இங்கு நான் பேசவில்லை' என்று கூறிவிட்டு அவர் தமது உரையைத் தொடர்ந்தார்.

> ஆனால், பொதுமக்களின் கருத்தைப் பொறுத்தவரை அவ்வாறு நான் நடந்துகொள்வது எனக்கு மட்டுமல்ல, இந்த தேசத்திற்கும் நீதிபதிகளான உங்களுக்கும் அது மரியாதைக் குறைவானது. என்னைப் போல் முதிர்வயதை அடைந்த, பேரறிவுக்காகப் புகழ்பெற்ற ஒருவர் தம்மை அர்த்தமற்றவ ராக்கிக்கொள்வது முறையானதல்ல. எனது இந்தக் கருத்து தகுதியானதாகவோ தகுதியற்றதாகவோ இருக்கலாம். ஏனையவர்களைவிட சோக்ரடீஸ் உன்னதமானவன் என்று உலகம் தீர்மானித்துள்ளது. உங்களில் யாரேனும் ஒருவர் பேரறிவிலும் துணிவிலும் ஏனைய ஒழுக்கச் செயல்பாடு களிலும் அதி உன்னத நிலையை அடைந்திருக்கும் போது இவ்வகைச் செயல்களால், அவற்றை இழப்பது எவ்வளவு வெட்கக் கேடானது. இது தேசத்திற்கு அவமானத்தைத் தருகின்ற செயல். ஏதென்ஸ் தேசத்தின் கண்ணியத்திற்குப் பாத்திரமான உங்களைப் போன்றவர்கள் இவ்வாறு செய்வது தவறானது. அப்படித்தான் எனக்குத் தோன்றுகிறது.

நகைச்சுவை கலந்தும் எள்ளி நகையாடும் நுட்பத்தோடும் அவர் பேசினார். சோக்ரடீசின் இந்த வகையான உரையும் இணக்கத்திற்கு இடமில்லாத உண்மை பற்றிய விசாரணையும் நீதிபதிகளைச் சோர்வடையச் செய்தன. சில சமயங்களில் அவர்கள் எரிச்சலூட்டப்பட்டனர். அதேவேளை மரண தண்டனைத் தீர்ப்பு அவருக்கு வழங்கப்படுமானால், அது தமது முதிய வயதுக்குக் கிடைக்கும் விடுதலை என்றும் வாழ்வதைவிட

மரணம் தமக்குச் சிறந்ததாகத் தெரிகின்றது என்றும் அவர் பேசினார். இவ்வாறு சோக்ரடீஸ் தமது தற்காப்பு உரையைத் தமக்கே உரித்தான விசாரணை முறைகளின் மூலம் நீதிமன்றத்தில் நடத்திச் சென்றார்.

நீதிபதிகள் இந்த வாதங்களைக் கேட்டு சோக்ரடீசிற்குத் தீர்ப்பு வழங்கக் காத்திருந்தனர். அவருடைய நண்பர்களும் சீடர்களும் தீர்ப்பு எவ்வாறு அமையப் போகின்றது என்ற குழப்பத்தில் இருந்தனர். நீதிபதிகள் அவருடைய வாதங்களை ஏற்றுக் கொண்டார்களா, அவர் மீது சுமத்தப்பட்ட குற்றச்சாட்டுகள் தவறானவை என்றும் அவர் நல்லவர், சமய மனோபாவம் கொண்டவர் என்ற தீர்மானத்திற்கு வந்துவிட்டார்களா என்பதும் இன்னும் தெளிவற்ற தாகவே இருந்தன. ஆனால், வேண்டு மென்றே திட்டமிட்டு, யாருக்கும் தீங்கு செய்யாத பேரறிஞருக்கு மரண தண்டனை விதிக்க நடுவர்கள் முடிவுசெய்துவிட்டார்களா? இவைதாம் அப்போது நீதிமன்றத்தில் ஒலித்த பெரிய கேள்விகளாகும்.

வழக்கம் போலத் தீர்ப்பு வழங்குதற்கும் அதற்கான வாக்களிப்பை நடத்துவதற்கும் வழக்குமன்றம் தயாராகியது. மொத்தமாக 500 அல்லது 501 ஜூரிகள் வாக்கெடுப்பில் பங்கேற்றனர். 281 ஜூரிகள் அவருக்கு எதிராக வாக்களித்தனர். பிளேட்டோவின் *அப்போலொஜியில்* தந்துள்ள நடுவர்களின் எண்ணிக்கையையும் ஆதரித்தும் எதிர்த்தும் வாக்களித்தவர்களின் எண்ணிக்கையையும் தொகுத்து பின்வருமாறு கூறலாம்.

> சோக்ரடீசிற்கு எதிராக 251 வாக்குகள் ஆதரவாக 245 வாக்குகள் அல்லது, அவருக்கு எதிராக 280 வாக்குகள் ஆதரவாக 220 வாக்குகள் அளிக்கப்பட்டிருந்தன. ஏற்றுக்கொள்ளப்பட்ட வாக்களிப்பு எண்ணிக்கையின்படி குறைந்தபட்ச வாக்கு வேறுபாட்டில்தான் நீதிமன்றத்தின் தீர்ப்புகள் அமைந்திருந்தன. சோக்ரடீசின் நீதிமன்ற வாதாட்டம் நம்பிக்கை ஊட்டுவதாக இருந்ததோடு நீதிபதிகளும் அவருடைய பேச்சால், ஓரளவாவது கவரப்பட்டிருந்தனர். ஆனால், பெரும்பான்மையாயோரைத் திருப்திப்படுத்தவில்லை. சோக்ரடீசினுடைய சிந்தனைகளும் அவருடைய நடவடிக்கைகளும் சமூகத்திற்கு ஆபத்தானவை என்ற கருத்திற்குப் பலர் பலியாகியிருந்தனர்.

ஏதென்சின் சமகாலப் போதனையாளர்கள், சிந்தனையாளர்கள் பலரிலிருந்து சோக்ரடீசின் சிந்தனைகள் வேறுபட்டவையாக இருந்தன. அவரது அடிப்படையான ஒழுக்க விதிகளும் கோட்பாடுகளும் முரணுரைகள் (பாரடோக்ஸ்) போல் அமைந்திருந்தன. அவருடைய வழக்காடும் முறையும் விசாரணை முறையும் சோபிஸ்ட்டுகளையே நீதிபதிகளுக்கு ஞாபகப்படுத்தின. சமூக அமைப்பையும் ஏதென்சில் மாறிக்கொண்டிருந்த அரசியல் சூழ்நிலையையும் பல நீதிபதிகள் ஆழமாகக் கருத்தில் கொண்டதாகத் தெரிகின்றது. ஏதென்ஸ் நகரை ஆதிக்கம் செய்து கொண்டிருந்த சர்வாதிகார அரசியல்முறை மாற்றப்பட்டு ஜனநாயகம் மீண்டும் நிறுவப்பட்டுவந்த காலப் பகுதி அது. இந்தப் பின்னணியில் ஜனநாயக நிறுவனங்களையும் அவற்றில் பங்கேற்றிருந்த அரசியல்வாதிகளையும் விமர்சிக்கின்ற ஒரு போதனையாளனுடைய உரை அரசியல்ரீதியில் தீங்கானதென நடுவர்கள் கருதி இருக்கலாம்.

மீண்டும் ஒருமுறை சர்வாதிகார ஆட்சியை நோக்கி நாடு நகர்வதை அவர்கள் விரும்பவில்லை. மேலும் பாரம்பரியமாக இருந்துவரும் விடயங்களில் புதிதாகக் கொண்டுவரப்படும் மாற்றங்களையோ மரபுகளுக்கு எதிராக முன்வைக்கப்படும் கண்டனங்களையோ ஏற்றுக்கொள்ளக்கூடிய நிலையிலும் நீதிபதிகள் இருக்கவில்லை.

ஏதென்ஸ் நகர வழக்கத்தின்படி குற்றவாளி ஒருவர் தனக்கு வழங்கப்பட்ட தண்டனையில் இருந்து விலக்களிக்கப்பட வேண்டுமென்று விரும்பினால், வழங்கப்பட்ட தண்டனைக்கு மாற்றமான ஒரு தண்டனையை முன்வைப்பதற்கு அனுமதி வழங்கப்பட்டது. அவர் அவ்வாறு செய்தால் நீதிபதிகள் இரண்டில் ஒன்றைத் தெரிவு செய்வர். சோக்ரடீசிற்கு அந்த சந்தர்ப்பம் வழங்கப்பட்ட போது சோக்ரடீஸ் சிறந்த உரை ஒன்றை அங்கு நிகழ்த்தினார். சோக்ரடீஸ் மீண்டும் மன்றத்தில் பேசுவதற்கு அனுமதி கிடைக்கும் ஒரு சந்தர்ப்பத்தை அவருடைய நண்பர்களும் ஆவலோடு எதிர்பார்த்திருந்தனர்.

மெலிட்டசினால் பரிந்துரை செய்யப்பட்ட மரண தண்டனையை அவர் ஏற்றுக்கொள்வாரா? மாறாகத் தாம் நாடுகடத்தப்பட

வேண்டும் என்று கூறுவாரா? நாட்டின் மீது பற்றுகொண்டுள்ள ஒருவரால் இவ்வாறான ஒரு முடிவுக்கு வர இயலுமா? தீர்ப்புக்கு எதிராகச் சில வார்த்தைகளைப் பேசிவிட்டுக் கம்பீரமாக அவர் மௌனம் சாதிப்பாரா? நண்பர்களும் பார்வையாளர்களும் பரபரப்பிலிருந்தனர்.

இதில் எந்த ஒன்றையும் அவர் செய்யவில்லை. பகுத்தறிவின் மீது சோக்ரடீசிற்கு இருந்த பற்றுதலும் அவருக்கே உரித்தான தற்துணிவும் ஒன்று கலந்த நிலையில் சோக்ரடீஸ் எந்த முடிவுக்கு வருவார் என்று எண்ணுவது கடினமானது. ஆனால் அந்த முடிவு அவர் தமது வாழ்வில் எடுக்கும் ஏனைய முடிவுகளைப் போல வியப்பூட்டுவதாகவும் இருக்கலாம் என்று நம்புவதற்கும் இடமிருந்தது. அதேவேளை மேலான ஒழுக்கத்தையும் தன்னம்பிக்கை யையும் ஒன்றிணைத்த ஒரு திருப்புமுனையான முடிவாகவும் இருக்கலாம். அங்கு அவருடைய நண்பர்களும் பொதுவாக ஏதெனிய மக்களும் குழப்பத்தில் இருந்தன

ஆனால், அவருக்கு உரித்தான அல்லது அவருக்குத் தரப்பட வேண்டிய தீர்ப்பு என்ன? சோக்ரடீஸ் நீதியைத் தவிர எதையும் எதிர்பார்க்கவில்லை. ஆனால் நீதி என்பது அவரவருக்கு உரித்தானதை அவரவருக்கு வழங்க வேண்டும் என்ற அர்த்தத்தை உடையதாகும். அவர் செய்த அப்பாவித்தனமான குற்றங்களுக்கு எதிராகக் கொண்டுவரப்பட்டதும் அவருடைய உறுதியான எண்ணங்களுக்கு எதிரானதுமான குற்றச்சாட்டுகளுக்கு நடுவர்கள் எவ்வாறு தீர்ப்பு வழங்குவார்கள்? இந்த ஆதங்கம் மண்டபம் முழுக்கப் பரவியிருந்தது. அதே நேரம், ஏதென்ஸ் நகரத்திற்கு அவர் ஆற்றிய பொதுச் சேவைகள் குறித்து நடுவர்கள் பயனுள்ள விதத்தில் சிந்திப்பார்களா? சோக்ரடீசின் மனநிலை எவ்வாறு உள்ளது? இந்தக் கட்டத்தில் இவை முக்கிய கேள்விகளாகும். எனினும் வழக்கமான பாணியில் சோக்ரடீஸ் பேசினார்.

நான் ஏன் துன்பம் அடையவில்லை என்பதற்குப் பல காரணங்கள் உள்ளன. நான் இதை எதிர்பார்த்தேன். மெலிட்டஸ் எனக்கு மரண தண்டனையை பரிந்துரைத்துள்ளான். ஏதென்ஸ் நகர மக்களே! எனக்காக நான் எதைப் பரிந்துரை செய்ய வேண்டும்? எனக்குத் தகுதியானது எது? வாழ்நாள் முழுக்க

சமூகத்திற்கு சேவை செய்வதை நோக்காகக்கொண்ட ஒருவருக்கு செல்வத்தையோ அந்தஸ்துள்ள பதவிகளையோ எதிர்பார்க்காத, அவற்றில் ஆசை இல்லாத ஒருவருக்கு என்ன தண்டனை கிடைக்கும்? நான் பேராசைக்காரன் அல்ல என்பதை எண்ணி பெருமை அடைகின்றேன். எனக்கும் உங்களுக்கும் நன்மை செய்ய முடியாத ஒன்றை நான் ஏற்றுக்கொள்ள விரும்பவில்லை. ஆனால், தனிப்பட்ட முறையில் உங்கள் அனைவருக்கும் பெரிய நன்மை செய்யக்கூடியவற்றை நான் சிந்தித்தேன். உங்களைச் சேர்ந்த ஒவ்வொருவரும் கவனத்தில் கொள்வதற்கும் ஒழுக்கத்தை மேற்கொள்வதற்கும் அறிவின் மேல் பாசம் வைப்பதற்கும் உதவக்கூடிய ஒரு துறையை நான் தெரிவு செய்தேன். அப்படிப்பட்டவனுக்கு எது பரிசாகக் கிடைக்க வேண்டும்? நான் யாருக்கும் அநியாயம் செய்யும் நோக்கத்தைக் கொண்டிருக்கவில்லை. இதை நான் இந்த மன்றத்தில் விளக்கிக் கூறியிருக்கின்றேன்.

ஆனால், உங்களை மனநிறைவு செய்யும் வகையில் நான் எல்லாவற்றையும் பேசுவதற்கு எனக்குத் தரப்பட்டுள்ள நேரம் போதுமானதாக இல்லை. ஒரே நாளிலேயே தீர்ப்பு வழங்கும் இந்தக் குறுகிய காலக்கெடு இந்த வகையான வழக்கிற்குப் போதுமானதல்ல. ஆனால் என்னால் சொல்லக் கூடியதெல்லாம் எனக்கு நான் தீங்கு செய்யக் கூடியவன் இல்லை என்பதை உறுதியாக உங்கள்முன் கூறுவதுதான். ஆனால், எந்தத் தீமைக்கும் அல்லது எந்தத் தண்டனைக்கும் உரிமை உடையவன் அல்ல என்று நான் கூறவில்லை. ஏன் நான் அவ்வாறு பயப்பட வேண்டும். அப்படியானால் மெலிட்டஸ் பரிந்துரைத்த மரண தண்டனையை குறித்தே நான் பயப்படுகின்றேன். மரணம் நன்மையானதா, தீமையானதா என்று அறியாத நிலையில் தீமையாக இருக்கக்கூடிய தண்டனையை நான் ஏன் பரிந்துரை செய்ய வேண்டும். என்னைச் சிறையில் அடையுங்கள் என்று நான் பரிந்துரை செய்யவா? ஏன் நான் சிறையில் வாழ வேண்டும்? அல்லது ஏன் தண்டனை தண்டப்பணமாக இருக்க வேண்டும்? அல்லது தண்டப்பணம் கட்டும்வரை ஏன் சிறைச்சாலையில் அடைபட்டிருக்கவேண்டும்? அப்படியானால், நான் சிறையிலேயே அடைபட்டுக் கிடக்க நேரும். ஏனெனில்

தண்டப்பணம் கட்டுவதற்கு என்னிடம் பணம் இல்லை. நான் நாட்டிலிருந்து வெளியேற்றப்பட வேண்டும் என்றால் நான் எனது வாழ்க்கை மீதான அன்பையே இழந்துவிடுவேன். ஏதென்ஸ் நகர மக்களே! இவையெல்லாம் நடைபெறக் கூடியவையல்ல. ஒரு நகரத்திலிருந்து இன்னொரு நகரத்திற்கு, அங்கிருந்து இன்னொரு நகரத்திற்கு என அலைந்து திரியும் ஒரு வாழ்க்கை இந்த வயதில் எனக்குத் தேவையா? நான் எங்கு சென்றாலும் இளைஞர்கள் பெரும்திரளாக என்னைச் சூழ்ந்து இருப்பார்கள் என்பது மாத்திரம் உண்மை. அவர்களை என்னால் துரத்தி அடிக்க முடியாது

என்று சோக்ரடீஸ் பேசினார். நீதிபதிகள் கேட்டுக்கொண்டதற்கு இணங்க சோக்ரடீஸ் தண்டப்பணம் கட்டுவதென்ற தமது தீர்மானத்தை நீதிமன்றத்தில் முன்வைத்தார். அது ஒரு சிறிய தொகைதான். அந்தத் தொகையைக் கேட்டு அங்கிருந்த நண்பர்கள் அதிர்ச்சியடைந்தனர். அதைவிட ஒரு பெரிய தொகையைக் கூறுவதற்கு அவரைத் தூண்டினர்; அந்தத் தொகையை நண்பர்கள் மூலமாக அவருக்குப் பெற்றுக் கொடுக்கவும் உடனடியாகத் தங்களுக்குள் தீர்மானம் எடுத்தனர். சோக்ரடீசை இணங்க வைப்பது எளிதாக இருக்கவில்லை. மரண தண்டனை வழங்குவதற்கு நீதிபதிகள் முடிவெடுக்கும் நேரம் நெருங்கிக் கொண்டிருந்தது.

இறுதி உரை

மரண தண்டனைத் தீர்ப்பு வழங்கப்பட்ட பிறகு நீதிமன்றத்தில் பேசுவதற்கு சோக்ரடீசுக்குச் சந்தர்ப்பம் வழங்கப்பட்டது. அது தான் மக்கள் முன்னிலையில் அவர் பேசிய இறுதி உரை. தமக்கு எதிராக வாக்களித்த நடுவர்களை நோக்கி அவர் முதலில் பேசினார். அவர்கள் மாபெரும் தவறொன்றைச் செய்ததாக அவர் சுட்டிக்காட்டினார். ஆனால் உண்மையானது ஒருநாள் அவர்கள் செய்தது தவறென்று அவர்களை நம்பவைக்கும் என்றார். மரணத்திலிருந்து மீட்சி பெறுவதற்குத் தேவையான அல்லது அதற்கு உதவக்கூடிய வேறு எவ்விதமான கருத்துகளையோ உணர்வுகளையோ சோக்ரடீஸ் வெளிப்படுத்தவில்லை. எந்த விதி அவரைத் தன்வசப்படுத்த ஆயத்தமாகியிருந்ததோ அதனிடம்

தன்னை ஒப்படைக்க அவர் தயாராக இருந்தார். அவர் சொன்னார்:

ஏதென்ஸ் மக்களே! நீண்ட நேரம் நான் பேசப் போவதில்லை. நீங்கள் ஒரு பேரறிவாளனை, சோக்ரடீசைக் கொன்று விட்டீர்கள் என்ற அந்த அவப்பெயர் உங்களுக்கு வராமல் இருக்க வேண்டும். நீங்கள் சிறிது காலம் பொறுத்திருந்தால், காலத்தினாலேயே உங்களுடைய ஆசைகள் முழுமையாகி இருக்கும்.

எனது ஆயுளின் நீட்சி மரணத்திலிருந்து வெகுதொலைவில் இல்லை. நான் உங்களுக்காக இந்தப் பேச்சை நிகழ்த்த வில்லை. ஆனால் என்னை மரணத்திடம் ஒப்படைத்தவர் களுக்காக இதை நான் பேசுகின்றேன். இன்னொரு விடயமும் அவர்களுக்கு நான் சொல்ல வேண்டும். குற்றவாளியாக என்னை நீங்கள் நினைக்கலாம். அதிலிருந்து என்னை மீட்டுக்கொள்வதற்குரிய வார்த்தைப் பயன்பாடுகளை என்னால் வழங்க முடியவில்லை. மற்றவர்கள் செய்வது போல அழுதும் இரங்கியும் மன்றாடியும் நான் எனது மீட்பிற்கு வழிதேடியிருப்பேன் என்று நீங்களும் எண்ணியிருக்க மாட்டீர்கள். நான் அவ்வாறு செய்வதைத் தவிர்த்துள்ளேன். அது எனக்குரிய செயல் அல்ல. நான் எல்லோரையும் போல ஏதோ ஒன்றைச் செய்து அமைதி காண விரும்பவில்லை. எதையாவது பேசி உயிர்வாழ்வதைவிட எனது சிந்தனையைச் சரியாகப் பேசிச் சாவது மேலானது. போராக இருந்தாலும் சட்டமாக இருந்தாலும் மரணத்திலிருந்து தப்புவதுதான் மனித நோக்கமாக இருக்கின்றது.

இங்குள்ள பிரச்சினை இதுவல்ல நண்பர்களே! சாவிலிருந்து தப்பிக்கொள்வதல்ல. நேர்மையற்ற வழியில் இருந்து தப்பிக் கொள்வது. இதுதான் முக்கியமானது. மரணத்தைவிட வேகமாக ஓடவேண்டிய நிலையை அது கொண்டு வருகின்றது. நான் முதியவன். மிக மெதுவாகச் செயல்படுகின்றேன். நான் வேகமாக ஓடக்கூடியவன் அல்ல. அதனால் மெதுவாக ஓடுகிறேன். என்னை முந்திச் செல்லலாம். என்மீது குற்றம் சுமத்துபவர்கள் எல்லோரும் கூர்மையானவர்கள். தீவிரமானவர்கள். வேகமாக ஓடக்கூடியவர்கள். ஆனால் அவர்களின் நேர்மையற்ற பண்பு அவர்களைவிட அவர்களுக்கு முன்னால் வேகமாகச் செல்கிறது.

இப்போது நான் மரண தண்டனையின் துன்பத்திற்குள் கொண்டு வரப்பட்டுள்ளேன். தவறானவற்றையும் தீமையையும் செய்தவர்கள் உண்மையால் தண்டிக்கப்படுவார்கள். நான் எனது சட்டங்களுக்குப் பணிவாக நடந்துகொள்கிறேன். அவர்கள் அவர்களுடைய சட்டங்களுக்கு ஏற்ப நடந்து கொள்ளட்டும்.

தமக்குத் தண்டனை வழங்கிய நீதிபதிகளைப் பார்த்துத் தமக்கு நடந்திருப்பவை மகிழ்ச்சிக்குரியவையல்ல என்று அவர் கூறினார்.

மரணம் கனவுகளற்ற தூக்கத்தைப் போன்றது. மரணம் என்பது சூன்யமும் அல்ல. அல்லது ஓர் இடத்திலிருந்து இன்னோர் இடத்திற்கு ஆன்மா இடம்மாறிச் செல்வதும் அல்ல. மரணம் நம்பிக்கை ஊட்டுவதாக அமையலாம். நல்ல மனிதன் வாழ்ந்தாலும் மரணித்தாலும் தீமை அவனைத் தொடுவதில்லை. உலகின் இடர்களிலிருந்து விடுபடுவது தமக்குச் சிறந்ததாகத் தோன்றுகின்றது என்று அவர் கூறினார். தம்மைக் குற்றம் சாட்டியவர்கள் மீதோ தமக்குத் தண்டனை வழங்கியவர்கள் மீதோ அவர் எவ்விதக் கோபத்தையும் வெளிப்படுத்தவில்லை. அவர்களிடம் அவர் ஒரேயொரு சலுகையை எதிர்பார்த்தார். தமது பிள்ளைகள் நீதிக்கு மாற்றமாக நடந்தால் தாம் வழிகாட்டியதைப் போல் அவர்களுக்கு வழிகாட்டும்படியும் அவர்கள் நீதி வழுவி நடந்தால், அதற்குரிய தண்டனையை அவர்களுக்கு வழங்குமாறும் அவர் கேட்டுக்கொண்டார். இவ்வாறு பேசிய பின்னர் சோக்ரடீஸ் இறுதியாக,

நான் செல்ல வேண்டிய நேரம் நெருங்கி விட்டது. நான் சாவதற்காகச் செல்கின்றேன். நீங்கள் வாழ்ந்து கொள்ளுங்கள். யார் சிறந்தவர்கள் என்பதைக் கடவுள் மட்டுமே அறிவார்,

என்று தமது உரையை அவர் முடித்தார். ஒரு பேரறிவாளனின் ஆன்மாவிலும் அறிவிலும் இருந்து வெளிப்பட்ட ஒளிமிக்க கதிர்கள் போல் அந்த உரை மன்றம் முழுக்க எதிரொலித்தது. நல்லது நடக்க வேண்டும் என்ற எதிர்பார்ப்பும் உண்மையின் மீதான தேடலும் அவருடைய பேச்சில் தெரிந்தன. நீதியை நிலைநாட்டும் போது இருக்க வேண்டிய பாரபட்சமற்ற நிலையும் மரணத்தின் முன்னிலையிலும் தளராத துணிவாண்மையும் அவருடைய பேச்சில் வெளிப்பட்டன. அது ஓர் உணர்வலையை

அங்கு உருவாக்கியது. அறிவும் ஒழுக்கமும் நல்லதும் நீதியும் என்ற முடிவான அவரது இலட்சியங்கள் அன்று அந்த நீதிமன்றத்திலும் எதிரொலித்தன. ஒளிவு மறைவின்றி, உண்மைக்காகப் போராடும் ஓர் ஆளுமையின் குரல் அந்த மண்டபம் முழுவதும் ஒலித்து ஓய்ந்தது.

எல்லாவற்றுக்கும் மேலாகச் சோக்ரடீஸ் யாருக்கும் அடிபணிந்து செல்பவரல்ல என்பதைத்தான் அவருடைய உரை தெளிவுபடுத்தியது. சோக்ரடீசின் உரையும் நீதிமன்ற நடவடிக்கை களும் முடிவடைந்ததும் சிறைக்காவலர்கள் அங்கு தோன்றினர். சோக்ரடீசைச் சிறைக்கூடத்திற்கு அழைத்துச் செல்லும் பணி தொடங்கியது.

9

சோக்ரடீசின் மெய்யியல் விசாரணை

சிந்தனைக் களமாகிய சிறைக்கூடம்

மரண தண்டனைக் கைதியாக முப்பது நாள்கள் சோக்ரடீஸ் சிறையில் வாழ்ந்தார். ஏதெனிய மக்களின் புனித நாள் கொண்டாட்டம் உலகில் வாழ்வதற்கு மேலும் ஒரு சிறிய கால அவகாசத்தை சோக்ரடீசிற்குப் பெற்றுத் தருகிறது. பலோபாப் போஸ் மலைச்சரிவிலிருந்த சிறைக்கூடத்தில் அவர் அடைக்கப் பட்டிருந்தார். மக்கள் கூடும் தொன்மை இடமான அகோராவுக்கு அருகே அந்தச் சிறைக்கூடம் இருந்தது. அவருடைய பெரும்பாலான உரைகள் அகோரா சந்தையில்தான் நிகழ்ந்துள்ளன.

அப்பலோ தெய்வம் பிறந்த இடமாகக் கருதப்படும் டெலோசிற்கு கடவுளர்களுக்கு அர்ப்பணிக்கப்பட்ட நேர்ச்சைப் பொருள்கள் ஏற்றப்பட்ட கப்பல்கள் அனுப்பப்படுவது வழக்கம். அது ஏதென்சில் நிகழும் புனிதத் திருவிழாக்காலமாகும். கப்பல்கள் சென்று மீண்டும் ஏதென்சிற்குப் திரும்ப வரும்வரை மரண தண்டனைகளுக்கு அனுமதி வழங்கப்படுவதில்லை. புனித நாள்களின் தூய்மையைப் பாதுகாப்பது இதன் நோக்கமாகும். டெலோசிலிருந்து கப்பல்கள் திரும்பி வந்தவுடன் மரண தண்டனைக்கான தடைகள் நீக்கப்படும்.

டெலோசிலிருந்து கப்பல்கள் திரும்பிவரும் ஒரு சூழ்நிலையில் தான் கிரீட்டோ-சோக்ரடீஸ் உரையாடல் நடக்கிறது. பிளேட்டோவின் *கிரீட்டோவில்* இந்த உரையாடல்கள் இடம்பெற்றுள்ளன.

நீங்கள் நம்பமாட்டீர்கள், நான் கூறுகிறேன்: சிறந்த மனிதத்துவம் என்பது உங்களிடமும் மற்றவர்களிடமும் கேள்வி எழுப்புவதுதான்.

- சோக்ரடீஸ்

மரணத்திற்கு முன்னரான இறுதிச் சந்தர்ப்பத்தில் சோக்ரடீஸ் எதிர்கொண்ட பிரச்சினைகளும் இறுதி நேரத்தில் அவர் கூற விரும்பிய கருத்துகளும் இந்த உரையாடல்களில் இடம் பெற்றுள்ளன. கிரீட்டோவின் பாசம் மிகுந்த உணர்வுகளையும் மனக்குமுறல்களையும் இந்த உரையாடல் வெளிப்படுத்துகிறது.

சோக்ரடீசினுடைய கால்களில் சங்கிலிகள் பூட்டப்பட்டிருந்தன. இந்த நிலையில் அவர் முப்பது நாள்களைச் சிறைக் கூடத்தில் கழித்தார். சிறைக்கூட வாழ்வின் போது நெருங்கிய நண்பர்களுடன் அவர் நேரத்தைச் செலவிட்டார். ஒரு சூழ்நிலையில் அவர் பின்வருமாறு கூறினார்: 'எனது வாழ்நாளில் நான் கனவுகளினால் தூண்டப்பட்டிருக்கிறேன். அதில் ஒன்று இசை அமைப்பதைப் போன்றது. இசை அமைக்கும் அதே கனவு வெவ்வேறு வடிவங்களில் தோன்றி மறைந்துள்ளது. ஆனால், ஒவ்வொரு சந்தர்ப்பத்திலும் மெய்யியலைக் கற்றுக்கொள்வதைத் தான் இசையை உருவாக்கு, வளரச் செய் என்று இந்தக் கனவு கூறுவதாக நினைத்தேன். ஏனெனில் அதுதான் எனது வாழ்க்கையின் முழுத் தேடலாகவும் இருந்தது. மெய்யியல் மிக உயர்வானது. அது சிறந்த இசையைப் போன்றது. ஆனால், இசை என்பதற்குரிய வெகுசனப் பொருளில் நான் கனவுக்கு இடமளித்துப் பிரியாவிடை பெறுவதற்கு முன்னர் ஒரு கவிதையைப் புனைவதென்று முடிவு செய்தேன். எனக்கு நன்கு தெரிந்த ஈசாப் நீதிக் கதைகளை நான் கவிதைகளாக மாற்றினேன். இவ்வாறு அவர் பேசினார்.

நண்பர்களில் பலர் சிறைக்கூடத்திற்குப் பக்கத்தில் இருந்ததால், அங்கு அடிக்கடி கூடினர். சோக்ரடீசுடன் தொடர்ந்து உரையாடினர். நாளின் மிகவும் நீண்ட நேரத்தை அவருடன் கழித்தனர். தமது அன்புக்கும் பாசத்திற்கும் உரிய தமது நண்பருக்கு அல்லது தலைவருக்கு நிகழவிருக்கும் துயரம் பற்றி அவர்கள் மனம் கலங்கிப் போயிருந்தனர். அதாவது கிரீட்டோவும் இதர நெருங்கிய நண்பர்களும் சோக்ரடீஸ் அங்கிருந்து தப்பிச்செல்ல விரும்பினர்.

சோக்ரடீசின் நெருங்கிய சீடனும் நண்பனுமான கிரீட்டோ சோக்ரடீசை சந்திக்கின்றான். அது ஒருநாள் அதிகாலை நேரம். இரகசியமாகத் தப்பிச் செல்வதற்கான வழியையும் கிரீட்டோ

தயார் செய்திருந்தான். இதுகுறித்து சோக்ரடீசிடம் கிரீட்டோ விவரமாகக் கூறினான்.

ஆனால், சோக்ரடீஸ் இதற்கு மறுப்புத் தெரிவித்ததோடு தமக்கு நிகழ்ந்த மற்றொரு கனவைப் பற்றி அவனுக்கு எடுத்துக் கூறினார். கிரீட்டோ பரபரப்பு அடைந்தான். அவன் சொன்னான்:

தயவு செய்து என்னுடைய பேச்சைக் கேளுங்கள். இங்கிருந்து தப்பிச் சென்றுவிடுங்கள். நீங்கள் இறந்துபோனால் என்றுமே திரும்பப்பெற முடியாத எனது நெருங்கிய நண்பனை நான் இழந்துவிடுவேன். அதுமட்டுமல்ல, அதைவிட இதில் இன்னொரு தீமையும் உள்ளது. உங்களை அறியாதவர்கள்கூட எப்படியாவது கிரீட்டோ சோக்ரடீசைக் காப்பாற்றிவிடுவான் என்று நம்புகின்றனர்.

தப்பிச் செல்லும் முயற்சிக்கு முடிந்தவரை ஒத்துழைக்குமாறு சோக்ரடீசை கிரீட்டோ வற்புறுத்தி வேண்டிக்கொண்டான். அதற்கு சோக்ரடீஸ் இணங்கவில்லை. 'அன்புக்குரிய கிரீட்டோ, உனது ஆர்வம் மதிப்பிடற்கரியது, அது சரியாக இருந்தால். ஆனால் அது தவறானதாக இருந்தால் அந்த ஆர்வம் எவ்வளவு பெரியதோ அந்தளவிற்கு அதன் ஆபத்தும் பெரியதாகும். ஆகவே நீ சொல்வது போல நான் செய்வதா, செய்யாமல் இருப்பதா என்பதைப் பற்றி நாம் கவனமாக யோசிக்க வேண்டும். நான் எப்போதுமே பகுத்தறிவின் வழிகாட்டுதலுக்குக் கட்டுப்பட்டவன். அந்த வழிகாட்டுதலைச் சிறந்ததென மதிப்பவன். இப்போது அவ்விதமான ஒரு வாய்ப்புக் கிடைத்துள்ளது.' இதுவரை எவ்வாறு தனக்கென்று ஒரு கௌரவம் இருந்ததோ அந்தக் கண்ணியம் இப்போதும் தனக்கு உள்ளதென்று தமது விசாரணை விவாதத்தை சோக்ரடீஸ் தொடங்குகிறார். கிரீட்டோ-சோக்ரடீஸ் சந்திப்பும் உரையாடலும் சோக்ரடீசின் சிந்தனைகளில் இன்னொரு திருப்பத்தை ஏற்படுத்துகின்றன.

கிரீட்டோ-சோக்ரடீஸ் உரையாடலின் ஒரு பகுதி:

சோக்: ஏன் இந்த நேரத்தில் இங்கு வந்தீர், கிரீட்டோ! இது காலை நேரமா?

கிரீ: ஆம் காலை நேரம்தான்.

சோக்: காவலாளிகள் உம்மை உள்ளேவிட்டது உண்மையில் அதிசயம்தான்.

கிரீ: இங்கு அடிக்கடி வந்துபோவதாலும் காவலாளிக்கு நான் செய்த ஓர் உதவியாலும் அவர் என்னைத் தடுக்கவில்லை.

சோக்: நீர் வந்து அதிக நேரமாகிவிட்டதா! ஏன் என்னை எழுப்பவில்லை!

கிரீ: செயூஸ் தெய்வத்தின் மீது சத்தியமாக, நான் அவ்வாறு நினைக்கவில்லை. உங்களைப் பார்த்து நான் வியப்பு அடைகிறேன். கவலையின்றி அமைதியாகத் தூங்கிக் கொண்டிருக்கும் உங்களை எழுப்ப எனக்கு மனமில்லை. சுகமாயினும் துக்கமாயினும் பாதிப்புகளின்றி இருக்கும் உங்கள் மன நிலையை நான் அறிவேன். இத்தனை பெரிய துயரத் திடையே அமைதியாயிருக்கும் உங்களைப் பார்க்க வியப்பாக இருக்கிறது.

சோக்: இந்த முதிய வயதில் எனக்கு வரவிருக்கும் மரணம் பற்றி நான் மனம் வருந்தினால், அது எப்படிச் சரியாகும்? சரி, இவ்வளவு அதிகாலையில் நீர் ஏன் இங்கு வந்தீர்?

கிரீ: சோக்ரடீஸ்! கெட்ட செய்தியைக் கொண்டுவந்திருக் கிறேன். உங்களுக்கு இது கெட்ட செய்தியாக இல்லா திருக்கலாம். ஆனால், எனக்கும் உங்களின் நண்பர்களுக்கும் நிச்சயம் இது ஒரு கெட்ட செய்தியாகும்.

சோக்: என்ன? டெலோசில் இருந்து கப்பல் திரும்பிவந்து விட்டதா? எனக்குத் தண்டனை நிறைவேற்றும் காலம் நெருங்கிவிட்டதா? நீர் சொல்லப் போகும் செய்தி அதுதானோ?

கிரீ: இல்லை, கப்பல் இன்னும் வரவில்லை. ஆனால், அது வந்து சேரும் என்று ஒரு செய்தி கிடைத்துள்ளது. கப்பல் இன்று வந்தால் நாளை உங்கள் ஆயுள் முடிந்துவிடும்.

சோக்: இறைவன் விருப்பம் அதுவானால், அது நிறைவேறட்டும்.

கிரீ: சோக்ரடீஸ் நாங்கள் கூறுவதைக் கேளுங்கள், நீங்கள் உயிர் தப்பலாம். இதை ஏற்றுக்கொள்ளுங்கள். நீங்கள் இறந்தால், அது எவ்வளவு பெரிய வாய்ப்புக்கேடு. உங்களுக்குப் பிறகு உங்களைப் போல் ஒரு நண்பரை நான் எங்கே காண்பேன். என்னையும் உங்களையும் அறியாதவர்கள் நான் பணம் செலவு செய்யாததால்தான் நீங்கள் மரணத்தைத் தழுவியதாக

நினைப்பார்கள். இது எனக்கு ஒரு வெட்கக்கேடான விடயம். அன்புக்குரிய நண்பனைப் பாதுகாக்காது பணத்தைப் பெரிதாய் நினைத்ததாக உலகம் என்னைப் பழிதூற்றும். நாங்கள் எவ்வளவு எடுத்துச் சொல்லியும் சிறையிலிருந்து வெளியேற மறுப்பது நீங்கள்தான் என்று பல மக்கள் நம்பப் போவதில்லை.

சோக்: பொதுமக்களின் கருத்துகளுக்காக நாம் ஏன் கவலைப்பட வேண்டும். சிறந்த மக்கள் யாரோ அவர்களைத்தான் நாம் கவனத்தில் எடுக்கவேண்டும். எது சரி என்பதை அவர்கள் அறிவார்கள் அல்லவா?

இவ்வாறு சோக்ரடீஸ் பேசிமுடித்தார். அதிகம் பேருடைய கருத்துகளுக்கும் நாம் செவிசாய்க்க வேண்டும் என்று கிரீட்டோ பதிலளித்தார். உங்களுக்கு நடந்ததைப் பாருங்கள். பலர் பொய்ப்பழி சுமத்தியதால்தான் இந்த நிலைக்கு நீங்கள் ஆளானீர்கள் என்றும் கிரீட்டோ கூறினார். உண்மையாயினும் சரி, அறிவாயினும் சரி அவற்றைப் பலரின் கருத்தால் மாற்ற முடியாது என்று கிரீட்டோவிற்கு சோக்ரடீஸ் பதிலளித்தார்.

பின்னர் அங்கிருந்து தப்பிச் செல்வதை விரைவுபடுத்தும் படியும் அதனால் ஏற்படும் எல்லாப் பிரச்சினைகளையும் தான் ஏற்றுக்கொள்வதாகவும் கிரீட்டோ சோக்ரடீசுடன் உரையாடலில் ஈடுபட்டான்.

கிரீ: என்னைப்பற்றி அல்லது நண்பர்களைப் பற்றி கவலை வேண்டாம். நீங்கள் தப்பிச் சென்றால் அந்தப் பழிக்கு நாங்களே ஆளாவோம். எமது சொத்துக்கள் முழுவதும் பறிமுதல் செய்யப்படலாம். அதற்கும் மேலாக, நாங்கள் தண்டிக்கப்படலாம். இதுவா உங்களது பயம்? அது தேவையில்லை. நாங்கள் பின்வாங்க மாட்டோம். உங்கள் உயிரைக் காப்பது எங்கள் கடமை. என்னை நம்புங்கள். நான் சொல்வதைக் கேளுங்கள்.

சோக்: உண்மைதான், இந்த விடயங்கள் பற்றியும் நான் கவலைப்படுகிறேன். ஆனால், மேலும் பல விடயங்களும் உள்ளன.

கிரீ: அவை பற்றிப் பயம் தேவையில்லை. எங்களுக்கு அதிக

பணச் செலவு ஏற்படும் என்று பயப்பட வேண்டாம். சில வெள்ளிப் பணங்கள் போதும். அதை வைத்து உங்களை வெளியே கொண்டுவந்துவிடலாம். அதற்கு எமது ஆட்கள் தயாராக இருக்கிறார்கள். நான் என்னிடமுள்ள பணம் அனைத்தையும் செலவிட ஆயத்தமாக இருக்கின்றேன்.

எனது பணம் தேவையில்லை என்றால் வேறு நகரங்களில் இருந்துவந்த செல்வந்தர்கள் பலர் இதற்காகச் செலவு செய்யத் தயாராக இருக்கிறார்கள். வேறு இராச்சியங் களுக்குச் சென்றால், உங்களை வரவேற்க அங்கு பலர் காத்திருக்கின்றார்கள். பகைவர்களின் எண்ணத்திற்கு நீங்கள் பலியாக வேண்டாம். வீணே உயிரை மாய்த்துக் கொள்ள வேண்டாம். அது பாவம். நீங்கள் மரணித்தால் உங்கள் குழந்தைகளின் நிலையை எண்ணிப்பாருங்கள். ஒழுக்கத்தைப் போதித்தவர் நீங்கள். அதை மறந்து விட்டீர்களோ, மறுக்க வேண்டாம்; நான் சொல்வதைத் தட்ட வேண்டாம்.

இவ்வாறு கிரீட்டோ சோக்ரடீசிடம் மன்றாடினான். கிரீட்டோவின் ஆதங்கமும் கவலையும் சோக்ரடீசிற்குப் புரிந்தன. ஆனால், சோக்ரடீசின் பிரச்சினை, எது நியாயம் எது சரி என்பது பற்றியதாகும். சிறிது நேரம் அமைதியாக இருந்துவிட்டு சோக்ரடீஸ் தமது உரையாடலை ஆரம்பித்தார்.

சோக்: நீர் சொல்வது சரியா இல்லையா என்று ஆராய்ந்து பார்ப்போம். இப்போது மட்டும் அல்ல எப்போதுமே சரியானதை என் மனம் காணும்வரை வாதங்களில் ஈடுபடுவது என் வழக்கம். இப்படி ஒரு ஆபத்து நேர இருக்கிறதே என்பதற்காக எனது ஆராய்ச்சியை நான் கைவிட மாட்டேன். இதைவிடப் புதிய தண்டனைகளைக் கொண்டு வந்தாலும் நான் எனது வாதங்களை விட்டுவிட மாட்டேன்.

நல்லது எது, தீயது எது என்பது பற்றியும் அவற்றை அறிவதற்குச் சாத்தியமான உரைகல் எது என்பது பற்றியும் உயிருடன் வாழ்வதைவிட நல்வழியில் உயிர்வாழ்வதே மேன்மையானது என்பது பற்றியும் கிரீட்டோவுடன் சோக்ரடீஸ் உரையாடினார்.

கீழே நாம் பார்க்கப் போகும் சோக்ரடீசின் உரையாடல் சரியையும் பிழையையும் அறிவதற்கான இயக்கவியல்வாத முறைக்கான நல்ல எடுத்துக்காட்டு. அதேவேளை மரண தண்டனையை எதிர்பார்த்திருக்கும் கைதியான சோக்ரடீஸ் தளராத நெஞ்சுறுதியோடு, மெய்யியல் விசாரணை மூலம் தெளிவைப் பெற்றுக்கொள்ளும் முயற்சியில் ஈடுபட்டிருந்தது வியப்பளிக்கக் கூடியது.

மக்கள் எம்மை இகழ்வார்கள், பழிதூற்றுவார்கள் என்று ஒரு கருத்தைச் சொன்னீர் அல்லவா, முதலில் அதை ஆராய்வோம் என்று கூறி, சோக்ரடீஸ் தமது உரையாடலைப் பின்வருமாறு தொடங்குகிறார்.

சோக்: மக்கள் வாக்கு என்பது எல்லோரும் சொல்வது அல்ல; அறிவுடையோர் சிலராயினும் அவர்களின் கருத்துகள்தாம் முக்கியம் என்று நாம் இருவரும் உரையாடி உள்ளோம் அல்லவா, இது உண்மையா! சிந்தித்துப் பதில் சொல். மிகுதியானவர்களின் கருத்துகளுக்கா, அறிவுள்ள சிலரின் கருத்துகளுக்கா எதற்கு நாம் முன்னுரிமை தரவேண்டும்?

கிரீ: ஆம், அப்படித்தான்.

சோக்: நல்ல அறிவுள்ள கருத்துகளே பெறுமதியானவை. பெறுமதியற்ற கருத்துகளை நாம் கவனத்தில் எடுக்க வேண்டியதில்லை.

கிரீ: ஆம்.

சோக்: நல்ல கருத்துகள் அறிவாளிகளின் கருத்துகள். பெறுமதி அற்றவை அறியாமையிலிருந்துவரும் கருத்துகள் அல்லவா? நோயாளி ஒருவன் வைத்தியரின் பேச்சை அலட்சியப் படுத்திவிட்டு மருத்துவக் கலையை அறியாத பலரின் பேச்சைக் கேட்டு நடப்பது சரியா?

கிரீ: இல்லை.

சோக்: ஆகவே, அவன் பயப்பட வேண்டியதும் புகழ வேண்டியதும் அந்த ஒரு வைத்தியனைத்தான். மற்ற பலருடைய கருத்துகள் அவனுக்குப் பயனற்றவை, அப்படித்தானே?

கிரீ: ஆம் அப்படித்தான்.

சோக்: நோயாளி பின்பற்ற வேண்டியதும் உணவு, பானங்கள் அருந்த வேண்டியதும் அறிவுள்ள அந்த மருத்துவரின் கருத்துப்படிதானே.

நல்லறிவுள்ள ஒருவரின் கருத்தா, அறியாமையிலிருக்கும் பலரின் கருத்துகளா எது சரியானது என்பதை சோக்ரடீஸ் கிரீட்டோவுக்குத் தெளிவுபடுத்துகிறார். விசாரணை நீண்டு செல்கிறது. மருத்துவரின் பேச்சை மீறி பொதுமக்கள் கருத்திற்கு நாம் இடமளித்தால், நமது உடம்பு பாதிப்படையும். அதுபோல் நல்லறிஞர் ஒருவரின் கருத்துகளின்படி நடக்கத் தவறினால், நமது ஆன்மாவின் நிலை என்ன? நீதியையும் அநீதியையும் தெரிந்த ஒருவரால்தான் மற்றவர்களுக்கு உண்மையை உரைக்க முடியும். இதை ஏற்கிறீரா என்று சோக்ரடீஸ் கேள்வி எழுப்பி விசாரணையைத் தொடர்கிறார்.

சோக்: நாம் ஒருபோதும் தீயதை அல்லது தவறானதைச் செய்யக் கூடாதல்லவா ஒருவர் நமக்குத் தீயது செய்தால் அதற்குப் பதிலாகத் தீயது செய்வதும் தகாதது அல்லவா?

கிரீ: ஆம், கூடாது.

சோக்: அப்படியானால் நாம் யாருக்கும் தீயது செய்யக்கூடாது. தீமைக்குத் தீமை செய்யலாம் என்று மக்கள் கூறும் கருத்து தவறானதல்லவா?

கிரீ: தவறு, அதில் ஐயமில்லை.

சோக்: ஒருவர் நமக்கு எவ்வளவு தீங்கு செய்திருந்தாலும் எத்தனை பெரிய துன்பத்திற்கு நம்மை ஆளாக்கியிருந்தாலும் அவருக்கு நாம் தீங்கு இழைக்கக் கூடாதல்லவா. இதுதான் ஒழுக்கநெறி அல்லவா. ஒருவன் நமக்குத் தீமை செய்தாலும் பதிலுக்கு நாம் அவருக்குத் தீமை செய்யக்கூடாது.

பழிக்குப் பழிவாங்கக் கூடாது. தீமைக்குப் பதில் தீமை அல்ல. அதற்கு மாற்றமாக, நமது கடமை நன்மை செய்வதாகும். இதுதான் என்னுடைய கொள்கை, இன்னும் இதை நான் நம்புகிறேன்.

நாடும் சட்டமும்

இதைத் தொடர்ந்து தாம் வாழும் நாட்டிற்கும் அதன் சட்டங் களுக்கும் அடிபணிவது பற்றி முன்னர் தாம் கூறிவந்ததை

இப்போது எவ்வாறு மீறமுடியும் என்று சோக்ரடீஸ் கேள்வி எழுப்பினார். உடன்படிக்கைகள் நிறைவேற்றப்பட வேண்டும். நான் தப்பியோடினால், நான் நாட்டுக்குத் தீங்கு செய்தவனாவேன். ஏனென்றால் உடன்படிக்கையை நான் மீறிவிட்டேன். சோக்ரடீஸ், நீ சிறையிலிருந்து தப்பியோடுகிறாய் என்று சட்டங்கள் என்னைப் பார்த்துக் கேலி செய்யும். அவரவர் விருப்பப்படி சட்டங்களைப் புறக்கணித்துச் செயல்படுவது சரியா? இவ்வளவு காலமும் நாடு உனக்குத் தந்த செல்வத்தையும் வாய்ப்புகளையும் பயன்படுத்தி வந்ததையும் சட்டங்களுக்குப் பணிந்து நீ வாழ்ந்து வந்ததையும் மறந்துவிட்டாயா என்று நாடும் சட்டமும் என்னைப் பார்த்துக் கேட்பதாக நான் உணர்கிறேன்.

இந்த நகரத்தைவிட்டு வேறு எந்தத் தேசத்துக்காவது சென்று நீ வாழலாம் என்று நமது சட்டங்கள் (நீதி விசாரணையின் போது) உனக்கு ஒரு வாய்ப்பைத் தந்தனவே, அதை நீதான் பயன்படுத்த வில்லை. அப்படிச் செய்திருந்தால், நமது அனுமதியுடன் இப்போது நீ செய்யத் துணியும் (வேறு தேசத்திற்குத் தப்பித்துச் செல்லும்) காரியத்தை அப்போதே சட்டப்படிச் செய்திருக்கலாமே என்று என்னைச் சட்டங்கள் கேட்கின்றன. நான் சட்டத்திற்கு சொல்லக்கூடிய பதில் என்னவென்று சோக்ரடீஸ் கேட்கிறார். சோக்ரடீஸ் இந்தப் பிரச்சினை குறித்து கிரீட்டோவிடம் பேசுகிறார்; விவாதிக்கிறார். கிரீட்டோ இவற்றுக்கெல்லாம் ஆம் என்று பதிலளிக்கிறார். சோக்ரடீஸின் கருத்துகளில் நியாயம் இருப்பதாக அவர் தலையசைக்கிறார்.

நீ இந்த நாட்டில்தான் வாழ வேண்டும் என்று நாம் உன்னைக் கட்டாயப்படுத்தினோமா? வாக்குறுதி தருமாறு கேட்கப்பட்டதா? எழுபது ஆண்டுகள் நீதானே இந்தத் தேசத்தை விரும்பி இங்கு வாழ்ந்தாய். வேறு நாடுகளுக்கு ஏன் செல்ல வில்லை? எமது நகரம் திருப்தியற்றது என்று நீ கருதி இருந்தால் எம்முடனான உடன்படிக்கையை ரத்துச் செய்து நீ வெளியேறி யிருப்பாய். ஆனால், எழுபது ஆண்டுகள் இந்த நாட்டிற்குள்தான் இருந்தாய். எந்தச் சந்தர்ப்பத்திலும் எங்கேயும் செல்லாது இவ்வளவு காலமும் இங்குதானே வாழ்ந்தாய். இப்போது நாங்கள் கூறுகிறோம் கேள். வாக்குறுதியைக் காப்பாற்று. இவ்வாறு நாடு தன்னைப் பார்த்துக் கேட்பதாக சோக்ரடீஸ் கூறுகிறார்.

சோக்ரடீஸ் தமக்குள் நடத்திய மனப்போராட்டத்தின் வார்த்தை வடிவங்களாகவும் இந்த உரைகள் அமைந்துள்ளன. நாட்டுடனான ஒரு குடிமகனின் உறவையும் நாட்டுடனான ஒப்பந்தத்தின் முக்கியத்துவத்தையும் மட்டுமன்றி, அது மீறச் சாத்தியமற்ற ஒப்பந்தம் என்பதையும் இதில் அவர் விளக்குகின்றார். ஒவ்வொருவரும் அவரவர் எண்ணப்படி சட்டங்களை அலட்சியம் செய்யும் நிலை ஏற்பட்டால், நாட்டை நாடற்ற நிலைக்குத் தள்ளிவிடும். அவ்வாறு நடப்பது தீங்கான செயல். சமூக ஒப்பந்தக் கோட்பாட்டிற்கான அடிப்படை விளக்கங்களை சோக்ரடீசின் இந்த உரைகள் நமக்குத் தருகின்றன.

நாட்டிலிருந்து வெளியேறி வேறு நாட்டிற்குச் செல்வதற்குத் தமது நாடு தமக்கு வழங்கிய வாய்ப்பை, நாடு தமக்குச் செய்த கருணையாகவே சோக்ரடீஸ் ஏற்றுச் செயல்படுத்தி இருக்கலாம். ஆனால், அதற்கு எதிராக அவரிடம் சில எதிர்வினைகள் இருந்தன. ஒன்று வெளிநாடு போய் புதிதாக வாழ்வைத் தொடங்குவது ஆரம்பிப்பது சாத்தியமா? அது தேவைதானா? முதுமையை அடைந்த பின்னரும் இந்த முடிவுக்கு வருவது அவசியம்தானா?

இந்தக் கட்டத்தில் சோக்ரடீஸ் கிரீட்டோவிடம் தமது விவாத உரையில் பின்வருமாறு கூறுகிறார்:

சோக்: சோக்ரடீஸ் நீ எமக்குத் தந்த வாக்குறுதியை மீறுகிறீர். உம்மைக் கட்டாயப்படுத்தி நாம் உம்மிடமிருந்து வாக்குறுதி களைப் பெற்றோமா? எழுபது ஆண்டுகள் நீர் இங்கு வாழ்ந்துள்ளீர். நகரத்தின் நிர்வாகம் மோசமானதாக இருந்தால் நாட்டைவிட்டு நீர் வெளியேறி இருப்பீர். உடன்படிக்கையை மீறியிருப்பீர்.

உடன்படிக்கையை மீறுவதால், நீர் அடையப்போகும் இலாபம் என்ன? நிச்சயம் உமது நண்பர்கள் பாதிக்கப் படுவார்கள். நாடு கடத்தப்படுவார்கள். அவர்களின் சொத்துக்கள் பறிமுதல் செய்யப்படும். அருகிலிருக்கும் நாடு ஒன்றிற்கு நீர் சென்றால் சட்டத்தை மீறி, அரசாங்கக் கட்டுப்பாடுகளுக்கு மதிப்பளிக்காது நாட்டைவிட்டு ஓடிவந்ததாகவே அங்குள்ள மக்கள் உம்மைப் பார்ப்பார்கள். உயிர் பிழைக்கவா இங்கு வந்துள்ளீர் என்று அவர்கள் கேட்டால், அந்த அவமானம்

உமக்குத் தேவையா. உமது பிள்ளைகளின் எதிர்காலம் பற்றிக் கவலைப்படுகிறீரா? பிள்ளைகளின் உயிரைப் பற்றிக் கவலை தோன்றுகிறதா? பிள்ளைகளின் உயிரையோ வேறு எதனையுமோ நீதிக்கு மேலானதெனக் கருதவேண்டாம். எப்படியேனும் உயிர் பிழைத்து வாழலாம் என்பதற்கு ஆசைப்பட வேண்டாம். கிரீட்டோ! இவ்வாறுதான் எனது நாடும் சட்டங்களும் என்னிடம் கூறுகின்றன. இவை என் காதுகளில் ஒலித்துக்கொண்டே இருக்கின்றன. கிரீட்டோ! நீ என்னை மாற்ற முயல வேண்டாம். என் மனம் மாறாது.

இவ்வாறு சோக்ரடீஸ் பேசி முடிக்கிறார். நாட்டின் மீதும் சட்டத்தின் மீதும் ஒரு குடிமகன் என்ற முறையில் தாம் கொண்டிருந்த கடப்பாடும் தேசப்பற்றும் கொஞ்சமேனும் பழுதடைவதை சோக்ரடீஸ் விரும்பவில்லை. நியாயத்தின் முன் தமது சொந்தக் குழந்தைகளின் எதிர்காலமும் அவருடைய கண்களுக்குத் தெரியவில்லை. ஏதென்சிற்கு வெளியே ஒரு அந்நிய தேசத்தில் வாழ்ந்து மடிவதைவிடச் சொந்த தேசத்தில் மரணத்தை ஏற்று ஒப்பந்தத்தின் மீதான நம்பிக்கையை வெளிப்படுத்துவதே அவருடைய இலட்சியமாக இருந்தது.

சோக்ரடீஸ் சிறைச்சாலையில் மரண தண்டனைக்காகக் காத்திருக்கும் போது கிரீட்டோ-சோக்ரடீஸ் உரையாடல் நடக்கிறது. கிரீட்டோ-சோக்ரடீஸ் உரையாடல் பிளேட்டோவின் உரைகளாக எழுத்துருவம் பெற்றவை. நீதி, அநீதி, நாடு, சட்டம், பெரும்பான்மையினர் கருத்து, வல்லுநர்களின் கருத்து எனப் பல தலைப்புகளைச் சுற்றி உரையாடல் நீடித்தது. இந்த உரையாடலில் சமூக ஒப்பந்தக் கோட்பாடு, அதன் மீதான கடப்பாடு, கடமை உணர்வு, பழிக்குப் பழி சிறந்த ஒழுக்கமல்ல என்பன பற்றிய கருத்துப் பரிமாற்றங்கள் நடந்தன.

கிரீட்டோ உரையாடலில் ஒரு முக்கிய கேள்வி எழுப்பப் படுகிது. அநீதியானது என்று கருதப்படும் சட்டங்களுக்கும் அடிபணிய வேண்டுமா, அடிபணியத் தேவை இல்லையா, இதற்கான ஒழுக்கக் கடப்பாடு என்ன?

சோக்ரடீஸ் சிறைச்சாலையைவிட்டுத் தப்பிச்செல்வது சட்டத்தை மீறும் செயலாகுமா என்பதும் முக்கியமான கேள்விதான்.

கிரீட்டோவும் அவரது நண்பர்களும் இது சட்டத்தை மீறுவதாகாது என்றே கருதினர். இதனை உறுதிப்படுத்தப் பல வாதங்களையும் அவர்கள் முன்வைத்தனர். அவர்களின் வாதங்களை சோக்ரடீஸ் ஏற்றுக்கொள்ளவில்லை. அது தவறான முயற்சி என்றே அவர் களுக்கு அவர் பதிலளித்தார்.

ஒழுக்கத்திற்கும் சட்டத்திற்கும் இடையிலான வேறுபாடு பற்றி இந்த உரையாடலில் அடிக்கடி பேசப்பட்டது. இந்த விடயத்தைக் 'கிரீட்டோ உரையாடல்' தெளிவுபடுத்த முயல்வதாகக் கருதலாம். நெருக்கடியான சூழ்நிலைகளில் மனிதரின் கட்டளைகளைவிட (சட்டத்தைவிட) தனது மனசாட்சியின் குரலுக்குத்தான் அதிக முக்கியத்துவம் வழங்குவதாகவும் சோக்ரடீஸ் குறிப்பிட்டுள்ளார். ஆனால் தமக்கு விதிக்கப்பட்ட தண்டனை அநீதியானதாக இருந்தாலும் அதை ஏற்பதற்கு அவர் தயாராக இருந்தார். சட்டத்திற்குப் பணிவதைவிட நாட்டுப்பற்றையும் நாட்டுடனான தமது கூட்டுணர்வையும் சோக்ரடீஸ் முதன்மை உணர்வாகக் கருதியிருக்கலாம்.

கிரீட்டோவின் முயற்சிகளுக்கு எந்தப் பலனும் கிடைக்க வில்லை. தாம் எடுத்த முடிவில் சோக்ரடீஸ் உறுதியாகவும் பிடிவாதமாகவும் இருந்தார். கைதிகளின் கடைசிநாள் வந்தது. மெய்யியல் உரையாடல்களில் சோக்ரடீசுடன் கருத்து முரண்பாடுகள் கொண்டிருந்தவர்களும் சோக்ரடீசின் நெருங்கிய நண்பர்களும் தமது தலைவர் அருகே ஒன்று திரண்டனர்.

சோக்ரடீசின் மூத்த நண்பர்களில் ஒருவரான கிரீட்டோ, கிரீட்டோவின் மகன் கிரிட்டோபலஸ், எப்பலோடரஸ், மெய்யியலாளரும் பேச்சாளருமான எஸ்ச்சினஸ், மற்றொரு மெய்யியலாளரான என்டிஸ்தனீஸ், செட்டிஸ்பஸ், டெமோபனின் மகன் மெனக்சினஸ், என்பவர்களோடு ஏனைய நகரங்களில் இருந்து வந்தவர்களும் அங்கு குழுமி இருந்தனர்.

இயக்கவியல் வாதியான மெகாராவின் எல்லுசிடஸ் தனது கூட்டாளிகளுடன் அங்கு வந்திருந்தான். இயக்கவியல் வாதத்தில் பின்னர் நிபுணர்களாகவும் சிறந்த எழுத்தாளர்களாகவும் ஒளிர்ந்த பீடொனிடஸ் பின்னர் மெய்யியலாளராக மிளிர்ந்த பீடோவைச் சேர்ந்த எலிசசும் அவருடைய நண்பர்களும் அந்தக் கூட்டத்தில்

இருந்தனர். மாற்றமாக சோக்ரடீசின் உன்னத மாணவரான பிளேட்டோ அங்கு வருகை தரவில்லை. அவர் நோய்வாய்ப் பட்டிருந்ததாகத் தெரிவிக்கப்பட்டிருந்தது.

அப்போது அங்கு வந்த சிறைக்காவலன் அங்கிருந்தவர்களைக் காத்திருக்குமாறு வேண்டிக்கொண்டான். சோக்ரடீசின் கால் சங்கிலிகளை அவிழ்ப்பதற்கும் அவருக்குத் தேவையான சிறைக் கூட ஆலோசனைகளை வழங்குவதற்கும் சிறைச்சாலை அதிகாரி ஆயத்தமானான். சோக்ரடீசின் மனைவி ஷேந்திபி கைகளில் ஏந்திய குழந்தையுடன் அவருக்கு அருகில் அமர்ந்திருந்தாள். அவரைக் கண்டதும் அவளால் அழுகையைக் கட்டுப்படுத்த முடியவில்லை. 'ஓ சோக்ரடீஸ்! உங்களுடைய நண்பர்கள் உங்களுடனும் நீங்கள் உங்களின் நண்பர்களுடனும் பேசுகின்ற கடைசி நேரம் வந்துவிட்டது' என்றாள். ஷேந்திபி தனது துயரத்தைக் கூறியபடித் தொடர்ந்து அழுதுகொண்டிருந்தாள். சோக்ரடீஸ் அவளை வீட்டிற்கு அழைத்துச் செல்லுமாறு தமது நண்பன் கிரீட்டோவைக் கேட்டுக்கொண்டார்.

உரத்த குரலில் அழுது மார்பில் அடித்துக்கொண்டிருந்த ஷேந்திபியை ஒருவன் வெளியே அழைத்துச் சென்றான். பக்கத்தில் இருந்த கட்டிலில் அமர்ந்த சோக்ரடீஸ் சங்கிலிகள் கழற்றப்பட்ட தமது கால்களைக் குனிந்து தமது கைகளால் தடவிக் கொண்டிருந்தார். இவ்வாறான நிலையிலும் அங்கிருந்தவர்கள் கேட்ட வினாக்களுக்கு சோக்ரடீஸ் விடையளித்தார். அப்போது தற்கொலை பற்றி ஒருவர் வினவிய கேள்விக்கு அவர் பதில் தந்தார். தற்கொலை சட்டத்திற்கு முரணானது என்றார்.

மேலும் ஒரு மெய்யியலாளன் எல்லாச் சூழ்நிலைகளிலும் சாவை ஏற்பதற்குத் தயாராகவும் விருப்பமுள்ளவராகவும் இருக்க வேண்டும் என்றார்.

நண்பரின் மரணம் மிகவும் அருகில் இருப்பதை மறந்தவாறு எல்லோரும் சோக்ரடீசோடு மெய்யியல் விசாரணைகளிலும் விவாதங்களிலும் ஈடுபட்டு வந்தனர். மரணத்தால் நிகழவிருக்கும் இந்தப் பிரிவை சோக்ரடீஸ் நிலையானது என்று நம்புகிறாரா, தற்காலிகமானது என்று நம்புகிறாரா என்பதை அறிய சிலர் ஆவலாக இருந்தனர். அப்போது நச்சுக் கோப்பைக்குப் பொறுப்பான

சிறைக்காவலன் சோக்ரடீசை அதிக நேரம் பேச வேண்டாம் என்றும் சுருக்கமாகக் கருத்துகளைக் கூறும்படியும் கேட்டுக் கொண்டான். ஏனெனில், அதிகமாகப் பேசினால், உணர்ச்சி வசத்தால் அவருள் ஏற்படும் வெப்பம் நஞ்சைச் சரியாகச் செயல்பட விடாது தடுத்துவிடும் என்று அவன் பயந்தான். அதனால், இரண்டு அல்லது மூன்று முறைகள் நஞ்சு குடிக்க வேண்டிய தேவை ஏற்படலாம் என்றும் அதிக நேரம் பேசுவதைத் தவிர்க்கும் படியும் அவரை அவன் கேட்டுக்கொண்டான்.

அப்போது சோக்ரடீஸ் கிரீட்டோவிடம் 'உன்னுடைய வேலையை நீ பார்த்துக்கொள்' என்று அவனுக்குக் கூறு. 'தேவை யானால் இரண்டு முறை அல்லது மூன்று முறையும் அதைக் குடிக்க சோக்ரடீஸ் தயாராக இருக்கின்றார் என்று கூறு' என்றார். ஏனெனில் எல்லாவற்றையும்விட அங்கு நடந்துகொண்டிருந்த உரையாடலை அவர் மிகவும் விரும்பினார். அதனால் நச்சுப் பானத்தைப் பருகுவது பற்றிய காவலாளியின் விளக்கமும் அவனது கவலையும் அவருக்கு இடையூறாக இருந்தன.

தனது வாழ்நாள் முழுக்க மெய்யியல் பணியில் ஈடுபட்டு வந்துள்ள ஒருவன் மரணம் நெருங்கி வரும்போது ஏன் மகிழ்ச்சி யுடன் இருக்கக்கூடாது என்பதை சோக்ரடீஸ் நண்பர்களுக்கு விளக்கினார்.

மரணத்தின் பின்னர்தான் தமக்கு அதி உயர் நன்மையைப் பெறமுடியும் என்றும் மரணத்தைப் பற்றிய சிந்தனைக்கு மெய்யியலில் இடமுண்டு என்றும் அவர் கூறினார்.

சோக்ரடீசைப் பொறுத்த வரை மரணம் என்பது உடம்பில் இருந்து ஆன்மா பிரிந்து செல்வதாகும். அவ்விதமான ஒரு பிரிவை சோக்ரடீஸ் விரும்பினார். ஏனெனில், முழுமுதல் உண்மையும் நன்மையும் அழகும் பொதிந்திருக்கும் ஒரு நிலையைப் பற்றி அவர் நண்பர்களோடு கலந்துரையாடினார். இது உண்மையாக இருந்தால் நான் செல்லுமிடத்தில் மகிழ்ச்சி அடைவேன். நான் மாத்திரமல்ல, மற்றவர்களும் மகிழ்ச்சியடைவார்கள். அதாவது ஒரு தூய்மையாக்கம் இங்கு நடைபெறுகின்றது. தூய்மையாக்கம் என்றால், உடம்பின் தடைகளிலிருந்து ஆன்மாவை விடுவிப்பது. இது மரணத்தால்தான் சாத்தியம். உண்மையான மெய்யியலாளர்கள்

ஆன்மாவைத் தம்முடைய தடைகளிலிருந்து விடுவிக்கவே எப்போதும் விரும்புகின்றார்கள். அதனால் மரணம் நெருங்குவதைப் பற்றிக் கவலைப்படுவது நகைப்புக்கிடமானது. உண்மையில் அது மகிழ்ச்சிக்கான ஒரு தருணமாகும் என்று சோக்ரடீஸ் விளக்கினார் (கோல்மன் பிலிப்சன், 1928).

ஆன்மாவும் மரணமும்

மரணம் கெடுதியானதல்ல என்பதையே விசாரணையின் போது சோக்ரடீஸ் வலியுறுத்தி வந்துள்ளார். மரணம் நல்லதாகவே இருக்கவேண்டும். குறைந்தபட்சம் அது தீயதாக இருக்காது; அது உறுதி என்று இன்னொரு சூழ்நிலையில் அவர் கூறியுள்ளார்.

எவேனர் என்ற ஞானி பற்றி அவருக்கு நண்பர்கள் நினைவு படுத்தினர். அப்போது, அவர் பெரிய ஞானியல்லவா, அவரையும் என்னைப் பின்தொடரச் சொல்லுங்கள் என்றார். அவர் மரண மடைவதற்கு விரும்பாதவர் என்று அங்கிருந்த ஒருவர் கூறினார். அவர் ஒரு மெய்யியலாளர் என்று நான் கேள்விப்பட்டுள்ளேன். ஞானமடைந்த ஒவ்வொருவரும் இந்த உடலைவிட்டுப் போகவே விரும்புவர். ஆனால், பலவந்தமாய் தற்கொலை செய்துகொள்ள மாட்டார்கள்.

தற்கொலை தவறானதா என்று நண்பர்கள் கேள்வி எழுப்பினர். சோக்ரடீஸ் ஆம் அது தவறு என்றார். நாம் கடவுளின் சொத்து; அவரின் பாதுகாப்பில் இருப்பவர்கள். தற்கொலை செய்து கொள்ளும் உரிமை எமக்குக் கிடையாது. விடுதலைக்குக் கடவுள் தான் பொறுப்பு நாமல்ல என்றார். இது உண்மையானால் அறிவு பெற்றவர்கள் மரணத்தை விரும்புவார்கள் என்று நீங்கள் கூறியது முரண்பாடாகத் தெரிகிறதே. உயிருக்கு இறைவன் பாதுகாப்பளிக்கும் போது அதிலிருந்து விடுபட எப்படி ஒருவன் விரும்பலாம் என்று தர்க்கரீதியாக ஒரு கேள்வி அங்கு எழுப்பப் பட்டது. ஏன் உயிரை மாய்த்துக் கொள்ளப் போகிறீர்; உயிரைக் காப்பாற்ற ஏன் முயலவில்லை என்று என்னிடம் கேட்கிறீர்கள் அதுதானே என்று சோக்ரடீஸ் அவர்களைப் பார்த்துக் கேட்டார்.

கடவுளின் பாதுகாப்பில் இருந்தேன். கடவுளின் ஆணை வந்ததும் மகிழ்ச்சியுடன் உயிரைவிடப் போகிறேன். உயிரிழந்தாலும்

ஆன்மா அழியாது. இந்த உடல் அழிந்தாலும் ஆன்மாவாகக் கடவுள் பாதுகாப்புடன் இருப்பேன் என்றார். ஞானியானவன் மரணத்தை ஆவலுடன் எதிர்பார்ப்பான். உடலைவிட்டு ஆன்மா தனித்திருக்க வேண்டும். கடவுள் கட்டளை எப்போது வந்தாலும் அதற்காக அவன் ஆயத்தமாக இருப்பான் என்றார். சோக்ரடீஸ் நச்சுப் பானத்தை அருந்தும் நேரம் அண்மிக்கிறது.

'உங்களை எப்படி அடக்கம் செய்வது' என்று கிரீட்டோ கேட்டான். நீங்கள் விரும்பியபடிச் செய்யலாம். நான் உங்களுக்கு அகப்படுவேனா பார்ப்போம் என்று கூறி அவனைப் பார்த்து நகைத்தார். இன்னும் சிறிது நேரத்தில் உடலைவிட்டு நீங்கப் போவது சோக்ரடீஸ். சோக்ரடீஸ் எனும் நான், 'நான்' எனும் அது உடலைவிட்டு விடுதலை பெற்றுவிடும். இதைத்தான் நமது உரையாடல்களில் கூறி வந்துள்ளேன்.

நச்சுப்பானத்தை அருந்தியதும் நான் அல்லது எனது ஆன்மா உங்களிடமிருந்து நீங்கிவிடும். உங்களுடனிருந்த நான் மேலுலகம் சென்றுவிடுவேன். ஆனால், கிரீட்டோ இன்னும் இதை விளங்கிக் கொள்ளவில்லை. 'நான் போய்விடுவேன்' கிரீட்டோ இதை நம்ப வேண்டும். சோக்ரடீசை மயானத்திற்குக்கொண்டு செல்கிறோம், சோக்ரடீசுக்கு சிதைமூட்டப் போகிறோம் என்ற கதைகளுக்கு இனி இடம் கிடையாது. கிரீட்டோ இதை உணர வேண்டும். அவன் அழாமல் இருக்க வேண்டும். தூக்கிச் செல்லப்படுவது சோக்ரடீஸ் அல்ல அது பிரேதம், அது உடல், அதாவது அது சோக்ரடீஸ் அல்ல என்று கிரீட்டோ உணர வேண்டும்.

எவ்வளவு சொல்லியும் கிரீட்டோவுக்கு இது விளங்கவில்லை. நீங்கள் கிரீட்டோவுக்கு உறுதிமொழி கூறுங்கள் என்று நண்பர்களைப் பார்த்து சோக்ரடீஸ் கூறினார். நாங்கள் மயானத்தில் புதைப்பது சோக்ரடீசை அல்ல, சோக்ரடீசின் உடலையே புதைக்கிறோம் என்று அவருக்குக் கூறுங்கள். இன்னும் சிறிது நேரத்தில் இங்கிருந்து நான் சென்றுவிடுவேன். அவருக்கு ஆறுதல் கூறுங்கள். நீதிமன்றத்தில் எனக்கு அவர் ஜாமீனாக நின்றார். அதாவது நான் எங்கும் போய்விட மாட்டேன் இங்கேயே இருப்பேன் என்று உறுதிமொழி கூறினார். இப்போது அவருக்கு நான் இருக்கமாட்டேன் என்று நீங்கள் ஜாமீன் கொடுங்கள்.

இதைக் கிரீட்டோவுக்கு உணர்த்துங்கள் என்று சோக்ரடீஸ் நண்பர்களுக்கு அன்புக் கட்டளை இட்டார்.

நல்ல மரணம்

இங்கு சோக்ரடீசின் விவாதப் பொருளாய் இருந்தது என்ன? 'நல்ல மரணமும் மரணத்தின் முன் துணிவும்' என்பது அவருடைய இந்த உரைகளின் சாரம் எனலாம். எல்லோரையும் போல் எனது மனைவி பிள்ளைகளுடன் இங்கு வந்து, இந்த வழக்குமன்றத்தில் உயிர்ப்பிச்சை கேட்டு மன்றாடுவேன் என்று நீங்கள் நம்புகிறீர்களா என்று கேள்வி எழுப்பினார். உயிர்வாழ்வதற்காக இப்படி ஒரு காரியத்தைச் செய்யப்போவதில்லை என்று வழக்கு விசாரணை யின் போது சோக்ரடீஸ் பேசியது உங்களுக்கு ஞாபகமிருக்கலாம். சோக்ரடீஸ் மரணத்தைத் துணிவுடன் எதிர்கொண்டார். மரணம் நெருங்கிவரும் வேளையில் மரணம் என்னவாக இருக்கலாம் என்று நண்பர்களிடம் உரையாடினார். மரணம் பற்றி அவரிடம் சில உறுதியான பார்வைகள் இருந்தன.

உண்மையில் அந்தச் சிறைக்கூடத்தில் 'அழியாத ஆன்மா' பற்றிய தத்துவ விசாரணையில் சோக்ரடீசும் அவருடைய நண்பர் களும் தீவிரமாக ஈடுபட்டிருந்தனர். மரணதண்டனை விதிக்கப் பட்டு தண்டனை நிறைவேற ஒருநாள் மாத்திரமே எஞ்சியிருந்த நிலையில் சோக்ரடீஸ் மரணத்திற்குப் பிந்திய ஆன்மாவின் நிலை பற்றித் தமது கருத்துகளை அங்கு கூறிக்கொண்டிருந்தார்.

'அழிவற்ற ஆன்மா' என்பது ஆழமான மனிதக் கேள்விகளில் ஒன்றாகும். அங்கிருந்த சீடர்களில் ஒருவர் ஆன்மா பற்றிய கருத்துகள் தொடர்பாகத் தமது அச்சத்தை வெளிப்படுத்தினார். ஒருவன் மரணிக்கும் போது ஆன்மா ஒரு புகையைப் போல காணாமல் போகின்றது. அதனால், ஆன்மா மரணத்தின் பின்னரும் அழியாதிருக்கிறது என்றான். இதை மெய்ப்பிப்பதற்கு நிறையத் தேடுதல்களும் வாதங்களும் தேவையாக உள்ளன என்று சோக்ரடீஸ் குறிப்பிட்டார்.

இந்த விவாதத்தில் சோக்ரடீஸ் முன்வைத்த ஆன்மா பற்றிய கருத்துகள் பிளேட்டொனிய வாதத்தை வெளிப்படுத்துவன என்று கருதப்படுகிறது.

அழியாத ஆன்மா பற்றிய சோக்ரடீசின் நேரடியான கருத்து களைப் பற்றி நாம் தெரிந்துகொள்ள வாய்ப்புள்ளதா? ஏனெனில் சோக்ரடீஸ் பல விடயங்களில் மரபுரீதியான சமய கருத்துகளில் இருந்து வேறுபட்டுச் சிந்தித்தவர். பெரும்பாலான வேளைகளில் அழியாத ஆன்மாவைப் பற்றிய அவருடைய கருத்தில் அவருக்கென்று ஒரு வாதம் இருந்துள்ளது. அதாவது மரணத் திற்குப் பிந்திய வாழ்வு பற்றிய கேள்வியாக அது அமைந்திருந்தது. 'அப்போலொஜியில் தரப்பட்டுள்ள சோக்ரடீசியக் கருத்தின்படி அவர் மரணத்திற்குப் பிந்திய வாழ்க்கை பற்றிக் கூறியுள்ள போதும் அது ஆதரவான கருத்தா, எதிரான கருத்தா என்பது தெளிவாக இல்லை' (கோல்மன் பிலிப்சன், 1928).

இங்கு நோக்கப்பட வேண்டியது அழியாத ஆன்மா பற்றிய அவருடைய கருத்து என்ன என்பதைவிட மரணத்தை அவர் எதிர் நோக்கிய விதமும், ஒரு மெய்யியலாளராக ஆன்மாவைப் பற்றிய அவருடைய சிந்தனையும்தாம் முக்கியமானவையாகத் தெரிகின்றது.

பீடோ உரையாடலில் சோக்ரடீஸ் பின்வருமாறு கூறுகிறார்: ஆன்மா உடம்பிலிருந்து பிரிந்து, தன்னை அது வேறுபடுத்திக் கொள்ளும். எல்லாத் தொடர்புகளும் அற்றுப்போகிறது. ஆன்மா தனித்து இயங்கும். மரணம் ஆன்மாவை உடலில் இருந்து விடுதலை செய்கிறது. அப்படிக் கூறுவதுதான் சரி.

உண்மையான மெய்யியலாளர்கள் ஆன்மா உடம்பிலிருந்து பிரிவதையே விரும்புவார்கள். அதனால், மரணம் பற்றிப் பயப்படுவதற்கோ, அதிருப்தியடைவதற்கோ ஒன்றுமில்லை. விரும்ப முடியாத தொடர்புகளையும் வேட்கைகளையும் பிரிந்து, வாழ்க்கையின் முழு இலட்சியத்தையும் அவாவையும் பெறக் கூடிய அந்த இடத்துக்குச் செல்வதை விரும்பாமல் இருக்க முடியுமா? இறந்துபோன காதலர், மனைவியர், பிள்ளைகள் போன்றோரைக் காண்பதில் இருக்கும் மகிழ்ச்சியை நிச்சயம் ஒருவர் எதிர்பார்ப்பார். இந்த ஞானத்தை அறிந்த ஒருவர் மரணமடைவதைப் பற்றி வருத்தப்படுவாரா? இந்தப் பயணம் அவனுக்கு மகிழ்ச்சியைத் தருவதாக இருக்காதா?

தெய்வத்திற்கு நேர்த்திக் கடன்

'எஸ்க்லெப்பியாஸ் தெய்வத்திற்கு நேர்த்திக் கடன் வைத்துள்ளேன். அதை நிறைவேற்றிவிடு' என்று கிரீட்டோவிடம் சோக்ரடீஸ் கேட்டுக்கொள்கிறார். விவாதத்துக்குரிய பொருளாக இது இன்றும் ஆராயப்பட்டு வருகின்றது. எதற்காக இந்த நேர்த்திக்கடன்? யார் இந்த எஸ்க்லெப்பியாஸ்? சாவின் விளிம்பில் இருக்கும் நிலையில் சோக்ரடீஸ் தமது விருப்பத்தைக் கிரீட்டோவுக்கு மிகவும் சுருக்கமாகக் கூறுகின்றார். 'எஸ்க்லெப்பியாசுக்கு ஒரு சேவலைப் பலியிடுவதாக நேர்ச்சை வைத்துள்ளேன். அந்தக் கடனை கிரீட்டோ நீ பூர்த்தி செய்வாயா. அதைச் செய்வதில் அசட்டையாக இருந்து விடாதே.' இதுதான் அவர் கூறியது.

கிரேக்கச் சமயம், புராணவியல் நம்பிக்கைகளின்படி எஸ்க்லெப்பியாஸ் மருத்துவக் கலையின் நலவாழ்வுக்குப் பொறுப்பான கடவுள். எஸ்க்லெப்பியாஸ் அப்பலோவின் மகன், வைத்தியத்தின் கடவுள்; மரணத்தைத் தடுக்கும் கடவுள். மரணத்தின் விளிம்பிற்குச் சென்றவர்களுக்கும் அதற்கு அப்பால் சென்றவர்களுக்கும் உயிரை மீட்டுத் தரும் சக்திபடைத்த கடவுள். மத்தியதரைப் பிராந்தியத்தில் எஸ்க்லெப்பியாசுக்கு எனத் தேவாலயங்கள் இருந்தன. இந்தத் தேவாலயங்கள் நோய் களைத் தீர்க்கும் மையங்களாகவும் விளங்கின.

கிமு 5ஆம் நூற்றாண்டில் இந்தத் தெய்வம் கிரேக்கர்களிடையே மிகவும் பிரபலம் பெற்றிருந்தது. இந்த ஆலயங்களுக்கு வருவோரின் நோய்கள் தெய்வ அருளாலோ, அங்கு பணிபுரியும் குருமார்களின் வைத்தியத்தினாலோ தீர்ந்தன.

ஹோமரின் *இலியட்* காவியத்தில் எஸ்க்லெப்பியாஸ் ஒரு திறமைவாய்ந்த மருத்துவராகவே குறிப்பிடப்பட்டுள்ளார். அதாவது அவர் உலகில் வாழ்ந்த ஒரு வரலாற்று மனிதர். பின்னர் மக்கள் அவரைத் தெய்வமாக்கியிருக்கக்கூடும். ஒரு பாம்பு சுற்றியிருக்கும் கைத்தடியுடனும் திறந்த மார்புடனும் இருப்பவ ராகவே சிலைவடிவில் அவரைப் பார்க்கிறோம். அந்தப் பாம்பு சுற்றியிருக்கும் கைத்தடிதான் மருத்துவத்தின் சின்னமாக இன்றும் பயன்படுத்தப்படுகிறது. எஸ்க்லெப்பியாசின் நோய் தீர்க்கும் கோயில்களுக்குள் ஆயிரக்கணக்கில் மக்கள் ஒன்றுகூடினர்.

அங்கு தமது நோய்கள் தீரப் பிரார்த்தனைகளில் ஈடுபட்டனர். நேர்த்திக் கடன்களை நிறைவேற்றினர். பலியிடுதலும் இங்கு இடம் பெற்றது.

நோய் தீர்க்கும் முறைகளுக்குப் பாம்புகளும் நாய்களும் பயன்படுத்தப்பட்டன. புகழ்பெற்ற ஹிப்போக்ரட்டீஸ் மருத்துவ ஆணையில் கடவுளர் மீது சத்தியம் செய்யும் ஒரு பகுதி உண்டு. அதில் அப்பலோவிற்கு அடுத்ததாக எஸ்க்லெப்பியாசின் பெயர் இடம்பெற்றுள்ளது. 'அப்பலோவிடமும் எஸ்க்லெப்பியாசிடமும், ஹைஜேன்யா பெனாசியா மீதும் ஆண் பெண் கடவுளர் அனைவர் மீதும் நான் சத்தியம் செய்கின்றேன்' என்று அந்த ஆணை கூறுகிறது.

எஸ்க்லெப்பியாசிற்கு பலி நேர்த்தியை நிறைவேற்றுவது பற்றி சோக்ரடீசிற்கு இருந்த சுதந்திரமான உறுதியான விருப்பம் என்ன? ப்ரெட்ரிக் நீட்ஷே (1844-1900) இந்தக் கேள்வியை எழுப்பி இருந்தார். வாழ்க்கைத் தத்துவம் பற்றிய ஒரு பலவீனமான கருத்தாடலுக்கு சோக்ரடீசின் இந்த விருப்பம் இட்டுச் செல்கிறது என நீட்ஷே கருதுகிறார்.

'வாழ்வு ஒரு நோய் போன்றது' என்று கிரீட்டோவிடம் சோக்ரடீஸ் கூறியிருந்தார். எஸ்க்லெப்பியாஸ் பிணி தீர்க்கும் கடவுள். நச்சுப் பானத்தின் மூலம் உயிர்வாழ்வுக்கு விடுதலை தந்ததற்காக எஸ்க்லெப்பியாஸ் தெய்வத்திற்கு நன்றி கூறுவதற் காகவே 'சேவல் பலியை' சோக்ரடீஸ் ஏற்பாடு செய்திருக்கலாம்.

கிரேக்கத் தொன்மங்களின்படி நோயாளிகள் நோயிலிருந்து விடுதலை பெறுவதற்காக எஸ்க்லெப்பியாசுக்குச் சேவலைப் பலியிடுவது வழக்கம். வாழ்வை ஒரு நோயாகக் கருதி மரணத்தின் மூலம் அதிலிருந்து விடுதலை பெறுவதை சோக்ரடீஸ் இங்கு உருவகப்படுத்தி உள்ளார் என்பது நீட்ஷேயின் வாதம்.

சோக்ரடீஸ் யாரையும் நோய் தீர்ப்பவர் என்று நம்பவில்லை. தம் நோயைத் தீர்ப்பார் என்ற நம்பிக்கையும் சோக்ரடீக்கு இருக்கவில்லை. எனவே சோக்ரடீஸ் நச்சுப்பானத்தைத் தாமே விரும்பி அருந்தியதாக ப்ரெட்ரிக் நீட்ஷே கூறுகிறார். அதாவது நச்சுப்பானம் சோக்ரடீசுக்கு மருந்தாகிவிட்டது. சோக்ரடீஸ் மரணிப்பதற்கு விரும்பினார். நச்சுக் கோப்பையைத் தாமே

ஏற்றுக்கொண்டார். மரணம் அங்கு விடுதலைக்கான மருத்துவராகச் செயல்பட்டுள்ளது என்பது நீட்ஷேயின் கருத்து.

நீட்ஷே

நீட்ஷேயின் வாசிப்பின்படி 'கிரீட்டோ நாம் எஸ்க்லெப்பியாசுக்கு சேவல் வழங்க வேண்டும்' என்று சோக்ரடீஸ் கூறுகையில் வாழ்க்கை எனும் நோய்க்கான மருந்து மரணம் ஒன்றுதான் என்பதைக் கூறி விடுகிறார். சோக்ரடீஸ் வாழ்வுக்கு எதிரானவர் என்பது நீட்ஷேயின் கருத்து. சோக்ரடீஸ் தம்மைப் பழிவாங்கும் நிலையை இங்கு உருவாக்கி உள்ளதாகவும் நீட்ஷே கூறுகிறார். இது விவாதத்துக் குரியதாயினும் இறுதிக் காலத்தில் அவரது மரணம் பற்றிய உரையாடல்களில் மரணம் வாழ்வின் விடுதலை என்ற கொள்கையை சோக்ரடீஸ் வலியுறுத்துவதை மறுப்பதற்கில்லை.

பிளேட்டோ பீடோவில் விவரித்துள்ள 'மரணத்தறுவாய்' உரையாடல்களை அடிப்படையாகக் கொண்டு நீட்ஷேயும் இன்னும் சில ஆய்வாளர்களும் சோக்ரடீஸ் (தமது) வாழ்வை ஒரு நோயாகக் கருதியதாகக் கூறுகின்றனர். வாழ்வெனும் நோய்க்கு மரணம்தான் வைத்தியர் என்று சோக்ரடீசின் வார்த்தைகள் நினைவுபடுத்துவதாக அவர்கள் கருதுகின்றனர். 'வாழ்வு: நோய், மரணம்: நோய்நீக்கம்' என்பது இதன் பொருள்.

மண்ணுலகில் போராட அதிமனித (சூப்பர்மேன்) சிந்தனையில் மூழ்கியிருந்த நீட்ஷே பிளேட்டோவின் விண்ணுலக ஆன்மாவை ஏற்றுக்கொள்ளவில்லை. மனிதவியல் திறனில் நம்பிக்கை வைத்து இந்தப் புவியில் மனிதனை சாதனையாளனாகக் காண்பதற்கு நீட்ஷே விரும்பினார். மனித எதார்த்தம் இயற்கை கடந்த மர்மங்களுக்கு உள்ளாகியிருப்பதை நீட்ஷே வெறுத்தார். அதாவது பீடோ கூறும் மறுவுலகச் சிந்தனையை நீட்ஷே ஏற்றுக் கொள்ளவில்லை. இது இன்னும் வித்தியாசமாகப் பார்க்கப்பட வேண்டும். *சோக்ரடீசின் இறுதி வார்த்தைகள்* என்ற கொலிஸ் வெல்சின் கட்டுரை இதற்கான புதிய கருத்துகளை முன்வைத்து இருப்பதை அவதானிக்க முடிகிறது.

தொன்மைக் கிரேக்கத்தில் ஒருவர் உண்ணும் போது அல்லது குடிக்கும் போது ஒரு பகுதியைக் கடவுளுக்குப் படைக்கும்

வழக்கம் இருந்தது. இது குறிப்பாகச் சிறப்பான சூழ்நிலைகளில் அதிகம் நடப்பதுண்டு. பலியின் போது இறைச்சியின் சிறிய பாகம் கடவுளுக்குப் படைக்கப்படும். பானமாக இருந்தால், பானத்தின் சிறு பகுதி கடவுளுக்கு என நிலத்தில் ஊற்றப்படும்.

'இந்த உலகில் இருந்து மறு உலகிற்குச் செல்வது மகிழ்ச்சி யானதாக இருக்க வேண்டும்' சோக்ரடீசின் மரணத்துக்கான விருப்பத்தில் இந்த விடயம் உள்ளடங்கியிருந்தது. ஆனால் தெய்வத்துக்கான நீர்மப் படையலை வழங்குவதற்கு சோக்ரடீசுக்கு சிறைக்காவலன் அனுமதி தரவில்லை. அதனால், அதற்குப் பதிலாக சோக்ரடீஸ் பிரார்த்தனை புரிந்தார். ஆனால் பிரார்த்தனை செய்வது நீர்மப் படையலை வழங்குவதற்குச் சமமானதல்ல. காவலாளியுடனான அவருடைய உரையாடலிலிருந்து இதை நாம் அறிந்துகொள்கிறோம்.

நச்சுக் கோப்பையுடன் வந்த காவலாளியைப் பார்த்துப் பானத்தை பருகுவதைப் பற்றி சோக்ரடீஸ் கேள்வி கேட்கிறார். அதற்குக் காவலாளி பின்வருமாறு பதில் கூறுகிறான். 'இதனை நீர் பருக வேண்டும் அவ்வளவுதான்.' அவன் கோப்பையை சோக்ரடீசிடம் கொடுத்தான். சோக்ரடீசின் முகம் வெளிற வில்லை. முகத்தில் எந்த மாற்றங்களின் ரேகைகளும் படர வில்லை. புன்முறுவலுடன் நச்சுக் கோப்பையை சோக்ரடீஸ் பெற்றுக்கொண்டார்.

விழிகளை உருட்டி உற்றுப் பார்த்தபடி (அப்படித்தான் அவர் விழிகளை உருட்டி உருட்டிப் பார்ப்பது வழக்கம்) காவலாளியிடம் நான் இந்தப் பானத்திலிருந்து தெய்வத்துக்கான படைப்பாக ஒரு (சிறு) பகுதியை நிலத்தில் ஊற்றுவது பற்றி நீ என்ன சொல்கிறாய், அதைச் செய்யலாமா, செய்ய முடியாதா என்று சோக்ரடீஸ் கேட்டார். 'எந்த அளவு தேவையோ அந்த அளவு மட்டுமே இதில் உள்ளது' என்றான் அந்த அதிகாரி. 'ஆம் நான் புரிந்துகொண்டேன்' என்று சோக்ரடீஸ் பதிலளித்தார். 'நாம் வாழும் இவ்வுலகில் இருந்து மறுவுலகிற்கு அழைத்துச் செல்லும்படி நான் தெய்வங் களைப் பிரார்த்திப்பதற்குத் தடையேதும் இருக்காதல்லவா. அவ்வாறுதான் நான் பிரார்த்தனை செய்யப்போகிறேன்' என்று கூறியவாறு சோக்ரடீஸ் நச்சுப் பாத்திரத்தை உதட்டில் வைத்தார்.

தாம் செய்த பிரார்த்தனையை நிறைவான சடங்காக அவர் கருதவில்லை. ஆகவே சேவல் பலிகொடுக்கப்படுவது அவசியம் என்று சோக்ரடீஸ் முடிவு செய்திருக்க வேண்டும். மரணத்தால் பெற்றுக்கொண்ட திருப்தியான (நோய்) விடுதலைக்குரிய காணிக்கையாக அதைக்கொள்ள வேண்டும். நீட்ஷே இவ்வாறு இதை விளக்குகிறார்.

சடமும் அகமும்

உடல் அழிந்த பிறகு, சடமற்ற ஆன்மா உடம்பிலிருந்து வேறாகி என்றும் நிலைத்திருக்கும் என்பது பல மதங்களில் காணப்படும் பொதுவான ஒரு கோட்பாடு. சாதாரண மக்களிடத்திலும் இந்த நம்பிக்கை உண்டு. உடல் வேறு, ஆன்மா வேறு என்று இது எடுத்துக்கொள்ளப்படுகிறது. மெய்யியலில் இது உடலும் மனமும் என்று இருமைவாதமாகக் கூறப்படுகின்றது.

ஆனால் தொன்மைக்கால மக்கள் இவ்வாறு கருதவில்லை. தொன்மை ஹீப்ருக்களின் நம்பிக்கையிலும் இது இவ்வாறு இருக்கவில்லை. ஹீப்ரு மொழியில் ஆன்மாவுக்கான 'நெபெஸ்' (*சோல்*) என்ற பதம் அழியாத ஆன்மாவுக்கான சொல் அல்ல. விவிலிய மொழிகளில் ஆன்மாவைக் குறிக்கும் *நெபெஸ்* (எபிரெய மொழி), *சய்க்கே* (கிரேக்கம்), *அனிமா* (இலத்தீன்) ஆகிய சொற்கள் உயிர்நாடியான மூச்சு என்ற கருத்துடன் தொடர்புகொண்டுள்ளன (தியாகு, பாகம் *1, 1992*).

மூச்சு அல்லது சுவாசித்தல் உயிர் இருப்பதற்கு அடையாளம் எனக் கொள்ளப்பட்டது. மூச்சு உள்ளவரை ஒருவன் உயிரோடு இருக்கிறான், இறக்கும்போது அவனது ஆன்மா பிரிந்து செல்கின்றது (ஆதி *35:18*). உடல் இறந்த பிறகு இறந்தவரின் ஆவியாக ஆன்மா நிலைத்திருப்பது இல்லை.

இதற்கு பைபிளின் சங்கத்திருவுரையிலிருந்து (*எக்லீஸியாஸ்டீஸ்*) ஒரு கருத்து பின்வருமாறு எடுத்துக் காட்டப்படுகிறது. 'பூமியில் எப்போதும் வாழ்வாரும் இல்லை, வாழ்வோம் என்று நம்புவாரும் இல்லை.' 'செத்த சிங்கத்தைவிட உயிருள்ள நாயே மேல்.' உயிரோடிருக்கிறவர்கள் தங்களுக்குச் சாவு வருமென்று அறிந்திருக்கிறார்கள். இறந்தவர்களோ இனி ஒன்றும் அறியார்கள். அவர்கள் பெயர்

முதலாய் மறக்கப்பட்டிருக்கின்றமையால் இனி ஞானப்பலனை அடைவது அவர்களால் இயலாது' (பழைய ஏற்பாடு 9: 5).

கிங் ஜேம்சின் ஆங்கில உரையாக்கம் இவ்வாறுள்ளது–'உயிர் வாழ்வோர் தாங்கள் இறப்போம் என்பதை அறிவார்கள், ஆனால் இறந்தவர்கள் எதையும் அறியமாட்டார்கள், எந்தப் பயனையும் அவர்கள் அடைய மாட்டார்கள், அவர்களின் ஞாபகங்கள் மறந்து போய்விடும்' (சங்கத்திருவுரை 9: 4-5).

பின்வரும் வரிகளை தாவீதின் சங்கீதங்களில் காணலாம். 'மரணமடைந்தவர்களில் யார் உன்னை நினைவுகூர்வர்; கல்லறையில் (கீழ் உலகில்) உமக்கு யார் நன்றி கூறுவார்' (சங்கீதங்கள்: 6:5). பழைய ஏற்பாட்டில் 'நெபஸ்' என்பது ஆன்மாவுக்கான சொல்லாகக் கொள்ளப்படுகிறது. நெபஸ் என்பதன் பொருள் வாழ்வின் சாரம், மூச்சுவிடும் செயற்பாடு. மூச்சுவிட்டு உயிர் வாழ்பவற்றையும் மனிதரையும் அது குறிப்பதாகவும் கருதப்படுகிறது. ஆன்மா (உயிர்) இம்மை வாழ்வின் கூறாகவும் கருதப்பட்டுள்ளது. 'ஆன்மாதான் மனிதன் அது ஒரு ஆளாகும்' என்று லேவியராகமம் கூறுகிறது.

ஹீப்ரு மொழி கூறும் கருத்தை ஆங்கிலத்தில் 'சோல்' (ஆன்மா) என்பதாக மொழிபெயர்க்கப்படும் போது சில சிக்கல்கள் எழுகின்றன. 'சோல்' என்ற பதம் உடலும் ஆன்மாவும் என்ற பிரிந்த நிலைக் கருத்தைக் கூறுகிறது. ஹீப்ரு மொழி இதைப் பிரதிபலிக்கவில்லை. உடல்-ஆன்மா என்ற இருமைவாதம் பற்றிப் பேசுகையில் கிரேக்க சமய மெய்யியல் இதை ஒரு தெளிவான கோட்பாடாக முன்வைத்திருப்பதைப் பார்க்கலாம். பிளேட்டோவின் சிந்தனைகளில் இருமைவாதம் முக்கிய இடத்தைப் பெற்றுள்ளது.

ஆனால், ஹீப்ருக்களினதும் கிரேக்கர்களினதும் 'ஆன்மா' கோட்பாடுகள் வேறுபட்டவை. கிரேக்கர்களின் ஆன்மாக் கோட்பாடு காலத்துக்குக் காலம் மாறிச் சென்றுள்ளது. தத்துவ வாதிகள் வெவ்வேறு விளக்கங்களை அதற்கு வழங்கி வந்துள்ளனர். எனினும் ஆன்மாவையும் உடம்பையும் இருவேறுபட்ட முடிவுப் பொருளாகவும் ஒன்றில் ஒன்று தங்கியிராத பொருள் களாகவுமே கிரேக்கச் சிந்தனை கருதுகிறது. கலாசாரச் செல்வாக்குகள் மூலம் படிப்படியாக இந்த மாற்றம் நிகழ்ந்திருக்கலாம்.

அதாவது ஆன்மா உடலின் தொடர்பின்றி இருக்கக்கூடியது என்றும் அது உடலில் காணப்படுகிறது, பின்னர் அது உடம்பிலிருந்து பிரிந்து செல்கிறது என்றும் கிரேக்க மெய்யியல் கூறுகிறது (தியாகு, 1992). கிரேக்கக் கலாசாரத்துடன் யூதர்களின் தொடர்புகள் அதிகரித்த போது அழியாத ஆன்மா பற்றிய கருத்து யூத சமயச் சிந்தனைகளிலும் செல்வாக்குப் பெற்றிருக்க வேண்டும். கிபி முதலாம் நூற்றாண்டில் வாழ்ந்த யூத மெய்யியலாளர் ஃபிலோ, 'ஒருவனின் மரணம் அவனது ஆன்மாவை அவனிலிருந்து பிரித்துவிடுகிறது' என்று கூறுகிறார். இது அவரிடம் படிந்திருக்கும் கிரேக்கச் செல்வாக்கைக் காட்டுவதாகவே கருதப்படுகிறது.

உடல்-ஆன்மா (மனம்) நவீனகாலக் கண்டுபிடிப்பல்ல. இது ஒரு பழமையான நம்பிக்கை. பிளேட்டோவின் காலத்துக்கு முன்னர் இருந்தே கிரேக்கத்தில் உடல்-ஆன்மா பற்றிய பிரச்சினை தொடங்கிவிட்டது. கடைசி மூச்சு வெளியேறுவதுடன் உயிர் பிரிகின்றது. அது மனித உடலின் (இருப்பின்) முடிவு. மனித இருப்பு, பிரிந்து செல்லும் மூச்சு (ஆன்மா) என்பன பற்றி மனித நாகரிகங்கள் இன்றும் விவாதித்து வருகின்றன.

ஓர்பிக்வாதிகளின் மரணக் கோட்பாடு

உடம்பு மரணமடைந்த பின்னர் ஆன்மா மறுமை வாழ்வைப் பெறுகின்றது. அதில் ஆன்மாவுக்குத் தண்டனையோ வெகுமதியோ கிடைக்கிறது என்று ஓர்பிக் மரணக் கோட்பாடு கூறுகின்றது. கிமு 6ஆம் நூற்றாண்டில் ஓர்பிக்வாதிகளின் சமயக் கருத்துகளில் இதுவும் அடங்கி இருக்கின்றது.

அவர்களுக்குப் பின்னர் வந்த பைத்தகரஸ், எம்பிடோக்ளஸ், பிளேட்டோ முதலியோரின் சிந்தனைகளிலும் ஓர்பிக்வாதம் செல்வாக்குச் செலுத்தியுள்ளது. தனது இறுதி நேர உரையாடல்களில் தற்கொலை தவறானது என்று சோக்ரடீஸ் கூறினார். அது ஓர்பிக் கோட்பாட்டைப் பிரதிபலிக்கின்றது. தற்கொலைக்கு எதிரான கிறிஸ்தவர்களின் கோட்பாட்டிலும் இதன் செல்வாக்கு உள்ளது (ரஸல், 1966). கடவுளின் அழைப்பு வரும்வரை உயிரைத் தனது விருப்பப்படி தனது முயற்சிகளால், அழித்துக்கொள்ள அனுமதியில்லை என்று இந்தக் கோட்பாடு கூறுகின்றது.

தற்கொலை அவமானத்துக்குரியது. தற்கொலை செய்து கொண்டவர்களின் உடல்கள் அடையாளமிடப்படாத கல்லறைகளில் புதைக்கப்பட வேண்டும் என்று பிளேட்டோ கூறுகின்றார். *பீடோவில்* தற்கொலை ஒழுக்கக்கேடானது என்று குறிப்பிடப் படுகின்றது. ஆன்மாவின் அழியாமை பறிய பீடோவின் கருத்து களில் ஓர்பிய மதத்தின் செல்வாக்கு உள்ளது. உடல் அழியக் கூடியது. ஆன்மா அழியாதது. ஆன்மா நிலையானது என்பதில் பிளேட்டோ உறுதியாக இருந்துள்ளார்.

கிமு 6ஆம் நூற்றாண்டில் செல்வாக்குப் பெற்றிருந்த டியோனிசஸ் என்ற ஏதெனியக் கடவுளரின் கொள்கைகளில் நம்பிக்கை வைத்தல் வலியுறுத்தப்படுகின்றது. மரணத்துக்குப் பிந்திய வாழ்வில் நம்பிக்கை வைத்தல் பற்றிய விடயங்களும் இதில் அடங்கியிருந்தன. ஆன்மா இடம்விட்டு இடம்பெயர்தல், இந்த உலகில் நடந்துகொண்டதன் அடிப்படையில் மறுவுலகில் வெகுமதிகள் தரப்படும், அங்கு முடிவில்லாத மகிழ்வை அல்லது முடிவில்லாத துயரத்தை ஆன்மா அனுபவிக்கும் என்பன போன்ற கருத்துகளை டியோனிசஸ் வாதிகள் நம்பினர்.

நப்ஸ்-சுயம்

பெரும்பாலும் அகம், ஆன்மா இரண்டையும் *நப்ஸ்* என்ற பதம் குறிக்கின்றது *நப்ஸ்* என்பதற்கு ஆதாரமாக 7:205 குர்ஆன் வசனம் சுட்டிக்காட்டப்படுகிறது. இஸ்லாமியக் கோட்பாட்டில் *நப்ஸ்* இரு வழிகளில் பயன்படுத்தப்படுகின்றது. *நப்ஸ்* மனித அகத்தைச் சுட்டிக்காட்டுகிறது. ஆனால் ஆங்கிலத்தில் *நப்ஸ்* (*செல்ஃப்=அகம்*) என்றும் *சோல்* (=ஆன்மா) என்றும் மொழிபெயர்க்கப்படுகிறது (*வதக்கரு றப்பக்க பீ நப்ஸிக்க,* குர்ஆன் 7: 205) 'உம் இறைவனை உம் மனத்திற்குள் பணிவாகவும் அச்சத்துடனும் நினைவுகூர்வீராக.' *நப்சுக்கு* இங்கு மனம் அல்லது அகம் என்று பொருள் தரப்படு கின்றது. யூசுப் அலீயின் குர்ஆன் (ஆங்கில) மொழிபெயர்ப்பில் இது 'ஆன்மா' என்றும் குறிப்பிடப்படுகிறது. இரண்டும் ஒன்றைத் தான் குறிப்பிடுகிறது என்பது சிலரின் கருத்து. இரண்டும் வேறுபட்டவை என்பது வேறு சிலருடைய கருத்து.

குல்லு நப்சின் தாஇக்கத்துல் மவ்த் (குர்ஆன் 21: 35) 'ஒவ்வொரு ஆன்மாவும் மரணத்தைச் சுவைத்தே தீரும்'. 'ஒவ்வொரு உயிரினமும்

மரணத்தைத் சுவைத்தே தீரும்' என்று மொழிபெயர்க்கப்பட்டுள்ள யூசுப் அலீயின் (ஆங்கில) மொழிபெயர்ப்பில் இந்த வசனம் ஆன்மா என்றே குறிப்பிடப்படுகிறது. சில ஆய்வாளர்கள் நப்ஸ், ஆன்மாவாக (சோல்) மொழிபெயர்க்கப்படுவது தவறு என்று கூறுகின்றனர்.

பெரும்பான்மையான சமய அறிஞர்கள் நப்ஸை ஆன்மா என ஏற்றுக்கொள்கின்றனர். ரூஹ் என்பதை ஆவி (ஸ்பிரிட்) என்கின்றனர். இரண்டும் ஒன்றைத்தான் குறிப்பிடுகிறது என்றும் அவர்கள் கூறுகின்றனர். இரண்டும் இரு வேறுபட்ட முடிவுப் பொருள்கள் எனச் சிலர் கூறுகின்றனர். நப்ஸ், ரூஹ் இரண்டும் விளக்கப்பட முடியாதவை என்பது சில சமய அறிஞர்களின் வாதமாகும். *அல்-ரூஹ்* ஆன்மா என்றும் *அல்-நப்ஸ்* அகம் என்றும் அழைக்கப்படும் சூழ்நிலைகளும் உள்ளன.

ரூஹ்

ஆவி, ஆன்மா, மனம் பற்றிய கருத்துகள் மனித நாகரிகம் முழுக்கப் பேசுபொருளாக இருந்து வந்துள்ளன. மனித ஆவியின் (ரூஹ்) இயல்பு அல்லது ஆன்மா (நப்ஸ்) இஸ்லாமியரின் அறிவார்ந்த, சாதாரண உரையாடல்களிலும் இடம்பெறும் கருத்துகளாகும்.

சடத்தன்மையற்ற தூய ஆன்மா என்ற கருத்து பிளேட்டோ வினாலும் பிந்திய பிளேட்டோவாதிகளாலும் முன்மொழியப் பட்டது. மத்தியகால முஸ்லிம் அறிவுலகிலும் இதற்குப் பெரிய செல்வாக்கு இருந்தது. அல்-கஸ்ஸாலி உள்ளிட்ட முஸ்லிம் இறையியல் அறிஞர்கள் இந்தக் கருத்தையே பயன்படுத்தி யுள்ளனர். ஆன்மாவும் ஆவியும் ஒரே விதமான சொற்கள். ஆவிகள் உடலைவிட்டு வெளியேறிய பிறகு அல்லது பிரிந்த பிறகு ஆவிகள் ஒவ்வொன்றும் வெவ்வேறானதாகவே இருக்கும். ஆவி, ஆன்மா, உயிர் என்பவற்றால் படைக்கப்பட்டவர்களே மனிதர்கள் என்றும் இவர்கள் கருதுகின்றனர். ஆனால் உடல், ஆன்மா என்ற இருமைவாத கருத்தியலே இங்கு முக்கியமானது.

சித்திலெப்பை: *ரூஹ்*

இலங்கை அறிஞர் சித்திலெப்பை (கிபி 1838-1898) சூபித்துவ

நோக்கில் இருந்து இது குறித்து சில விடயங்களைப் பேசுகின்றார். உயிரின்றி எதுவும் நடக்காது, அனைத்து உறுப்புகளையும் உயிர் தான் இயக்குகிறது. ஆனால் உயிரை ஓர் உறுப்பாகப் பார்க்க முடியாது. ஓர் உயிர் உடலில் இருந்தாலும் அது எத்தகைய தன்மை யுடையது என்பதை அறிய முடியாது. அதைப் பார்க்க முடியாது.

நப்ஸ் என்ற கருத்தை உயிருடன் இணைத்தே சித்திலெப்பை கூறுகின்றார். சிந்திக்கக்கூடிய அறிவுப் பண்புடையதாக *நப்ஸ்* உருவாகி அது ஆன்மாவாகின்றது. *நப்ஸ்* தான் நீ, உண்மையான நீ. உன் உடலும் நப்சும் ஒன்றல்ல. உடல் மண்ணுலகைச் சேர்ந்தது. நீ மண்ணுலகைச் சேர்ந்தவன். நீ மனித உடலில் இருப்பதால், இந்த உலகைச் சேர்ந்தவன். நீ இந்த உலகைவிட்டு நீங்கினால் உடல் பிணமாகிவிடுகின்றது. உடல் அழிந்துவிடும். உனக்கு அழிவில்லை. நான் நீ என்பது ஆன்மாவைக் குறிப்பதாகும் என்று விளக்கும் சித்திலெப்பையின் பின்வரும் கூற்றையும் இங்கு நோக்கலாம்:

> மரணத்தைக்கொண்டு *நப்ஸ்* சரீரத்தைவிட்டுப் பிரிந்தாலும் அதன் இயல்புக்கு எந்தவொரு குறையும் உண்டாக மாட்டாது (சித்திலெப்பை, 1927).
>
> உயிருக்கு மிகவும் அருகில் இருப்பது உடலாகும். உடல் உருவாகும் முன் உயிர் இருந்தது போல் உடல் அழிந்த பின்னரும் உயிர் இருக்கும். அதை வேறு எந்தப் பொருளுடனும் ஒப்பிட முடியாது. உயிரின் வளர்ச்சிநிலையைக் குறிப்பிட *நப்ஸ்* என்ற கருத்தை சித்திலெப்பை பயன்படுத்துகின்றார். அதுதான் ஆன்மா என்பதும் அவரது கருத்தாகும் (சித்திலெப்பை, 1926).

சமயங்கள் கூறும் இருமைவாதக் கருத்துக்கு இதனை ஒரு சிறந்த எடுத்துக்காட்டாகக் குறிப்பிடலாம். ஆன்மா-உடல் என்ற இருமை வாதமும் ஆன்மா அழியாதது என்ற நிலைப்பாடும் பல்வேறு கலாசாரங்களைத் தழுவி உருவான உடல்-ஆன்மாக் கோட்பாடு எனலாம். சோக்ரடீஸ் தமது கால நாகரிக, சமய அளவு கோல் களினூடாக இதை நோக்கினாரா, இதுபற்றித் தாம் ஒரு கருத்தை அறிமுகம் செய்ய விரும்பினாரா என்று தெரியவில்லை. பிளேட்டோவின் 'இருமைவாதம்' சோக்ரடீஸ் மீதும் செல்வாக்குச் செலுத்தியிருப்பதாகவே தெரிகிறது.

மரணத்தை எதிர்கொள்ள சோக்ரடீஸ் ஆயத்தமாக இருந்தார். அது அவருக்கு அந்நியமானதாகத் தெரியவில்லை. வாழ்க்கை நிகழ்வுகளின் ஒரு கட்டமாகவும் முக்கிய கட்டமாகவும் விடுதலைக்கான பெருவழியாகவும் அவர் அதைப் புரிந்துகொண்டார். சோக்ரடீசைப் பொறுத்தவரை மரணம் என்பது விடுதலை. உடம்பின் பல்வேறு அழுத்தங்கள், நெருக்கடிகளில் இருந்து ஆன்மாவுக்குக் கிடைக்கும் விடுதலை. சோக்ரடீசின் கடைசி நேர உரையாடல்களில் குறிப்பாக, நண்பர்களுடன் நடத்திய விசாரணைகளில் தமது எதிரிகள் மீதோ, நடுவர்கள் மீதோ ஒரு சிறிய குற்றச்சாட்டையும் அவர் முன்வைக்கவில்லை.

ஆயினும் வழக்குமன்றத்தில் நடைபெற்ற விசாரணையும் அதன் போக்கும் பற்றி சோக்ரடீசிற்கு ஒரு வித்தியாசமான கருத்து இருந்தது. அவருடைய எதிரிகளும் வழக்குமன்ற நடுவர்களும் தம்மைத் தவறாக விளங்கிக்கொண்டதாகவும் தமது பணித் திட்டத்தைத் தவறாக விவரித்ததாகவும் அவர் கருதினார். இது அவர்களால் அவருக்கு ஏற்படுத்தப்பட்ட தீங்காக இருந்தாலும் அது அவர்களின் அறியாமையிலிருந்து வெளியானதே அன்றித் திட்டமிட்ட கெட்ட நோக்கங்களால் அல்ல என்று அவர் கருதினார். ஆகவே அவர்கள் மீது கோபம் கொள்வதற்கோ அவர்களைக் குற்றம் சாட்டுவதற்கோ அவர் விரும்பவில்லை. உண்மையான அறிவை எப்போதாவது அவர்கள் பெற்றுக் கொள்ளும் போது உண்மையில் என்ன நடந்தது என்பதை அவர்கள் உணர்ந்துகொள்வார்கள் என்ற நம்பிக்கை அவருக்கு இருந்தது.

நஞ்சை உட்கொள்ளும் நேரத்தை சோக்ரடீஸ் எதிர்பார்த் திருந்தார். விளைவுகளைத் தீர்மானிக்கும் விதியின் குரல் அந்தச் சிறைச்சாலையில் எதிரொலிக்கக் காத்திருந்தது. இந்த இறுதித் தறுவாயில் சோக்ரடீசிடம் நீங்கள் எதைச் சொல்ல விரும்பு கிறீர்கள் என்று கிரீட்டோ கேட்டான். அதற்கு சோக்ரடீஸ் தாம் புதிதாக போதிப்பதற்கு எதுவும் இல்லை என்றும் தாம் இதுவரை கூறி வந்ததைப் புரிந்து நடக்குமாறும் அவர் கேட்டுக்கொண்டார். இதுவரை நடந்த உரையாடல்களில் பெறப்பட்ட கொள்கை களுக்கும் முடிவுகளுக்கும் ஏற்ப நடந்துகொள்வது நல்லது என்று அவர் ஆலோசனை கூறினார்.

நீங்கள் எதைச் சொல்கிறீர்களோ அதுபோல நாங்கள் நடக்கத் தயாராக இருக்கின்றோம் என்று கிரீட்டோ பதில் அளித்தான். அதைத் தொடர்ந்து மரணித்த பிறகு உடலை எவ்வாறு அடக்கம் செய்ய வேண்டும் என்பது பற்றியும் கிரீட்டோ சோக்ரடீசிடம் கேட்டான்.

அதற்குப் பதில் அளிக்கும் முகமாக சோக்ரடீஸ் பின்வருமாறு கூறினார்: நீங்கள் விரும்புகின்ற எந்த முறையிலேனும் என்னைப் புதைக்கலாம். என்னை நீங்கள் நன்றாகப் பிடித்துக்கொள்ள வேண்டும். அவ்வளவுதான். ஆன்மா உடலிலிருந்து பிரிந்து அது மகிழ்ச்சியை நோக்கிச் செல்லும். அதனால், சோக்ரடீசை அவர் களால் புதைக்க முடியாது. ஆனால், உடம்பைப் புதைக்க முடியும் என்றார் (இந்த உரையாடலை முன்னரும் நாம் பார்த்தோம்).

குளியலறையில் இருந்து வெளியே வந்தபோது கடைசி முறையாக அவரைப் பார்ப்பதற்காக அவருடைய மனைவியும் மூன்று குழந்தைகளும் அங்கு வந்திருந்தனர். அவருடைய மற்றொரு உறவினரான பெண்ணொருத்தியும் அங்கு வந்திருந்தார். அவர்களோடு கிரீட்டோவும் இருந்தான். தமது கடைசி அறிவுரைகளை அவர் வழங்கினார். அதைத் தொடர்ந்து அவர் தமது நண்பர்களிடம் வந்து அவர்களுடன் அமர்ந்துகொண்டார். சிறிது நேரம் சுருக்கமாக உரையாடினார். கடினமான விதியை அறிவிப்பது போல சூரியன் மறையும் அந்த இறுதி நேரம் வேகமாக வந்துகொண்டிருந்தது.

தமது தலைவரைப் பார்க்கும் கடைசித் தருணம் என்ற வேதனை ஒவ்வொருவருடைய உணர்வையும் ஆழமாகக் கவ்விக் கொண்டிருந்தது. துயரத்தின் அடையாளம் போல் ஒரு பெரிய மௌனம் அந்த இடத்தில் பரவியது. தாங்கள் அநாதையாகப் போகின்றோமோ என்ற கவலையில் அவருடைய நண்பர்கள் உறைந்து போயிருந்தனர். அந்த நேரத்தில் குளித்துவிட்டு வெளியே வந்துகொண்டிருந்த சோக்ரடீசை நோக்கி சிறைக் காவலன் நெருங்கி வந்துகொண்டிருந்தான்.

சோக்ரடீசைப் பார்த்துக் காவலன் பின்வருமாறு கூறினான்: இந்த இடத்திற்கு வந்தவர்களில் நான் கண்ட மிகவும் கௌரவமான, மிகவும் கண்ணியமான மனிதர் நீங்கள்தாம் என்று நான்

நினைக்கிறேன். மற்றவர்கள் மீது நான் எனது கோபப் பார்வைகளை வீசி இருக்கின்றேன். அவர்கள் என்மீது சினத்தை வெளிப்படுத்தி உள்ளனர். ஆயினும் மேலதிகாரிகள் எனக்குத் தந்த உத்தரவின்படி நான் அவர்களுக்கு நஞ்சை அருந்தக் கொடுத்திருக் கிறேன். என்மீது நீங்கள் கோபப்படவில்லை என்பதை நான் அறிவேன். நடப்பவற்றை நீங்கள் அறிவீர்கள். என்மீது குற்றம் சொல்லிப் பயனில்லை. நான் உங்களோடு அன்பாகவும் மென்மை யாகவும் நடந்துகொள்கின்றேன். ஆனால், எனது பணியை நீங்கள் அறிவீர்கள். கண்களில் பெருகிய கண்ணீரோடு அவன் அந்த இடத்தைவிட்டு அகன்று சென்றான்.

சிறிது நேரத்தில் கிரீட்டோவை அழைத்துத் தயாரித்துவைத் திருக்கும் நஞ்சுக் கோப்பையைக் கொண்டுவரும்படிக் கூறு அல்லது அதைத் தயாரிக்கும்படி சேவையாளனுக்கு எடுத்துரை என்று சோக்ரடீஸ் கேட்டுக்கொண்டார். உண்மையில் கிரீட்டோ மிகவும் மனம் தளர்ந்த நிலையில் இருந்தான். தம்மைவிட்டுப் பிரிய ஏன் இவ்வளவு அவசரம் என்பது போல சோக்ரடீசைப் பார்த்து அவனுடைய கண்கள் ஏங்கின. ஏதோ சொல்லத் துடிக்கிறான்.

> இன்னும் சூரியன் மலையின் மேல் உள்ளது. அது மறைய வில்லை. ஆணை பிறப்பிக்கப்பட்டு அந்த நேரம் கடந்தும் பலர் இந்த நஞ்சைப் பருகியுள்ளனர். அதன் மூலம் தங்களுக்கு நெருங்கியவர்களுடன் தமது நேரத்தை அவர்கள் செல விட்டுள்ளனர்,

என்று கிரீட்டோ கூறினான். அதற்கு சோக்ரடீஸ் பின்வருமாறு பதில் அளித்தார்.

> ஆமாம், கிரீட்டோ, நீ இப்போது குறிப்பிட்டவர்கள் அவ்வாறு செய்தது சரியானதாக இருந்திருக்கலாம். இவ்வாறு தாமதிப்பதால் சிலவற்றைத் தாம் அடைய முடியும் என்று அவர்கள் நம்பி யிருக்கலாம். அவர்களுடைய எடுத்துக்காட்டைப் பின்பற்றுவது எனக்குச் சரியானதல்ல. சிறிது காலம் தாழ்த்தி இந்த நஞ்சை அருந்துவதால், எந்தப் பேற்றையும் நான் அடையப் போவது இல்லை என்று எனக்குத் தெரியும். இது என்னை நானே நகைப்புக்கு இடமாக்கும் விடயம். ஏற்கனவே நிர்ணயிக்கப் பட்ட வாழ்க்கையை நீடிப்பதும் அப்படிப்பட்டதுதான். தயவுசெய்து நான் சொன்னதைச் செய்.

சிறிது நேரத்தின் பின்னர் கிரீட்டோ காவலாளியை அங்கு வருவதற்கு ஏற்பாடு செய்தான். அதாவது நஞ்சைக் கொடுப்பதற்காக காவலாளி கைகளில் ஏந்திய நஞ்சுக் கோப்பையுடன் அங்கு வந்து சேர்ந்தான். அவனைப் பார்த்ததும் சோக்ரடீஸ் அவனுக்குப் பின்வருமாறு கூறினார்: 'ஓ! எனது நண்பா! இந்த விடயத்தில் நீ நன்கு தேர்ச்சி பெற்றவன் போலத் தெரிகின்றாய். நான் எவ்வாறு நடந்துகொள்ள வேண்டும் என்பதை எனக்கு அறிவுறுத்துவாயாக' என்றார். அதற்குக் காவலாளி பின்வருமாறு பதில் அளித்தான்: 'பெரிதாக ஒன்றும் இல்லை. உங்களது கால்கள் கனத்துப் பாரமாகும்வரை நீங்கள் நடக்க வேண்டும். பின்னர் நீங்கள் படுக்க வேண்டும். அப்போது நஞ்சு தனது வேலையை ஆரம்பித்து விடும்' என்று கூறியவாறு அவன் நஞ்சுக் கோப்பையை சோக்ரடீசை நோக்கி நீட்டினான். சோக்ரடீஸ் மிகப் பதமாகவும் மென்மையாகவும் நடுக்கம், உணர்ச்சி வேகம் போன்ற எந்தவித அச்சத்தின் வெளிப்பாடுகளுமின்றி காவலாளியை முழுமையாகப் பார்த்தவாறு அவனது கைகளில் இருந்த நஞ்சுக் கோப்பையைக் கனிவுடன் எடுத்துக்கொண்டார்.

'இது தெய்வத்திற்காகப் படைக்கப்பட்ட ஒரு பானம் என்று நீ கருதுகின்றாயா?' என்று சோக்ரடீஸ் வினவினார். அதற்கு, 'குடிப்பதற்கு ஏற்ற வகையில் அதைத் தூளாக்கித் தயாரிப்பதுதான் எமது வேலை' என்று காவலாளி கூறினான். சோக்ரடீஸ் 'ஆம் எனக்கு விளங்குகின்றது' என்று பதில் சொன்னார். தொடர்ந்து அவர் கூறினார்:

> இந்த உலகிலிருந்து மறுவுலகிற்கான எனது பயணத்தை வளமுடையதாக ஆக்கும்படி நான் கடவுள்களை வேண்டிக் கொள்ள வேண்டும் அல்லது வேண்டிக்கொள்வேன். எனது பிரார்த்தனைப்படியே அது நிறைவேறுமாக,

என்று கூறியவாறு நஞ்சுக்கோப்பையை உயர்த்தித் தமது உதடுகளுக்கு அருகே கொண்டு சென்றார். சலனங்கள் எதுவுமின்றி மகிழ்ச்சியோடு நஞ்சைப் பருகினார். இறுதி நேரத்தின் எல்லை நெருங்கிக் கொண்டிருந்தது.

சோக்ரடீஸ் நஞ்சு அருந்திய காட்சியை நேரில் கண்ட நண்பர்கள் வாய்விட்டு அழுதனர். மூத்த கிரீட்டோ, பீடோ,

அப்பலோடரஸ் போன்ற எல்லோரும் கண்ணீர் வழியும் முகத்துடன் காட்சி தந்தனர். இந்தக் கட்டத்தைப் பிளேட்டோவின் பீடோ (பாத்திரம்) பின்வருமாறு கூறுகிறது.

நாங்கள் அனைவரும் அதுவரை அழுகையைக் கட்டுப் படுத்தியே அங்கு நின்றுகொண்டிருந்தோம். அவர் நஞ்சுக் கோப்பையை கையில் ஏந்தியதையும் அதைக் குடித்ததையும் பார்த்தபோது, எங்களால் அழுகையைக் கட்டுப்படுத்தவே முடியவில்லை. இத்தனை பேர் அழுதுகொண்டிருக்கும் போது, சோக்ரடீஸ் மட்டும் அழாமல், அமைதியாக இருந்தார்.

அமைதியைக் குலைத்தவாறு அப்பலோடரஸ் இவ்வாறு பேசினார்:
என்ன நடத்தை இது, என்ன செய்கிறீர்கள். உங்களைப் பார்க்க வியப்பாக இருக்கிறது. இந்த நிலைமையை எதிர்பார்த்துத் தான் இங்கிருந்த பெண்கள் எல்லோரையும் நான் வெளியே அனுப்பினேன். ஒரு மனிதன் அமைதியாக உயிரைவிட வேண்டும் என்று நான் கேள்விப்பட்டிருக்கிறேன். ஆகவே துக்கத்தைத் தாங்கி அமைதியாக இருப்போம்.

இந்தப் பேச்சைக் கேட்டதும் அங்கு கூடியிருந்த நண்பர்கள் அழுது புலம்புவதை நிறுத்திக்கொண்டனர். அதேவேளை சோக்ரடீஸ் தனது கால்கள் கனத்து மரக்கும்வரை நடந்துகொண்டிருந்தார். பிறகு அவர் தரையில் படுத்துக்கொண்டார்.

இப்போது காவலாளி அவருடைய பாதத்தையும் கால்களையும் பரிசோதித்தான். பாதத்தில் கிள்ளிவிட்டு வலி தெரிகின்றதா என்று அவன் கேட்டான். வலி தெரியவில்லை என்று சோக்ரடீஸ் பதில் சொன்னார். கால்களில் இருந்து உடலின் மேற்பாகம்வரை உடலைத் தொட்டுப் பரிசோதித்தான். உடம்பு குளிரடைந்து விறைத்துப் போயிருந்தது.

பிறகு சோக்ரடீஸ் தாமே தமது உடலைத் தொட்டுப் பார்த்து விட்டு நஞ்சு இதயத்தை போய்ச் சேர்ந்ததும் உயிர் பிரிந்துவிடும் என்றார்.

முடிவைத் தீர்மானிக்கும் விதியின் கைகள் தொலைவில் இல்லை என்பது மிகத் தெளிவாகத் தெரிந்தது. அடிவயிறுவரை இப்போது குளிர்படர்ந்திருந்தது. அவர் தமது கடைசி வார்த்தை களைக் கூறுவதற்குத் தயாரானார்.

‘கிரீட்டோ! அப்பலோடரஸசுக்கு நான் கொடுக்க வேண்டிய ஒரு தொகை இருக்கின்றது அதைத் தவறாது கொடுத்துவிடவும். அதை மறந்துவிட வேண்டாம்’ என்று சோக்ரடீஸ் கூறினார். ‘நான் அதை நிறைவேற்றுவேன்’ என்று கிரீட்டோ பதில் சொன்னான். ‘நீங்கள் வேறு எதுவும் சொல்ல வேண்டுமா என்று யோசித்துப் பாருங்கள்’ என்று கிரீட்டோ கேட்ட போது இந்தக் கேள்விக்கு சோக்ரடீஸ் பதில் சொல்லவில்லை.

அங்கு ஓர் ஆழமான அமைதி நிலவியது. ஒருவன் சோக்ரடீசின் உடம்பைப் போர்த்திவிட்டான்; கண்கள் நிலை குத்தி நின்றன. இதைக் கண்ட கிரீட்டோ, அவருடைய கண்களையும் வாயையும் தேய்த்துவிட்டு மூடினான். விதி அதன் இறுதி ஆட்டத்தை நடத்தி முடித்திருந்தது.

சோக்ரடீசின் துயர் மிகுந்த மரணத் தறுவாய் பற்றிய பல தகவல்கள் நமக்குக் கிடைத்துள்ளன. என்கிரெட்டீஸ் பின்வருமாறு கூறுகின்றார்: சோக்ரடீஸ் அச்சமற்ற நிலையில் மரணத்தைத் தழுவினார். அவருடைய வார்த்தைகளும் பிரச்சினைகளை அவர் எதிர்கொண்ட விதமும் மிகவும் உயர்வானதும் கருணை மிகுந்தது மாகும். அவர் மிகவும் ஆசீர்வதிக்கப்பட்டவராக எனக்குத் தோற்றமளித்தார். இவர் மறுவுலகைச் சென்றடைந்ததும் இதற்கு முன்னர் அங்கு சென்றடைந்த எந்த மனிதனைவிடவும் மிகப் பெரிய மகிழ்ச்சியுடன் அங்கு காணப்படுவார். ஆகவே, நான் அவர் மீது இரக்கப்பட வேண்டிய அவசியம் இருக்கவில்லை. நண்பர்கள் எல்லோருமே துயரத்துடனும் துயரமும் மகிழ்ச்சியும் நிறைந்த மனவுணர்வுகளுடனும் ஓர் உணர்ச்சிபூர்வமான நிலையில் இருந்தனர்.

> நான் அன்று அவர் கூடவே இருந்தேன். என் மனம் கலங்கி யிருந்தது. அதுவொரு துக்கமாகத் தெரியவில்லை. அவருடைய மனநிலையையும் ஆனந்தத்தையும் உணர்ந்த போது எனக்குத் துக்கம் ஏற்படவில்லை. மெச்சத் தகுந்த தைரியத்துடன் அவர் மரணத்தை ஏற்றுக்கொண்டார். தேவதைகள் சூழ்ந்திருக்க அவர் ஆனந்தப் பதவி அடைந்ததைக் கண்கூடாகக் கண்டது போலிருந்தது. ஆன்மிக விடயங்களைப் பற்றிப் பேசினால், நாம் உற்சாகம் அடைவோம் என்பதால், அன்றைய தினமும்

அவர் ஆன்மிக விடயங்களைப் பேசினார். ஆனால் எங்களுக்கு உற்சாகம் தோன்றவில்லை. துயரமும் மகிழ்ச்சியுமான நிலை எங்களை ஆட்கொண்டிருந்தது.

கடவுள் நமக்குத் தந்த ஒரு சிறைச்சாலையே உடல். அதிலிருந்து நாம் தப்பியோட முயலக் கூடாது. விடுதலை கடவுளிடமிருந்து தான் வர வேண்டும். ஆன்மா அழியாது. ஆன்மாவுக்குக் கடவுளின் பாதுகாப்பு உண்டு. ஆகையால் மரணத்தைக் கண்டு துயரப்பட வேண்டியதில்லை. ஞானியினுடைய ஆன்மா உடலைவிட்டு வெளியேறவே விரும்பும். உயிருள்ள போதே ஞானியானவன் உடலின் பற்றுக்களில் இருந்து தன் ஆன்மாவை விடுவிக்க முயலுகின்றான். ஐம்புலன்களால் ஏற்படும் தவறுகளாலும் பேராசைகளாலும், அஞ்ஞானத்திற்கும் தவறுகளுக்கும் மனிதர் ஆளாகின்றனர் என்ற வாசகங்கள் பல சீடர்களின் உள்ளங்களில் எதிரொலித்தன. பீடோ இவற்றைப் பின்வருமாறு பதிவு செய்துள்ளது:

இறுதியாகப் பிளேட்டோ இவ்வாறு கூறுகின்றார். இதுதான் சோக்ரடீஸ் மரணத்தின் முடிவு பற்றிய விவரமாகும். நான் எந்த மனிதனுடைய உண்மையைப் பற்றி பேசுகின்றேன் என்றால் எவர் அவருடைய காலத்தைச் சேர்ந்த எல்லா மனிதர்களைவிடவும் அதிக ஞானம் பெற்றவராகவும் சிறந்தவராகவும் நீதியாளராகவும் விளங்கினாரோ அவரைப் பற்றித் தான் பேசுகிறேன்.

ஐ. எப். ஸ்டோன் சோக்ரடீஸ் மீதான விசாரணை என்ற நூலில், 'சோக்ரடீசின் மரணம் ஏதெனிய ஜனநாயத்தின் மீது தனது எதிர்ப்பை நியாயப்படுத்திய ஒரு செயலாகும். அத்தோடு முதிய வயது எந்த வகையிலும் மகிழ்ச்சியளிக்கக்கூடியதாக இருக்கப் போவதில்லை என்பதையும் சோக்ரடீஸ் கவனத்தில் கொண்டு இருந்தார்' என்று கூறுகிறார். 'சோக்ரடீசின் மரணம் உயர்ந்த நோக்கத்தைக்கொண்ட தன்னிச்சையான செயல். தன்னிச்சையான தமது சாவின் மூலம் தமது நகரத்தின் தீமைகளுக்கு அவர் நிவாரணம் தேட முயன்றார். மரபுகளுக்கு அடங்காத தமது முறைகள் மூலமும் சிந்தனைச் சவால்கள் மூலமும் ஏதென்சின் அரசியல் குழப்ப நிலையைத் தீர்த்துவைப்பதற்கு அவர் முயன்றார். பழைய குரோதங்களையும் பகைமை மனப்பான்மைகளையும் கைவிட்டு,

ஏதெனிய மக்கள் ஒற்றுமைக்குரிய திசையில் இயங்குவதைத் தமது வாழ்விலும் மரணத்திலும் சோக்ரடீஸ் எதிர்பார்த்தார் என்று வோட்டர் பீல்ட் கூறுகிறார்.

சோக்ரடீஸ் விசாரணை தொடர்பான ஆய்வாளர்களின் கவனம் கடைசியாக அவர் கிரீட்டோவிடம் கூறிய எஸ்கிலோப்பியாசுக்குரிய நேர்த்திக் கடனைக் கொடுத்துவிடு என்பதில் இருந்தது. இந்தக் குறிப்பிட்ட தெய்வமானது விஞ்ஞானம், மருத்துவக்கலை இரண்டிற்கும் உரித்தானது. குற்றச்சாட்டாளர்களாலும் நீதிபதிகளாலும் தம்மீது சுமத்தப்பட்ட பல்வேறு விதமான குற்றங்கள் பழிகளிலிருந்து தாம் தமது மரணத்தின் மூலம் வெற்றிபெற்றுள்ள தாகவும் விடுதலை பெற்றுள்ளதாகவும் சுட்டிக்காட்ட சோக்ரடீஸ் விரும்பியுள்ளார். இந்த விடயத்தை அப்பலோ தெய்வத்தோடு தொடர்புபடுத்தி இன்னும் சில ஆய்வாளர்கள் ஒளிக் கடவுளுக்கான அர்ப்பணிப்பாக இதைக் கருதுகின்றனர். அதாவது சோக்ரடீஸ் அவருடைய இருள்நிறைந்த பகுதிகளிலிருந்து விடுதலை பெற்று எழுகின்றார் என்ற கருத்தை இன்னொரு சாரார் முன்வைக்கின்றனர்.

10

மரண தண்டனை
நீதியின் முடிவா?

நீதி விசாரணை தொடங்கிய காலத்தில் இருந்து தற்காலம்வரை சோக்ரடீஸ் விசாரணை பற்றியும் அவருக்கு வழங்கப்பட்ட மரண தண்டனை பற்றியும் விவாதங்கள் நடைபெற்று வருகின்றன. வெறியர்களின் சகிப்புத்தன்மையற்ற குற்றச்சாட்டு களுக்கு சோக்ரடீஸ் பலியாக்கப்பட்டுள்ளார் அல்லது சுதந்திர அறிவு விசாரணைக்காகத் தம் உயிரை அவர் தியாகம் செய்துள்ளார் என்று ஆய்வாளர்கள் கருதுகின்றனர். இது நீதி விசாரணைக் கொலை (ஜூடிசியல் மர்டர்) என்று சிலர் கூறுகின்றனர். சட்டரீதியான மரண தண்டனை என்றும், திட்டமிட்டு அவர்மீது குற்றம் சுமத்தப்பட்டுள்ளது என்றும் சிலர் வாதாடுகின்றனர். இதற்கு அவர்கள் பல்வேறு காரணங்களை முன்வைத்துள்ளனர். நீதியற்ற முறையிலோ நீதிக்குப் புறம்பான விதத்திலோ சோக்ரடீசிற்கு தண்டனை வழங்கப்படவில்லை. அவருக்கு வழங்கப்பட்ட தண்டனை சட்டப்படியானது எனப் பேராசிரியர் பெரி கூறுகின்றார்.

சோக்ரடீசைவிட அதிவுயர் மனிதர் வேறு யாருமில்லை. ஆனால் அவர்மீது குற்றம் சாட்டியவர்களின் குற்றச்சாட்டுகள் சரியானவையாக இருந்தன. இருந்தாலும் பெரியினுடைய கருத்து சித்தாந்தரீதியானதாக அமைந்திருந்தது. ஆனால், இதற்குப் போதிய நியாயங்களை அவர் முன்வைக்கவில்லை (கோல்மன் பிலிப்சன், 1928).

விவாதத்தில் தோற்றுப்போகும் போது,
தோற்றவரின் கருவியாக 'அவதூறு' மாறுகிறது.

\- சோக்ரடீஸ்

தீர்ப்பு வழங்கப்பட்ட பின்னர் சோக்ரடீஸ் எவ்வாறு இந்த விடயத்தைக் கருத்தில் எடுத்துக்கொண்டார் என்பதைப் பிளேட்டோ தமது *அப்போலொஜியாவில்* விளக்கியுள்ளார்.

> என்னைக் குற்றவாளி ஆக்கியுள்ள இந்தத் தீர்ப்புக்காக நான் மனம் நோகவில்லை. நான் அதை எதிர்பார்த்தேன். என்னை எதிர்த்தவர்கள், என்னை ஆதரித்தவர்கள் அளித்த வாக்கு வேறுபாட்டைப் பார்க்கும் போது வியப்பாக உள்ளது. ஏனெனில் எனக்கு எதிரான மேலதிக வாக்குகளின் எண்ணிக்கை இதைவிட அதிகமாக இருக்கும் என்று நான் நம்பினேன். ஆனால், எதிர்ப்புறத்திலிருந்து இந்தப் பக்கத்திற்கு முப்பது வாக்குகள் வந்து சேர்ந்திருக்குமானால், எனக்கு விடுதலை கிடைத்திருக்கும்.
>
> மரண தண்டனைக்குப் பதிலாக நான் எடுத்துக்கூறக்கூடிய தண்டனை என்ன? கண்ணியத்திற்குரியவர்களே! உண்மையான தண்டனை எவ்வகையானது என்பது தெளிவானதாக இல்லை. எந்த விதமான தண்டனையை நான் பெற வேண்டும் என்பது பற்றியும் எனக்குத் தெரியவில்லை. மிகவும் அதிகமானோர் விரும்புகின்ற பொருள் தேடுதல், பொருள்களைப் பரிபாலனம் செய்தல், இராணுவப் பதவிகள், மக்கள் மன்றத்தில் பேசுதல், பொது அமைப்புக்களில் அங்கத்துவம், நீதிபதிப் பதவிகள் பற்றியோ, நகரத்தின் பொதுத் திட்டங்கள் பற்றியோ கட்சிகள் பற்றியோ நான் எதுவும் யோசிக்கவில்லை.
>
> அவ்வாறு நான் எண்ணாமலிருப்பதற்குக் காரணம் என் உள்ளத்தில் இருக்கும் நேர்மையான மனநிலையாகும். இதன்படி உங்களுக்கும் எனக்கும் நன்மை தரக்கூடியவை என்று நான் நினைக்காத வழியில் செல்லாது அதற்கு மாற்றமாக வேறொரு பாதையில் நான் பயணித்தேன். அவ்வாறு தனிப் பட்ட முறையில் உங்கள் ஒவ்வொருவர் முன்னிலையிலும் தோன்றி உங்களுக்குச் செய்யக்கூடிய மிகவும் அதிக நன்மை களை நான் செய்தேன். இவ்வாறு செய்த ஒருவருக்கு சொந்தமாகக் கிடைக்கக்கூடியது என்ன? நன்கு சிந்தித்தால், ஏதேனும் ஒரு நன்மை கிடைக்க வேண்டும்.
>
> கண்ணியத்திற்குரியவர்களே! எனது கருத்து என்ன என்பதை நான் உங்களுக்குக் கூறுகிறேன். வேண்டும் என்றே யாருக்கும்

எப்போதும் நான் எந்தத் தவறையும் செய்யவில்லை. எனினும் எனக்கு உங்களோடு பேசக்கூடிய காலம் மிகவும் குறுகியதாக இருப்பதால், அதற்கான சான்றுகளை இங்கு என்னால் கூற முடியவில்லை. ஏனைய நாடுகளில் போல ஏதென்ஸ் நகரிலும் வாழ்க்கைக்கும் மரணத்திற்கும் இடையிலான ஒரு வழக்கை ஒரே நாளில் விசாரிக்க முடியாது என்று ஒரு சட்டம் இருக்குமானால், அப்போது உங்களுக்கு நான் சான்றுகளுடன் விளக்கி இருப்பேன். ஆயினும் உங்கள் மனங்களில் மிகவும் ஆழமாகப் பதிவு பெற்றிருக்கும் தவறான உணர்வுகளை ஒரு கணத்தில் அகற்றிவிட முடியாது. நான் வேறெவருக்கும் தவறிழைக்கவில்லை என்ற நம்பிக்கை எனக்கு இருப்பதால், எனக்கு நான் தவறிழைத்துக்கொள்ள மாட்டேன் என்பதை என்னால் உறுதியாகச் சொல்ல முடியும்.

மெலிட்டஸ் வலியுறுத்தும் மரணதண்டனைக்குப் பயந்ததன் காரணமாகவோ மரணம் நன்மையானதா, தீமையானதா என்று நான் அறியாது இருக்கின்ற நிலையிலோ தீமைதரக்கூடிய ஒரு தண்டனையை நான் எனக்கு எதிராகப் பரிந்துரைக்க வேண்டிய காரணம் என்ன, அது சிறைத் தண்டனையாக இருக்கலாமா, எதற்காக நான் சிறைக் காவலர்களின் அடிமையாக சிறைகளில் வாட வேண்டும்? இல்லாவிட்டால் தண்டனை தண்டப்பணமாக அமையலாம். என்னிடம் செலுத்துவதற்குத் தண்டப் பணம் இல்லாத நிலையில் ஏன் சிறையிலேயே நான் வாசம் செய்ய வேண்டும். அப்படியானால், நாடுகடத்தப்படும் தண்டனையை நான் தேர்ந்தெடுக்க வேண்டுமா, அது எவ்வாறானதாக அமையும், அதை நான் தேர்ந்தெடுத்தால் நீங்கள்கூட அதை ஏற்றுக்கொண்டிருக்கலாம். ஆயினும், எனது நாட்டு மக்களுக்கு எனது உரைகளும் ஆலோசனைகளும் சகித்துக்கொள்ள முடியாத அளவுக்கு அருவருப்பானவையாக இருந்திருக்குமானால்—அதிலிருந்து அவர்களை விடுவிப்பதற்காக நான் நாடு கடத்தப்படுகிறேன் என்று வைத்துக்கொள்வோம். என் கருத்துகளைச் சொந்த நாட்டு மக்களே பொறுத்துக் கொள்ளாத போது, அயல்நாட்டில் இருப்பவர்கள் எவ்வாறு பொறுத்துக்கொள்வார்கள் என்று எண்ணிப் பார்க்கும் அளவு கூட நான் புத்தியில்லாதவன் அல்ல.

கண்ணியமானவர்களே! அவ்வாறு நிகழ வேண்டும் என்று நாம் எண்ணாது இருப்போமாக. இந்த எனது முதிய வயதில் நாட்டுக்கு நாடு அலைந்து, வேட்டை நாயைப் போல் ஓடித்திரிந்து, ஓரிடத்திலாவது நிலை கொள்ளாது அங்குமிங்கும் அலைந்து வாழ்வைக் கழிப்பது எவ்வாறு? ஆனால், நான் எந்தத் திசைக்குச் சென்றாலும் எனது நாட்டில் இளைஞர்கள் எப்போதும் என்னைச் சூழ்ந்திருந்தது போல, அந்த நாடு களிலும் இளைஞர்கள் என்னைச் சூழ்ந்திருப்பார்கள் என்பதில் ஐயம் இல்லை. நான் அவர்களைத் துரத்திவிட்டால், அவர் களின் வேண்டுகோளுக்கு இணங்க அவர்களின் பெற்றோர் களும் முதியவர்களும் என்னைத் துரத்தியடிப்பார்கள்.

'சோக்ரடீஸ் நீ எங்களிலிருந்து விலகிச் சென்று, எங்காவது வேற்று நாடொன்றில் வாயை மூடிக்கொண்டு அமைதியாக வாழ்ந்தால் என்ன' என்று உங்களில் சிலர் கேட்கலாம். இதற்கான விளக்கத்தை உங்களுக்கு என்னால் அளிப்பது கடினம். நீங்கள் சொல்வது போல் நான் வாயை மூடிக்கொண்டு இருந்தால், அது தெய்வத்திற்கு மாறுசெய்வது போலாகும். அதனால் என்னால் அவ்வாறு ஒருபோதும் இருக்க முடியாது. ஆயின் நான் கோணல் புத்தியோடு பேசுவதாக எனது பேச்சை நீங்கள் நம்ப மறுப்பீர்கள். நான் விசாரிக்கின்ற விடயங்களும் நான் ஆலோசிக்கின்ற விடயங்களும் மனிதர்களுக்குத் தேவையானவை, செயல்படுத்த வேண்டியவை, பெரிய நன்மைகள் என்று நான் கூறினால், விசாரணைக்கு உட்படுத்தப்படாத வாழ்க்கை எவ்விதப் பெறுமதியும் அற்றது என்றும் நான் கூறினால், அதை அவ்வளவு பெரிதாக நீங்கள் எடுத்துக்கொள்ளமாட்டீர்கள். நீங்கள் இவற்றை நம்பவில்லை என்றாலும் நான் கூறுபவை உண்மை.

நான் என்ன செய்வது. நான் செல்வந்தனாக இருந்தால், அபராதத் தொகையை வழங்கி இருப்பேன். செல்வத்தை இழப்பதால் எனக்கு எந்தத் துன்பமும் ஏற்படப் போவதில்லை. நான் வசதியற்றவன். எனது சக்திக்கு ஏற்றபடி ஒரு 'மினா' அபராதம் விதிப்பீர்களா? அப்படியானால், தண்டப் பணத்தைத் தண்டனையாக நான் பரிந்துரைக்கிறேன். கண்ணியமானவர்களே! பிளேட்டோ, கிரீட்டோ, எப்பலோடரஸ் ஆகிய எனது

நண்பர்கள் முப்பது 'மினாவைப்' பிணையாக வைக்கும்படிக் கேட்டுள்ளனர். அதனால் முப்பது மினாவைத் தண்டப் பணமாக நான் பரிந்துரை செய்கின்றேன். அந்தப் பணத்திற்கு மேற்குறிப்பிட்ட பிணையாளர்கள் போதுமானதென்று நான் கருதுகிறேன்.

இவ்வாறு சோக்ரடீஸ் தமது நியாயங்களை உண்மையின் ஒளியில் உரைத்துப் பார்க்க முற்பட்டாரே அன்றித் தமது உயிரைப் பாதுகாப்பதற்காக அவர் பேசவில்லை. தமது சிந்தனைகளைத் தெளிவு படுத்தும் விசாரணைக் களமாக வழக்குமன்றத்தை சோக்ரடீஸ் மாற்றினார். அதுதான் நடந்தது. தொடர்ந்து செயல்பட அவர் விரும்பினார். நீதி விசாரணையும் தண்டனையும் தடைகளாக அமைந்தன.

அவர் முழு உலக மக்களுக்குமான வழிகாட்டியாகவும் தத்துவ ஆசிரியராகவும் விளங்கினார். அவருடைய வாழ்க்கையும் சிந்தனை களும் அப்போது நடைமுறையில் இருந்த குறுகிய சுயநல நாட்டுப் பற்றிற்கும் அரசியலுக்கும் எதிரானவையாக இருந்தன.

ஒரு வகையில் சோக்ரடீஸ் இரண்டு உலகங்களுக்கு இடை யிலான கணக்கு வழக்கில் ஈடுபட்ட தத்துவஞானி. பழமைக்கும் புதுமைக்கும், மரபுவாதத்துக்கும் பொருள்முதல் வாதத்திற்கும் அல்லது இயற்கை வாதத்திற்கும் இயற்கை கடந்த சிந்தனைக்கும் இடையில் ஒரு தொடர்பை ஏற்படுத்தினார். அறிவுச் சுதந்திரத் திற்கும் மனித வாழ்க்கையை ஒழுக்கவியல் ரீதியில் அணுகு வதற்கும் அவர் முயன்றார். பழைய மீமெய்யியலின் (பௌதீக அதீதத்தின்) கருத்து வாதங்களுக்கு அப்பால் வாழ்க்கைக்கான ஒழுக்கவியலை அவர் பேசினார்.

சோக்ரடீசின் இந்த அணுகுமுறைகள் அன்றைய ஏதெனிய சிந்தனைச் சூழலுக்கும் ஒழுக்கம் பற்றிய பார்வைகளுக்கும் எதிரானவையாகவோ, பொருத்தமற்றவையாகவோ இருந்தன. அவர் மீதான வழக்கும் விசாரணையும் குற்றச்சாட்டுகளும் இந்தப் பிரச்சினைகளில் இருந்துதான் உருவாகின. அதனால்தான் சட்டப் படி அவர் குற்றவாளியாக இருந்தாலும் நியாயப்படியும் மனிதநேய அளவுகோல்களின்படியும் அந்த குற்றச்சாட்டுகளை அவர் கடந்து நின்றார். வழக்குமன்றத்திலும் அதற்கு வெளியேயும் அவர் ஒரே வகைக் கருத்துகளைத் தாம் விரும்பிய வண்ணமே பேசினார்.

உண்மையின் மீதும் பகுத்தறிவின் மீதும் அவருக்கு நிரந்தர நம்பிக்கை இருந்தது. தமது வாழ்க்கையின் எந்த நிலையிலும் ஒரே விதமாகவும் நீதியாகவும் கருத்துகளை வெளிப்படுத்துவதற்கான துணிவு சோக்ரடீசிற்கு இருந்தது. அது அவருடைய ஆளுமையின் மையப்புள்ளியாகும். எந்தக் கோணத்திலிருந்து அவருடைய வாழ்க்கையை நோக்கினாலும் ஒருவர் தரிசிக்கக் கூடிய சிறப்புமிக்க பண்புகள் அவரில் நிலைபெற்றிருந்தன.

சோக்ரடீஸ் உண்மையில் புதுமையான வெளிப்பாடுகளின் முன்னோடியாகச் சிந்தனை உலகில் திகழ்கின்றார். மனித நாகரிகத்திற்கும் சிந்தனை வளர்ச்சிக்கும் சோக்ரடீசின் வாழ்க்கை பெரும் தாக்கத்தை நிகழ்த்தியுள்ளது. இதைப் பற்றி ஜெ. எஸ். மில் பின்வருமாறு கூறுகிறார்.

சோக்ரடீஸ் மீது கொலைத் தண்டனை சுமத்தப்பட்டது. ஆனால் சோக்ரடீசினுடைய மெய்யியல் சூரியனையும் வானத்தையும் போல் உயர்ந்து எழுந்தது; முழு அறிஞர் உலகையும் பேரொளிக்கு ஆளாக்கியது (கோல்மன் பிலிப்சன், 1928).

சோக்ரடீசினுடைய வாழ்க்கைக்கும் அறிவுக்கும் உள்ள தொடர்பு அல்லது அவருடைய ஆளுமைக்கும் ஆய்வறிவுக்கும் உள்ள உறவு மிகவும் முக்கியமானது. இது வேறெந்த சிந்தனையாளர் அல்லது மெய்யியலாளரிடமும் காணப்படாத தொடர்பையும் உறவையும் வெளிப்படுத்துகின்றது. அதாவது மெய்யியலும் ஆளுமையும் ஒன்றில் ஒன்று கரைந்தழியாத ஒரு சமநிலைக் கலவையாகவும் ஒருமைப்பாட்டு அம்சமாகவும் அவரிடம் காணப்பட்டது. கோல்மன் பிலிப்சன் கூறுவது போல, அவருடைய வாழ்க்கை அவருடைய கருத்துகளுக்கான காட்சிப் பொருள் விளக்கமாகும். அவரது நல்லெண்ணங்களின் செல்வாக்கும் மனிதாபிமானமும் எப்போதுமே அவருடைய ஆளுமையில் பெரும் தூண்டுதலைத் தருபவையாக இருந்துவந்துள்ளன.

சோக்ரடீஸ் அதிகாரத்திற்குப் பணிந்து செல்லவில்லை. புகழாரங்களுக்கும் மயங்கவில்லை. அதனால்தான் மரணத்தின் முன்னிலையிலும் அவருடைய கொள்கைகளின் மீது அவரால் நிலைத்திருக்க முடிந்தது. அவருக்குத் தரப்பட்ட மரண தண்டனையால் ஏற்பட்ட கருத்துக் குழப்பங்கள், நீதித்துறையின் தவறு பற்றிய

குற்றச்சாட்டுகள் எனப் பல விவகாரங்கள் உள்ளன. இவற்றி லிருந்து ஒரு கேள்வி திரும்பத் திரும்ப எழுப்பப்பட்டு வருகின்றது. அது அரசியல் கொள்கைளுக்காக நீதியற்ற முறையில் சோக்ரடீஸ் பலியிடப்பட்டுள்ளார் என்பதாகும். சுதந்திரச் சிந்தனையாளன் என்ற காரணத்திற்காக ஏதென்ஸ் அரசியல் அவரை அழித்ததா?

ரூஸோ அவரை இயேசு கிறிஸ்துவுடன் தொடர்புபடுத்திப் பேசினார். சிலர் அவரைக் கிரேக்கத்தின் கிறிஸ்து என்று வர்ணித்தனர். ஹீப்ரு திருத்தூதர்களைவிடச் சிறந்த திருத்தூதர் என்று வேறு சிலர் கூறினர். அவர் மகரிஷி என்றும் தர்மத்திற் காகத் தம்மை அர்ப்பணம் செய்த மகாத்மா என்றும் இந்தியாவில் போற்றப் பட்டார். ஒரு இந்திய மகாத்மாவும், மத்திய கிழக்கின் தீர்க்க தரிசியும் சோக்ரடீசின் ஆளுமையில் காணப்பட்ட அடையாளங் களாக இருக்கலாம். ஆயினும் சமய ஆன்மிக வட்டத்திற்குள் மட்டும் சோக்ரடீஸ் வலம்வரக்கூடியவரல்ல. அவருடைய தத்துவங்களை மானுடத் தத்துவங்களால் அளவிடுவதுதான் பொருத்தம்.

உதாரணமாக கிறிஸ்துவையும் சோக்ரடீசையும் இணைத்துப் பேசுவதில் பொதுவான சில தன்மைகள் இருப்பது போல் பல வேறுபட்ட பண்புகளும் இருப்பதை உணரலாம். சோக்ரடீசின் முழு இலக்கும் பகுத்தறிவையும் ஆய்வறிவையும் அடிப்படை யாகக் கொண்டது. மனித அவலங்கள் அனைத்திற்கும் முக்கியமான காரணம் அறியாமை என்று சோக்ரடீஸ் கூறினார். யார் உண்மையை அறிந்துகொள்கின்றார்களோ அந்த உண்மை அவர்களை விடுதலை செய்யும் என்றார். அவர் தேடிய உண்மை சமய ஞானியர் தேடிய உண்மையாக இருக்கவில்லை.

மேலும் சோக்ரடீஸ் ஒழுக்கத்தை அறிவின் அடிப்படையில் இருந்து நோக்கினார். நீதியையும் துணிவையும் தன்னடக்கத்தையும் அதில் பெற்றுக்கொள்ள முடியும் என்று அவர் நம்பினார். மக்களை ஐக்கியப்படுத்துவதற்கு சோக்ரடீஸ் ஆய்வறிவு அடிப்படையைப் பொதுக் கோட்பாடாக்கினார். சமயக் கட்டளைகள், விதிமுறைகள் எதையும் அவர் அறிமுகப்படுத்தவில்லை. ஓர் ஆன்மிகக் குழுவுக்குத் தலைமை தாங்கும் திட்டங்களோ கொள்கைகளோ அவரிடம் இருக்கவில்லை. இவ்வாறு பார்க்கும் போது கிறிஸ்துவின் போதனைகளில் இருந்து அறிவுரீதியிலும் கோட்பாட்டு ரீதியிலும்

அவர் வேறுபட்டிருந்தார். பல்வேறு சிந்தனைத் தளங்களிலிருந்து திறந்தமனதுடன் அவர் பேசினார். அச்சுறுத்தலற்ற அறிவுத் தேடலுக்கு மக்களை அவர் அழைத்தார்.

இருவருக்கும் எதிரான குற்றச்சாட்டுகளைப் பொறுத்தவரை சில ஒருமைப்பாடுகள் இருக்கின்றன. தமது தேசங்களில் தாம் கண்ணுற்ற பாரம்பரிய வழக்காறுகளையும் பழைய சமய, சமூக நிறுவனங்களையும் மாற்றுவதற்கு மக்களை அவர்கள் தூண்டினர். நடைமுறையில் இருந்த பொதுவான ஒழுக்கங்களையும் மரபுகளையும் திரிபுபடுத்தினார்கள் என்று இந்த இருவர் மீதும் குற்றச்சாட்டுகள் இருந்தன. குடும்பங்களுக்கு இடையே பிரிவினைகளைத் தூண்டுகிறார் என்பது கிறிஸ்துவின் மேல் இருந்த குற்றச்சாட்டு என்றால், சொந்தத் தந்தையர்களிலிருந்து பிள்ளைகளைப் பிரிக்கிறார் என்பது சோக்ரடீஸ் மீது சுமத்தப்பட்ட குற்றச்சாட்டாகும். மற்றறொரு முக்கியமான ஒற்றுமை இருவரின் மரணம் பற்றிய செய்தியாகும்.

சோக்ரடீஸ் அவரது நிலைப்பாடுகளிலும் கொள்கைகளிலும் உறுதியாக இருந்தார். அவர் மரண தண்டனையிலிருந்து தப்புவதற்கு எளிதான பல வழிகள் இருந்த போதும் ஏன் அவற்றை அவர் பயன்படுத்தவில்லை? ஏன் மரணத்தை நோக்கி தீயைக் கண்டு அஞ்சாத குழந்தைபோல் அலட்சியத்துடன் முன்னேறினார்? இவ்வாறான கேள்விகளை எழுப்பலாம். அவர் சாதாரண மனிதனாகத் தம்மைக் காட்டிக்கொண்ட போதும் அவருடைய கருத்துகளிலும் சிந்தனைகளிலும் அவர் சாதாரணமானவர் அல்ல. நாடு, அரசியல், தண்டனை, தன்மானம், ஒழுக்கம், நன்மை, பக்தி பற்றியும் அவரிடம் வேறுபட்ட சிந்தனைகள் இருந்தன. சோக்ரடீஸ் இந்தப் பாதையில்தான் பயணித்தார். பின்வரும் இறுதி உரையாடலைப் பார்ப்போம்.

> ஏதென்ஸ் நகரவாசிகளே! நான் ஏன் துயரமடையவில்லை என்பதற்குப் பல காரணங்கள் உள்ளன. குற்றவாளியாக்கப் படுவேன் என்பதை முன்னமே அறிந்திருந்தேன். இவ்வளவு குறைந்த வாக்குகளால் நான் குற்றவாளியாக்கப்பட்டுள்ளேன் என்பதுதான் எனக்கு வியப்பை அளித்தது. முப்பது வாக்குகள் மாறி வழங்கப்பட்டு இருந்தால், தீர்ப்பும் மாற்றமடைந்து இருக்குமல்லவா?

எனக்கு மரண தண்டனை விதிக்கப்பட வேண்டும் என்பதற்காக தண்டனை விதிக்கப்பட்டுள்ளது. வேறு தண்டனைகளை எடுத்துக்கூறும்படி என்னைக் கேட்கிறீர்கள். நான் ஒப்புக் கொள்ளக்கூடிய வேறு தண்டனைகள் என்ன? நான் செய்த பணிகளுக்கு ஏற்ற விதத்தில் அல்லவா அந்தத் தண்டனை இருக்க வேண்டும். இல்லற சுகங்கள், பட்டம் பதவிகள், ஆட்சியாளரிடமிருந்து மதிப்பைப் பெறுவது என்பவற்றைத் துறந்து வாழ்ந்த ஒருவனுக்கு உங்கள் ஒவ்வொருவருக்கும் அறிவைப் போதிக்கப் பாடுபட்ட ஒருவனுக்கு, சொந்த நலன் களைவிட ஒழுக்கத்திற்கும் ஞானத்திற்கும் முன்னுரிமை தாருங்கள் என்று போதனை செய்த ஒருவனுக்கு விதிக்கக்கூடிய தண்டனை என்ன?

நோயும் பசியும் இன்றி நாட்டிற்குள் வாழ்வதற்கான வசதி களைச் செய்துகொடுப்பதுதான் இத்தகைய ஒருவனுக்கு வழங்கக்கூடிய தண்டனை. ஏதென்ஸ்வாசிகளே, குதிரை ஓட்டத்திலும் தேரோட்டத்திலும் ஒலிம்பியாவில் வெற்றி பெறும் வீரர்களுக்கு வெகுமதிகள் தருகிறீர்களே! நாங்கள் செய்யும் சேவைகள் அதைவிட முக்கியமானதில்லையா? அந்தத் தண்டனையையே இங்கு நான் பரிந்துரைக்கிறேன், என்று சோக்ரடீஸ் கூறினார். சோக்ரடீஸ் மீது இரக்கம் காட்டுவதற்கு மாற்றமாகக் கடுமையான தண்டனைகளைப் பரிசீலிக்கும் நிலைக்கு அவருடைய உரைகள் நடுவர்களை நிர்ப்பந்தித்தன. சோக்ரடீஸ் நிகழ்த்துவது குற்றமறுப்புரையா, எதற்காகக் குற்றஞ்சாட்டப்பட்டு, அங்கு அவர் நிற்க வேண்டிய நிலை ஏற்பட்டதோ அதையே மீண்டும் அவர் வலியுறுத்து கின்றாரா, ஏதென்சின் சட்டங்களுக்கும் அவர் சவால் விடுக்கின்றாரா? நீதிமன்றம் (நடுவர் மன்றம்) குழம்பிப் போயிருந்தது.

நீதிமன்ற எதிர்பார்ப்புகளுக்கு ஏற்ற விதத்தில் பதிலளிப்பவ ராகவோ நீதிபதிகளின் கருணையை எதிர்பார்த்து உரையை நிகழ்த்துபவராகவோ சோக்ரடீஸ் அந்தக் குற்றவாளிக்கூண்டில் நிற்கவில்லை. அவர் அந்த விசாரணை மன்றத்தைத் தமக்கான மேடையாகப் பயன்படுத்திக்கொண்டார். தமது சிந்தனை களையும் விசாரணைகளையும் வழக்கம் போல நிகழ்த்திச் சென்றார்.

தமது உள்ளத்தில் பதிவு பெற்றிருந்த பல கருத்துகளை சோக்ரடீஸ் அன்று அந்த விசாரணை மன்றத்தில் பகிர்ந்து கொண்டார். தனிப்பட்ட முறையில் யாரையும் குற்றம் சாட்டுவதை விட ஏதென்ஸ் சமூகத்தை முன்னிலைப்படுத்தி அவர் பேசினார். அன்றைய கிரேக்க ஆட்சிமுறைகள், சமூகப் பிரச்சினைகள், மாற்றங்களுக்கான தேவைகள் பற்றி அவர் பேசினார்.

நீதி-ஒழுக்கம்-தண்டனை இவற்றைக் கையாள்வதில் ஏதெனிய அரசியலிலும் நீதித்துறையிலும் ஏற்படக்கூடிய தவறுகள் குறித்துப் தம் கவலையை வெளிப்படுத்தினார். அல்லது துறைகளில் தவறான முடிவுகளுக்கு வாய்ப்பளிக்கும் திருத்தமற்ற சூழ்நிலைகள் பற்றிய கவலையை அவர் உருவாக்கினார். அவருக்கு வழங்கப் பட்ட தண்டனை நீதியின் அல்லது நியாயத்தின் முன்னிலையில் தவறே இல்லாததா என்ற கேள்வியை நீதிபதிகளிடமும் மன்றத் தினரிடமும் அவர் பின்வருமாறு பேசினார்.

> கண்ணியத்திற்குரிய ஏதென்ஸ் மக்களே, சிறிதளவும் பொறுமை இல்லாத காரணத்தால் எனக்கு நீங்கள் மரண தண்டனை விதித்துள்ளீர்கள். அதிக காலம் செல்வதற்குமுன் நாட்டின் மரியாதையைப் பாதாளத்திற்குத் தள்ளிவிட்டவர்கள் என்றும் சோக்ரடீஸ் என்ற பெரிய ஞானியை மரணத்திற்கு ஆளாக்கியவர்கள் என்றும் நீங்கள் இழிவுக்கு உள்ளாக்கப்படுவீர்கள் என்பதில் சந்தேகமில்லை. நானோ முதியவன். எனக்கு நீங்கள் மரண தண்டனை அளிக்காதிருந்தாலும் விரைவில் என் ஆயுள் முடிவடைந்து நான் இயற்கையாகவே மரணமடைந்து இருப்பேன்.
>
> உங்களிடம் பொறுமை இல்லாத காரணத்தால் இது நிகழ்ந் துள்ளது. உண்மையில் நான் ஒரு பெரிய அறிவாளி இல்லை. ஆயினும் உங்களைப் பழி தீர்ப்பதற்காகவே அவர்கள் என்னைப் பெரும் ஞானி என்றும் நீங்கள் என்னைக் கொலை செய்தீர்கள் என்றும் கூறுவார்கள். நீங்கள் சற்றுப் பொறுமையுடன் அவதானித்தால் இயல்பாக உங்கள் எண்ணங்கள் முழுமை யடைய வாய்ப்புகள் இருந்தன.
>
> வழக்கு சரியானபடி நடக்காததாலும் போதுமான காரணங்கள் காட்டப்படாததாலும் எனக்குத் தண்டனை வழங்கப்பட்டதாகச்

சிலர் நினைக்கக்கூடும். அது அப்படி அல்ல. தகுதியற்ற விதத்தில் நான் பேசவில்லை. அதனால்தான் நான் தண்டிக்கப் பட்டேன்.

நான் இப்போது மரணத்தை எதிர்பார்த்திருக்கும் ஒரு முதியவன். நான் இங்கு இப்போது பேசுவது உங்களை நோக்கியல்ல. எனக்கு மரணதண்டனை விதித்தவர்களைப் பார்த்துச் சொல்கிறேன். எனக்குரிய விடுதலையைப் பெறும் விதத்தில் பேசுவதற்கு எனக்கு நாவன்மையோ பக்குவமோ இல்லை. மரண தண்டனைக்கு ஆளாக இதுதான் காரணம் என்று நினைப்பதற்கு எந்தக் காரணமும் இல்லை. நான் விடுதலை பெற்றுக்கொள்ளக்கூடிய வகையில் எவற்றைக் கூறமுடியுமோ அவற்றைக் கூறி, விடுதலையைப் பெற்றிருக்க வேண்டும் என்று நீங்கள் நினைத்திருந்தால், அது தவறு நண்பர்களே! என்னைக் குற்றவாளியாக்கிய தீர்ப்புக்குக் காரணமாக இருந்த குறைபாடு அவ்வாறான விடங்களைப் பற்றிய ஒன்றல்ல. நீங்கள் எதிர்பார்ப்பது போல அழுது புலம்பி ஒப்பாரி வைத்து, உங்களிடம் வேண்டுதல் விடுத்து, மற்றவர்கள் உங்கள்முன் நடந்துகொள்வது போல, வெட்கமற்ற முறையில் செயல்பட்டு, உங்கள் தயவைப் பெற நான் தயாராக இல்லை. இது எதுவுமே எனக்கு முக்கியமானதல்ல. என்னில் காணப்பட்ட குறைபாடு இதுதான். எனது விடுதலைக்காக நான் கூறிவந்த முறை பற்றி நான் ஒருபோதும் கவலைப்பட மாட்டேன்.

அழுதும் கெஞ்சியும் வேறு சிலரைப் போல் தகாத முறையிலும் நடந்துகொண்டிருந்தால், நான் தண்டிக்கப்பட்டிருக்க மாட்டேன். நான் கடைப்பிடித்த அந்த முறையால் எனக்கு மரண தண்டனை வழங்கப்பட்டு இருக்குமானால், உங்களுக்கு நன்கு பழக்கமான அந்த முறையைப் பயன்படுத்தி, உயிர் வாழ்வதைவிடத் தண்டனை பெற்றதைப் பெரிதாக மதிக் கிறேன். ஏனெனில் போரிலோ நீதிமன்றத்தின் முன்னிலை யிலோ நானோ, உண்மையான வீரர்களோ மரணத்திலிருந்து விடுதலை பெறுவதற்காக, தகாத முறையை மேற்கொள்ள கொள்ளமாட்டார்கள். போரில் ஒருவர் தமது ஆயுதங்களைக் கீழே போட்டுவிட்டுத் தன்னைக் கொல்ல வந்தவரின் முன்னிலையில் முழந்தாழிட்டு நின்றால், அவர் மரணத்தில்

இருந்து உயிர் தப்பிப்பதற்கு வாய்ப்புக்கள் உள்ளன. எதை வேண்டுமானாலும் பேசுவதற்கும் செய்வதற்கும் ஆயத்தமாக இருக்கும் ஒருவருக்கு மரணத்தில் இருந்து தப்பித்துக்கொள்ள இயலும்.

மானத்தையும் அறத்தையும் கைவிட்டால், மற்ற எல்லா அபாயங்களில் இருந்தும் தப்பித்துவிடலாம். ஆனால், எனது நண்பர்களே! மரணத்தில் இருந்து தப்புவதைவிட கெடுதிகளில் இருந்து தப்புவதுதான் கடினமானது. கெடுதிகள், தீமைகள் மரணத்தைவிட வேகமானவை. நான் மரணத்தைக் கண்டு அஞ்சவில்லை. ஆனால், கெடுதியைவிட மெதுவாகச் செல்லும் என்னை மரணம் முன்னரே நெருங்கிவிட்டது. வழக்கு மன்றத்துக்கு என்னை அழைத்து வந்தவர்களைக் கெடுதிகள் இன்று சூழ்ந்துவிட்டன.

உங்களால் வழங்கப்பட்ட மரண தண்டனையை ஏற்று நான் செல்கிறேன். அவர்கள் அவர்களின் வழியில் செல்லட்டும். தவறுகளுக்கும் அநீதிகளுக்கும் அவர்கள் பதில் சொல்லியாக வேண்டும். அவர்களின் தண்டனை அவர்களுக்கு. எனக்குக் கிடைத்த தண்டனை எனக்கு. இப்படி நடந்ததில் பிழை எதுவும் இல்லை. எல்லாம் நன்மையாக வேண்டும்.

எனக்குத் தண்டனை வழங்கிய ஏதென்ஸ் நகரவாசிகளே! உங்களுக்கு நான் சொல்கிறேன்! நான் சாகப் போகின்றேன். தீர்க்க தரிசன சக்தி அதிகம் வேலைசெய்யும் சூழ்நிலை இது. என்னைக் கொல்லுமாறு நீங்கள் தீர்ப்பளித்தீர்கள். எனக்குத் தரப்பட்டதைவிட அதிகமான தண்டனைக்கு நீங்கள் ஆளாவீர்கள்.

நான் தொடங்கிய சோதனைகள் முடியவில்லை. அவற்றிலிருந்து நீங்கள் தப்ப முடியாது. எனக்குப் பின்னால் வருவோர் கடுமை யாகச் சோதிப்பார்கள். அவர்கள் இப்போது வாலிபர்கள். அவர்களை உங்களால் வெல்ல முடியாது. என்னைவிட உங்கள் குற்றங்களை அவர்கள் அதிகம் வெளிப்படுத்துவார்கள். பழியில் இருந்து தப்புவதற்கு அறிவாளிகளைக் கொலை செய்வதல்ல நீதி. அது தவறு. நீங்கள் உங்களைத் திருத்திக் கொள்ளுங்கள். அதுவே சரியான வழி.

சட்டமும் தண்டனையும்

சட்டத்துக்கு அடிபணிவதற்கும் சோக்ரடீசிடம் ஒரு மன உந்துதல் இருந்தது. சீரான சமுதாயத்தைக் கட்டியெழுப்பும் முயற்சிக்கு சோக்ரடீஸ் முன்னுரிமை வழங்கினார். சட்டம், நீதி என்பவற்றுக்கு எதிராக சோபிஸ்ட்டுகளால் முன்வைக்கப்பட்ட அழிவுக்கு இட்டுச் செல்லும் விமர்சனங்களை எதிர்க்கும் மனநிலையில் சோக்ரடீஸ் செயல்பட்டிருக்கலாம். ஆனால், சட்டத்தைச் சட்டம் என்பதற்காக மட்டும் ஏற்கும் மனநிலையில் அவர் இருக்கவில்லை. அவர் உண்மையான நீதியை வலியுறுத்துபவர் என்பதால், சட்டம் எப்படி இருந்தாலும் அதற்குப் பணிந்தாக வேண்டும் என்று ஒரு போதும் மரபுரீதியான கருத்துகளுக்கு இணங்கிச் செல்லக் கூடியவரல்ல.

நாட்டிற்கான சட்டத்தைக் கடவுளே தருகின்றார் என்றும் ஸ்பாட்டாவுக்கான அரசியல் சாசனத்தைக் கிரேக்கக் கடவுள் டெல்ஃபிக் அப்பலோ வழங்கியதாகவும் மக்கள் நம்பினர். இந்த வகை நம்பிக்கைகளை சோபிஸ்டுகள் உடைத்தெறிந்தனர். ஏற்கனவே நிலை பெற்றிருந்த பல சமூகப் பெறுமானங்களையும் சோபிஸ்ட்டுகள் தாக்கினர். உண்மையில் சோபிஸ்ட்டுகளின் விமர்சனங்கள் சட்டம், நீதி பற்றிய மக்களின் கருத்துகளையும் பாதித்திருந்தன.

சட்டத்திற்குரிய மதிப்பை மீண்டும் வழங்குவதற்கு சோக்ரடீசும் அவருடைய சீடர்களும் விரும்பினர். கீழ்ப்படிவின் விதிமுறை களை ஆதரித்து *கிரீட்டோ* நூலிலும் ஷெனோபனின் எழுத்துக் களிலும் வெளிப்படையாக சோக்ரடீஸ் பேசியிருப்பதைப் பார்க்கலாம் (டேவிட் சேவியர், 2018).

அதே வேளை சோக்ரடீஸ் எப்போதும் சட்டங்களுக்குக் கீழ்ப் படிந்து நடந்தார் என்றும் கூற முடியாது. சட்டங்களுக்குக் கீழ்ப் படிவதை அவர் தவிர்த்து வந்ததற்கும் ஆட்சியாளர்களின் ஆணை களைப் பரிகாசம் செய்ததற்கும் பல சாட்சியங்கள் உள்ளன.

நீதி என்பதற்காக அல்ல சட்டம் என்பதற்காகக் கீழ்ப்படியும் சூழ்நிலைகள் பற்றிச் சிந்திக்கும் தேவை உண்டு என்பதிலும் சோக்ரடீசிடம் கருத்துகள் இருந்தன. கிரீட்டோவின் உரையாடலில் நாம் இதைக் காணலாம்.

விசாரணை மன்றத்தில் சோக்ரடீஸ் நடந்துகொண்டது எவ்வளவு முக்கியமோ தீர்ப்பின் பின்னரான அவருடைய நடத்தைகளும் உணர்வுகளும் அதே அளவு முக்கியமானவை. தப்பிச் செல்வதற்குப் போதுமான வாய்ப்பிருந்தும் தப்பிச் செல்வதற்குப் பதிலாக, நீதிமன்றத்தில் தீர்ப்பை சோக்ரடீஸ் ஏற்றுக்கொள்கிறார். தீர்ப்பு வழங்கப்பட்ட பின்னர் மரணத்தைத் தழுவும் வரை சோக்ரடீஸ் சிறைக்கூடத்திலேயே வாழ்கின்றார். தப்பிச் செல்வதற்கு நண்பர்கள் வழங்கிய எல்லா வாய்ப்புக் களையும் சோக்ரடீஸ் நிராகரிக்கின்றார். நீதிமன்ற ஆணையாக மரண தண்டனை சோக்ரடீஸ் மீது சுமத்தப்பட்டது.

அது இந்தப் பிரச்சினையின் ஒரு பகுதி. மற்றொரு பகுதி சோக்ரடீஸ் அந்தத் தீர்ப்பை தாமாகவே ஏற்றுக்கொள்கின்றார். இதுபற்றி உரையாடுவதற்குப் போதுமான காரணங்கள் உள்ளன.

விசாரணையின் பின்னர் எந்த முகாந்திரமும் இன்றி ஏதென்ஸ் நகரம் சோக்ரடீசைக் கொல்லவில்லை. அது சோக்ரடீசால் தேர்வு செய்யப்பட்ட தீர்வாகும். அதற்கான அவருடைய நியாயங் களுக்கும் அதில் தொடர்பிருந்தன.

மரண தண்டனையை ஏற்காது, சிறையிலிருந்து தப்பிச் செல்வதை சோக்ரடீஸ் ஏன் நிராகரித்தார்? அதற்குச் சட்ட ரீதியான காரணங்கள் இருந்திருக்கலாம். சட்டத்திற்குக் கட்டுப் பட்டு நடப்பவர் என்பதால், அதே விதத்தில் அவர் ஏற்றுக் கொண்டிருக்கலாம். அவருடைய முதுமை காரணமாகத் தப்பிச் செல்வதை அவர் நிராகரித்திருக்கலாம்.

இவற்றைவிட ஏதெனியச் சட்டத்திற்குக் கீழ்ப்படிவதில் தனிப்பட்ட, தமது துன்பங்களைக் காட்டிலும் மக்கள்-நாட்டின் நலன் என்ற பின்னணியில் சோக்ரடீஸ் இவ்வாறு முடிவு எடுத்து இருக்கலாம்.

கிரீட்டோ உரையாடலில்தான் இந்த உண்மைகளை நாம் பார்க்கிறோம். சோக்ரடீசுக்கு எதிராகத் தரப்பட்ட தீர்ப்பும் அவருக்கு எதிரான சட்டப் பிரயோகமும் அநீதியானவை என்பது கிரீட்டோவின் வாதம். சோக்ரடீஸ் தப்பிச் செல்வதில் தவறில்லை. அதைச் செய்யாதிருப்பதுதான் தவறு என்று கிரீட்டோ சோக்ரடீசுடன் வாதம் செய்தார். தப்பிச்செல்வது தவறு என்ற

முடிவில் சோக்ரடீஸ் உறுதியாக இருந்தார். கிரீட்டோவுக்கு விளங்கும் வகையில் இதுபற்றி அவர் பேசினார். இன்னும் இது சட்டத்துறையில் விவாதிக்கப்படுகின்றது. சட்ட ஆட்சிக்கும் தனிமனித சுதந்திரத்துக்குமான அடிப்படையான எண்ணக்கரு இதில் இருப்பதாகக் கருதப்படுகின்றது. உண்மையில் எது 'நீதி' என்பதுதான் அறிந்துகொள்ளப்பட வேண்டும். பெரும்பான்மையினர் ஆதரிப்பதால் அது நீதியாகாது என்பதில் இருந்து சோக்ரடீஸ் தமது நீதி பற்றிய கருத்தைத் தொடங்குகிறார்.

தம்மீது சுமத்தப்பட்ட தீர்ப்போ சட்ட ஆணைகளோ தவறே இல்லாதவை என்று சோக்ரடீஸ் கருதவில்லை. தமக்கு விதிக்கப் பட்ட சட்டத் தீர்ப்பை ஏற்றுக்கொள்வதில் நிர்ப்பந்திக்கும் பல நியாயங்களுக்கு அவர் கீழ்ப்படிய வேண்டியிருந்தது. சட்ட ரீதியற்ற வகையில் உயிர்தப்பி வாழ்வதைவிட சட்டம் உயர்வானது என்று சோக்ரடீஸ் கருதினார். தமக்கு விதிக்கப்பட்ட தீர்ப்பு தவறானது என்பதைவிட அது சட்டப்படியான தீர்ப்பு என்பதால், அதன் மீதான தமது கடப்பாட்டை ஆழமாக அவர் எடுத்துக்கொண்டார்.

தமது வாழ்வுக்கான அர்த்தத்தைச் சீர்குலைக்க அவர் விரும்ப வில்லை. என்ன நடந்தாலும் சரிதான் என்றும் இதை அவர் எடுத்துக்கொள்ளவில்லை. ஏதென்சையும் மக்களையும் நிர்க்கதிக்கு உள்ளாக்காத வகையில் அரசியல் சமூக ஒருமைப்பாட்டிற்கு ஏற்றதாகத் தமது முடிவுகளை மேற்கொள்வதா, தமது சுய இலாபங் களை மாத்திரம் கவனத்தில் எடுப்பதா போன்ற கேள்விகள் அவருடைய இதயத்தில் எதிரொலித்தன. தப்பிச் செல்வது நீதியான செயல் அல்ல என்ற தீர்மானத்தில் சோக்ரடீஸ் உறுதியாக இருந்தார்.

அவ்வாறு அவர் தப்பிச் சென்றால் நாட்டு மக்களின் ஒழுக்கப் பண்புகளைச் சோதிப்பதற்கு அவர் தகுதியற்றவர். மேலும் ஒழுக்கப்பண்புகள் என்றால் என்ன என்பதை அறியாதவர் என்ற விமர்சனத்துக்கும் ஆளாக வேண்டி வரும். அதனால் மற்றவர் களுடன் ஒழுக்கக் கருத்துகளைப் பகிர்ந்துகொள்ளும் தகுதியைத் தாம் இழக்க நேரிடும் என்றும் அவர் கருதினார். *அப்போலொஜி* யின் கருத்துப்படி சிறையிலிருந்து அவர் தப்பிச் சென்றால், அது எதிரிகளுக்குக் கிடைக்கும் வெற்றியாகவும் அமையலாம்.

இவை இவ்வாறிருந்த போதும் தப்பிச் செல்வது நீதியானதா நீதியற்றதா என்பது தீர்மானிக்கப்பட்டதன் பின்னர்தான் கிரீட்டோவின் கருத்துகளின் பொருத்தத்தை நாம் கவனத்தில் கொள்ளலாம் என்றும் கிரீட்டோ உரையாடலில் சோக்ரடீஸ் கூறுகின்றார். எழுபது ஆண்டுகாலம் ஏதென்ஸ் நகரில் வாழ்ந்து அதன் சட்டதிட்டங்களுக்குக் கீழ்ப்படிவதாக ஒப்புதல் வழங்கி இப்போது அதன் சட்டங்களை மீறிச் செயல்படலாமா என்பது கிரீட்டோவிடம் சோக்ரடீஸ் எழுப்பும் முக்கிய கேள்வி. இதுதான் பிற்காலத்தில் அரசியல் கடப்பாட்டிற்கான இணக்கக் கோட்பாடாகவும் சமூக ஒப்பந்தக் கோட்பாடாகவும் வளர்ச்சி பெற்றது.

தாம் ஒரு குற்றவாளி, தண்டனைக்கு ஆளாக்கப்பட வேண்டியவர் என்று சோக்ரடீஸ் கருதவில்லை. அதே வேளை தாம் ஒரு நிரபராதி என்று பெருமை பாராட்டவுமில்லை. ஆனால் அவருக்கு ஒரு விடயம் தெளிவாகத் தெரிந்தது. நஞ்சு அருந்திச் சாவதைக் கடமையாகக் கொள்ளவேண்டும். அதில் அவர் துணிவுடன் நடந்துகொண்டதாக அல்லது தமது ஒழுக்கப் போதனை களுக்கும் நாட்டுக்கும் நியாயம் செய்ததாகக் கருதலாம்.

11

தமிழ்நாட்டில் பகுத்தறிவுக் காலம்

மு. கருணாநிதியின் திரைநாடகம்

உலகின் பல நாடுகளில் நடந்தது போலவே சோக்ரடீசின் சிந்தனை அலை தமிழ்நாட்டிலும் பரவியது. மு. கருணாநிதியின் திரைநாடகத்தை (சோக்ரடீஸ் விசாரணைக் காட்சி) இந்த அலையின் ஒரு பகுதியாகக் கருதலாம். 1956ஆம் ஆண்டில் ஒரு முழுநீளப் படத்தில் ஒரு திரைநாடகமாக 'சோக்ரடீஸ் திரைநாடகம்' இடம்பெற்றிருந்தது. அது ஒரு விபத்து போன்ற தீடீர் நிகழ்வல்ல. நவீன யுகத்தில் தமிழ்நாட்டில் நிகழ்ந்த பகுத்தறிவுவாத எழுச்சியின் ஒரு குறியீடு என்று அதைக் குறிப்பிடலாம்.

ஏறக்குறைய அரை நூற்றாண்டுக் காலமாக ஈ.வெ. ராமசாமி ஏற்படுத்திய சிந்தனை மாற்றங்களில் தமிழ்ச் சமூகத்தில் பல்வேறு துறைகளில் தாக்கங்கள் நிகழ்ந்தன. ஒடுக்கப்பட்ட மக்களுக்கு ஆதரவான குரலும் பெண் அடிமைத்துவம் போன்றவற்றிற்கு எதிரான குரலும் ஓங்கி ஒலித்தன.

அண்ணாதுரையின் வருகையோடு பகுத்தறிவுக்கும் சமூக மாற்றச் சிந்தனைகளுக்குமான பாதைகளும் கேள்விகளும் புதிய பரிமாணத்தைப் பெறுகின்றன. கலை இலக்கியங்களிலும் திரைப்படக் கலையிலும் சமூக மாற்றத்திற்கான கருத்துகள் விதைக்கப்பட்டன. சி. என். அண்ணாதுரை மூடநம்பிக்கைகளுக்கு எதிராகவும் சமய, சாதி ஒடுக்குமுறைகளுக்கு எதிராகவும் போர்க்

நீ எதையும் அறியவில்லை என்பதை
அறிந்திருப்பதுதான் உண்மையான அறிவு..

- சோக்ரடீஸ்

கொடி தூக்கினார். அவருடைய பல உரைகளிலும் எழுத்துகளிலும் சோக்ரடீசின் சிந்தனைத் தாக்கங்களும் இங்கர்சாலின் சமய எதிர்ப்புக் கருத்துகளும் பரவலாகக் காணப்பட்டன. தொன்மவியல் சார்ந்த தமிழ்நாட்டு சமய மரபுக்கதைகளை அண்ணாதுரை தாக்கி எழுதினார். அவருடைய *புராண மதங்கள்* (1952) இதற்கு ஒரு சிறந்த எடுத்துக்காட்டு. அந்த நூலில் புராணங்களை போதை தரும் லேகியம் என்று அண்ணா குறிப்பிடுகின்றார். சாதிமுறை, சமுதாயப் பிற்போக்கிற்கும் தொழில் மந்தத்திற்கும் முதன்மைக் காரணமாக இருக்கின்றது. இத்தகைய நிலைமையால், உழைப்புக்குள்ள உண்மை மதிப்பு போய்விடுகின்றது. அதனால் நாட்டின் வளர்ச்சி குன்றிச் செல்கின்றது என்று சாதிய முறைக்கும் அதனால் உருவாகும் சமூகத் தீமைக்கும் எதிராக அண்ணா கருத்துகளை வெளியிட்டார்.

பகுத்தறிவுக்கும் சமூக விடுதலைக்கும் முன்னுரிமை தரப் பட்டிருந்த இந்தச் சூழலில்தான் மு. கருணாநிதியின் பகுத்தறிவுக் கருத்துகள் திரைப்படங்களை ஆக்கிரமிக்கின்றன.

சமூக மறுசீராக்கத்தின் கோட்பாடாகப் பகுத்தறிவுவாதம் தமிழ்நாட்டில் கொண்டாடப்பட்ட காலத்தில் மு. கருணாநிதியின் திரைநாடக எழுத்துக்கள் வெளிவருகின்றன.

சோக்ரடீசின் சிந்தனைகளாலும் பகுத்தறிவு வாதத்தாலும் தூண்டப்பட்டவர்கள் தமிழ்ச் சூழலில் புரட்சிகரமான போக்கு களுக்கு வித்திடுகின்றனர். அதாவது ஒரு நூற்றாண்டுக் காலமாகத் தத்துவார்த்த சிந்தனைகளின், எதார்த்த ரீதியான கருத்து களின் களம் ஒன்று தமிழகத்தில் தோற்றம் பெற்றிருந்தது. சோக்ரடீஸ் திரைநாடகம் இதற்கு ஒரு முக்கிய அடையாளம்.

ஈ.வெ. ராமசாமி

பகுத்தறிவுவாதச் சிந்தனை தமிழகத்தில் சமூகமயப்படுத்தப்படும் ஒரு காலகட்டத்தை ஈ.வெ. ராமசாமி அடையாளப்படுத்துகிறார். இதனால் தந்தை பெரியார் என்று வெகுமக்களால் மரியாதையுடன் அழைக்கப்படுகிறார். பெரியாரின் சிந்தனைகள் பல்வேறு அறிவுசார் தளங்களில் செயல்பட்டன. அறியாமையும் மூட நம்பிக்கையும் ஒடுக்கு முறையும்தான் ஈ.வெ. ராமசாமியின்

முதன்மை எதிரிகள். அவர் தமது அதிகமான நேரத்தை இளைஞர்களுடன் கழித்தார். அறிவைப் பயன்படுத்தாமல், சிந்திக்காமல், பகுப்பாய்வு செய்யாமல் யாரையும் நம்பாதீர்கள். எந்தக் கருத்தையும் நம்பாதீர்கள். பகுத்தறிவு எதைக் கூறுகிறதோ அதைச் செய்யுங்கள். சாதாரணமாக ஈ.வெ. ராமசாமி இதைத்தான் இளைஞர்களிடம் கூறுவார் (கே. வீரமணி, 2017).

1916ஆம் ஆண்டில் தோற்றம் பெற்ற நீதிக் கட்சியும் (தென்னிந்தியத் தாராண்மைக் கூட்டமைப்பு), 1930களில் ஆரம்பமான சிந்தனைகளும் ஈ.வெ. ராமசாமியின் சிந்தனைகளும் சமூகத்தில் பல மாற்றங்களைத் தோற்றுவிக்கின்றன.

தனிப்பட்ட ரீதியிலும் சுயமரியாதை இயக்கத்தின் ஊடாகவும் நாத்திகவாதத்தையும் சமூக நீதிக் கருத்துகளையும் பெண் விடுதலைச் சிந்தனைகளையும் தீண்டாமை எதிர்ப்புக் கருத்துகளையும் பெரியார் பரப்பினார். ஈ.வெ. ராமசாமியின் பகுத்தறிவு வாதமும் சுயமரியாதைச் சிந்தனைகளும் தமிழ்நாட்டின் சமூகக் கட்டமைப்பிலும் தமிழ்நாட்டு அரசியல் கட்டமைப்பிலும் பெரிய தாக்கங்களை ஏற்படுத்தின. அடிநிலை மக்களுக்கான போராட்டங்களும் சீர்திருத்தச் சிந்தனைகளும் வைக்கம் போராட்டம் மூலமாகவும் 1925இல் தொடங்கிய சுயமரியாதைக் கொள்கை மூலமாகவும் ஈ.வெ. ராமசாமியின் கருத்துகள் தமிழ்நாடு முழுக்கப் பரவுகின்றன. பகுத்தறிவு, சுயமரியாதை, சமதர்மம் என்பவற்றின் அடிப்படையில்தான் பெரியாரின் சிந்தனைகள் ஒருமுகப் படுத்தப்பட்டிருந்தன.

1929ஆம் ஆண்டில் செங்கல்பட்டில் நடந்த முதல் சுயமரியாதை மாநாட்டில் பின்வரும் கருத்துகள் முன்வைக்கப்பட்டிருந்தன: மனிதனுக்கு மனிதன் வேற்றுமையையும் வகுப்புக்கு வகுப்பு பிரிவினையையும் உண்டாக்குகின்ற ஒரு சமுதாயக் கட்டுப் பாட்டையும் பிறப்பால் உயர்வு-தாழ்வு கற்பிக்கும் ஒரு முறையையும் சமூகத்தில் பெரும்பாலானோரை ஆடு-மாடுகளைவிடக் கேவலமாய் நடாத்துவதற்கு ஏதுவான நடைமுறையும் கோயில்களுக்குள் சாதியின் அடிப்படையில் பக்தர்களில் பலரையும் செல்லக்கூடாதென்று தடுக்கும் கட்டுப்பாட்டையும் பெண்களைத் தட்டுமுட்டுச் சாமான்களைப் போலக் கருதும்

சமுதாய முறையையும் ஒழிப்பதே இந்த இயக்கத்தின் நோக்கம். எல்லோர்க்கும் சமவாய்ப்பு, ஆண்களையும் பெண்களையும் சட்டத்தின் முன்பும் வாழ்க்கையிலும் சமமாக வாழவைத்தல், எல்லோருக்கும் சமவாய்ப்புகளை அளித்தல் என இயக்கத்தின் நோக்கங்கள் மாநாட்டில் பிரகடனப்படுத்தப்பட்டன.

குழந்தை மணம், விதவைக் கொடுமை, மூடநம்பிக்கைகளுக்கு எதிராகப் போராடுதல் தொடர்ந்தும் அரசியல் பொருளாதார சமத்துவத்துக்காகப் போராடுவது என்றும் மாநாட்டில் வலியுறுத்தப்பட்டது (நெ. து. சுந்தர வடிவேலு, 1980).

ஆனால் நாத்திகவாதம், பகுத்தறிவுவாதம், சிந்தனைச் சுதந்திரம், பெண்விடுதலை போன்றவற்றிற்கான முன்னோடிச் செயற்பாடுகள் இதற்கு முன்னரே தமிழகத்தில் தோற்றம் பெற்றுவிட்டன. சுமார் அரை நூற்றாண்டுக்கு முன்னதாகவே ஒரு புத்திஜீவிக் குழுவினர் பெரியாரின் சீர்திருத்தங்களோடு ஒப்பிடக்கூடிய ஓர் அறிவுக் களத்தை உருவாக்கினர். நாத்திகச் சீர்திருத்த இயக்கம் (ஏதிஸ்ட் ரிஃபார்மிஸ்ட் மூவ்மெண்ட்) என்ற பெயரில் இந்தக் குழுவினரின் அமைப்பு 1878-1888 வரை இயங்கியது. 1886இல் சென்னை இலௌகீகச் சங்கம் (மெட்ராஸ் செகுயூலர் சொசைடி) என்று இதன் பெயர் மாற்றப்பட்டது. சுமார் பத்து ஆண்டுகளோடு இது செயல் இழந்துள்ளது.

இந்தச் சங்கம் தொழிலாளர் நலன்கள், பெண் கல்வி, விதவையர் திருமணம், சாதிமுறை ஒழிப்பு என்பவற்றுக்கு ஆதரவான போராட்டங்களை ஆரம்பித்தது. *தத்துவ விவேகினி, சுதந்திர சிந்தனையாளர் (ஃப்ரீ திங்கர்)* என்று தமிழிலும் ஆங்கிலத்திலும் சஞ்சிகைகள் வெளியிடப்பட்டன. தோமஸ் பெயின், ஸ்பினோஸா, வால்டேர், இங்கர்சால் போன்ற பல மேற்கத்திய சிந்தனையாளர்கள் பற்றிய கட்டுரைகள் அவற்றில் வெளிவந்தன. டார்வினின் பரிணாமவாதக் கோட்பாட்டுக்கும் சங்கம் முக்கியத்துவம் தந்தது (பி. கோலப்பன், 2012) மூடக் கொள்கை, மூடப்பழக்க வழக்கங்கள், மதத்தின் பெயரால் நடக்கும் ஏமாற்றுக்கள், வறுமைக்கு வழிவகுக்கும் சமய-அரசியல் கொள்கைகள் என்பனவற்றை இந்த இயக்கத்தினர் எதிர்த்தனர்.

ஐரோப்பாவில் குறிப்பாக இங்கிலாந்தில் நடந்துகொண்டிருந்த திருச்சபை எதிர்ப்பு இந்த இயக்கத் தோற்றத்திற்கு ஒரு தூண்டுதலாக இருந்திருக்கலாம். அப்போது லண்டனில் திருச்சபை எதிர்ப்பு ஆர்ப்பாட்ட வடிவங்களை எடுத்திருந்தது. லண்டன் ஹைட் பார்க்கில் திருச்சபை எதிர்ப்புக் கூட்டத்தையும் அதன் புரட்சித் தன்மையையும் பற்றி கார்ல் மார்க்ஸ் இவ்வாறு எழுதினார்:

1855இல் திருச்சபைக்குள் அதன் மேல்மட்டத்திலும் கீழ் மட்டத்திலும் புனரமைப்புக்கான முயற்சிகள் நடைபெற்று வருகின்றன. தேசத்தின் தேவ நிந்தனையான மக்கள் கூட்டத்தை எதிர்ப்பதற்கான ஓர் ஒன்றுபட்ட சக்தியை உருவாக்கவும் முயற்சிகள் நடக்கின்றன. சமயக் கட்டுப்பாட்டுக்கான நடவடிக்கைகள் அடுத்தடுத்து விரைவாக வந்த வண்ணமுள்ளன. லண்டன் மாநகரம் இதற்கு முன்னர் இத்தகையதொரு ஆர்ப்பாட்டத்தைக் கண்டதே இல்லை. ஆங்கிலேயப் புரட்சி நேற்றைய தினத்தில் ஹைட்பார்க்கில் தொடங்கி விட்டது. அது மிகைப்படுத்தப்பட்ட கருத்தல்ல *(கார்ல் மார்க்ஸ், 'திருச்சபை எதிர்ப்பு இயக்கம்', 1855).*

திருச்சபையின் கட்டுப்பாடுகளையும் திருச்சபைக்கு ஆதரவாகப் பாராளுமன்றம் நிறைவேற்றிய சட்டங்களையும் எதிர்த்து, மக்கள் ஹைட் பார்க்கில் ஒன்று திரண்டனர். இந்தக் காட்சியையே கார்ல் மார்க்ஸ் அவ்வாறு விவரித்து உள்ளார். ஐரோப்பாவின் அறிவொளிக்கால சிந்தனையும் பகுத்தறிவுவாதமும் சுதந்திரச் சிந்தனையாளர்களின் எழுத்துகளும் இந்தப் புரட்சிகளுக்குப் பெரும் தூண்டுதல் அளித்துள்ளன.

இங்கிலாந்து, அமெரிக்கா போல இந்தியாவிலும் பகுத்தறிவு வாத அமைப்புக்கள் தோற்றம் பெற்றன. இந்தியாவில் பிரித்தானியக் காலத்து ஆட்சி நடந்ததால் மட்டுமல்ல, சுதந்திரச் சிந்தனை பகுத்தறிவு வாத இலக்கை நோக்கி பிரித்தானியா ஐரோப்பாவையே அதன் செல்வாக்கிற்கு உட்படுத்தியிருந்தது (ஜோஹன்னஸ் குவாக், 2012).

அமெரிக்க சுதந்திரச் சிந்தனையாளரான ரோபர்ட் இங்கர்சாலின் சிந்தனைகள் தென்னிந்திய பகுத்தறிவுவாத இயக்கங்களிடையே செல்வாக்குப் பெற்றிருந்தன. இங்கர்சால் ஒரு பகுத்தறிவுவாதி.

ஒரு சுதந்திரச் சிந்தனையாளர். மூடநம்பிக்கைகளையும் சமய ஏமாற்றுக்களையும் இங்கர்சால் எதிர்த்தார். இயற்கை வாதத்தையும் அறிவியலையும் பகுத்தறிவுவாதத்தையும் மக்களிடையே பரப்பினார்.

இங்கர்சாலின் நூல்கள் பம்பாயிலும் சென்னையிலும் மீண்டும் பதிப்பிக்கப்பட்டன. இங்கர்சாலின் கருத்துகள் தமிழ்நாட்டில் ஒரு பரபரப்பை ஏற்படுத்தின. இது பெரியார்காலத்திலும் நிகழ்ந்தது. சமூகக் கொடுமைகளின் வேர்களைக் களைவதற்கும் அவற்றிலிருந்து மக்களைப் பாதுகாப்பதற்கும் பகுத்தறிவைப் பெரியார் பெரிய ஆயுதமாகப் பயன்படுத்தினார். இங்கர்சாலைப் போல சமய எதிர்ப்பையும் கைகளில் எடுத்தார். அதற்குச் சில காரணங்களும் இருந்தன. அரசியல் கொடுமைகளைவிட மதம் தொடர்பான கொடுமைகள்தான் இன்றைய வீழ்ச்சி நிலையின் காரணம் என்று அவர் கருதினார். மதம் மனிதர்களுக்குள் உயர்வு தாழ்வைக் கற்பிக்கின்றது. உடல் வலிக்கப் பாடுபட ஒரு சாதியையும் உடல் நோகாமல் உட்கார்ந்து சாப்பிட ஒரு சாதியையும் மதம் உருவாக்கவில்லையா, சரீர உழைப்பு, தோசம் என்று ஏற்படுத்திக் கொண்டவர்கள் மற்றவர்களை அடக்கியாள மதம் காரணமாக இருக்கவில்லையா என்று பெரியார் கேள்வி எழுப்பினார் (ஞானி, 2006).

சாதி முறையைப் பெரியார் எதிர்த்தார். சாதி முறைக்கு சமயம் ஆதரவளிப்பதாகச் சமயவாதிகளைக் குற்றம் சாட்டினார். பாமர மக்களிடையே தவறாகச் சமயக் கருத்துகள் பரப்பப்படுவதாகவும் இவற்றை அரசியல்வாதிகள் பயன்படுத்திக்கொள்வதாகவும் பெரியார் பேசினார். புராணங்களும் போலிச் சடங்குகளும் அறியாமைக்கும் பெண் அடிமைத்தனத்திற்கும் தூபமிடுகின்றன என்றார்.

கடவுள் கருத்து

பெரியார் மெய்யியலாளர்களைப் போல கேள்விகள் எழுப்பிய சூழ்நிலைகளும் இருந்தன. ஓர் உரையில் அவர் பின்வருமாறு கூறுகிறார்: ‘கடவுள் பற்றிய தத்துவ விளக்கம் என்றால் என்ன? கடவுள் நிர்வாணமாய், பட்டாங்கமாய்க் காணப்படும் வகையில் ஆராய்ச்சி செய்வதாகும். ஒரு விசயத்தைத் தத்துவ விசாரணை செய்ய முதலில் என்ன, ஏன், எதற்காக, எங்கே, எப்போது போன்ற

கேள்விகளுக்கு திருப்தியான பதில் வேண்டும். பக்தனுக்கு இதில் தேவை இருக்காது. தத்துவ விசாரணைக்காரனுக்கு இது அவசியமானதாகும்' (தந்தை பெரியார், 1979).

ஆன்மாவைப் பற்றிய சோக்ரடீஸ், பிளேட்டோ ஆகியோரின் கருத்துகள் பெரும்பாலும் ஒரே அடிப்படையைக் கொண்டிருக் கின்றன. உடலும் ஆன்மாவும் என்ற இருமைக் கோட்பாடு அது. உடல் அழியக்கூடியது ஆன்மா அழியாதது என்ற கொள்கையும் இதில் அடங்கும். பெரியாரின் ஆன்மா பற்றிய கோட்பாடு ஆழமானது, சடவாத கருத்துகள் சார்ந்தது. பகுத்தறிவுவாதம், இயற்கைவாதம், சடப்பொருள்வாதம், அனுபவவாதம், விஞ்ஞான விளக்கங்கள் வழியாக ஆன்மா பற்றி பெரியார் சிந்திக்கிறார்.

மனிதன் என்றால் என்ன, ஆன்மா என்றால் என்ன என்பதை விவகார (அல்லது தத்துவ) முறைப்படி இவற்றின் தத்துவம் என்ன என்று யோசிக்க வேண்டும். அவ்வாறு யோசித்தால் மனிதன் என்பது எல்லாப் பொருள்களையும் போல ஒரு பொருளேயாகும். எல்லா உயிர்ப் பிராணிகளும் குறிப்பாக மனித ஜீவனும் ஒரு சில மூலப் பொருள்களாலான சேர்க்கையால் மனிதனாகத் தோற்றம் அளித்து இயங்கும் ஒரு பொருள். இதில் மனிதனுக்கு மற்றப் பொருள்களைவிட மற்ற ஜீவராசிகளை விட அதிகமாக மதிப்புக் கொடுக்க அவசியமில்லை (தந்தை பெரியார், 1929).

இவ்வாறு மனித அமைப்பு பற்றி விளக்கும் போது (அவரே கூறுவது போல) எந்த இடத்திலும் ஆன்மா பற்றிக் குறிப்பிட வில்லை. வெளிப்படையான அனுபவத்துக்கும் அறிவுக்கும் பொருத்தமானவற்றையே அதில் நான் கூறியிருக்கிறேன். அங்கு ஆன்மாவுக்கு இடமிருக்கவில்லை என்று அவர் கூறுகின்றார்.

பெரியாரின் மற்றொரு கூற்றின் மூலம் இதைப் பார்க்கலாம்: ஆன்மா என்பது பற்றி பேசப்புறப்பட்டால் பிரத்தியட்ச அனுபவத் துக்கும் அறிவுக்கும் அதீதப்பட்ட வகையில்தான் பேச வேண்டி யிருக்கும். ஏனெனில் அது அறிவையும் அனுபவத்தையும் சாராதது. நம்பிக்கையின் மீது ஒப்புக்கொண்டு பேச வேண்டியது. *ஆத்மா* (= ஆன்மா) என்ற வார்த்தை தமிழ்ச்சொல் அல்ல என்றே சொல்லலாம். ஆங்கிலத்தில் ஆன்மாவுக்கு *சோல்* என்று சொல்லப்படுகிறது.

சோல் என்றால் மனிதனுடையது, சிந்திக்கும் தன்மை, இருதயம் மற்றும் இப்படியாக அதை ஒரு காரணப் பெயராகக் கொள்ளலாமே தவிர அது ஒரு தனிப்பொருள் அல்ல. மனித உடலமைப்பில் இடமோ வேலையோ அதற்கு வழங்கப்படவில்லை. ஆன்மாவுக்கு என்ன வேலை இருக்கின்றது. மனம் நினைக்கிறது. மனம் அறிகிறது. சரீர அமைப்பைத் தவிர இதற்கு வேறு எந்தக் காரணமும் தேவைப்படாது. ஆன்மா என்ற சொல் மதத்துக்குத்தான் தேவையாக இருக்கிறது. செத்த பிறகு சரீரம் அழிக்கப்படுகின்றது. இவ்வளவுதான். மற்றவை கற்பனை. மற்றொரு சூழ்நிலையில் ஆன்மா என்றாலே சுவாசம் (காற்று) என்பதுதான். அது பிரிவதும் இல்லை பிரிந்து எங்கும் போவதும் இல்லை என்றும் பெரியார் விளக்குகின்றார்.

பெரியார் சோக்ரடீசைப் போல் உண்மை தேடுபவர். இவரிடமும் வினா எழுப்பும் உள்ளம் இருந்தது. எல்லாவற்றைப் பற்றியும் மரபுகள் சித்தாந்தங்கள் பற்றியும் இருவரும் வினா எழுப்பினர். இருவருமே ஐயவாதத்தை ஏற்றிருந்தனர். ஐயவாதம் மெய்யியலின் தோற்றுவாய் (ஆர். பெருமாள், 1999).

பலதெய்வ வழிபாடுகள் பற்றியும் மூடப் பழக்கவழக்கங்கள் பற்றியும் தெய்வ சந்நிதியில் நடக்கும் சடங்குகள் பூஜைகள் பற்றியும் சோக்ரடீஸ் கேள்விகள் எழுப்பினார். பெரியாரும் இதே கேள்விகளை எழுப்பினார். ஆனால் பல சூழ்நிலைகளில் பெரியாரின் சமய எதிர்ப்பு தீவிரமானவை. பகுத்தறிவை மக்கள் உள்ளங்களில் பதிவேற்றுவதற்கு சோக்ரடீஸ் போலவே பெரியாரும் கடுமையாக உழைத்தார். கடும் எதிர்ப்புகளுக்கு முகம் கொடுத்தார்.

1935ஆம் ஆண்டில் திண்டிவனத்தில் நடந்த கூட்டம் ஒன்றில் உரையாற்றும் போது பெரியார் பின்வரும் கேள்விகளை எழுப்பினார். பகுத்தறிவு என்றால் என்ன? சிந்திப்பதற்கும் உணர்வதற்கும் உள்ள இயல் ஆற்றல்தான் பகுத்தறிவு. உயிரினங் களில் பகுத்தறிவு வழங்கப்பட்டிருப்பவன் மனிதன். பகுப்பாய்வு ரீதியாக, சிந்தனை ரீதியாக, விமர்சன ரீதியாக சிந்திக்கும் ஆற்றலே பகுத்தறிவு. எதையும் கண்மூடித்தனமாக ஏற்பதில்லை என்ற கருத்தைப் பெரியார் அங்கு முன்வைத்தார்.

சமூக மாற்றக் கோட்பாடாகப் பகுத்தறிவுவாதம் தமிழ்நாட்டில் கொண்டாடப்பட்ட காலத்தில் சி.என். அண்ணாதுரை, மு. கருணாநிதி போன்றோரின் திரை நாடகங்களும் திரை எழுத்துகளும் வெளிவந்தன. பகுத்தறிவுச் சிந்தனைகள் தமிழ்ச் சமூகச் சூழலில் ஒரு கலாசாரமாக நிலைபெற அவர்களின் இலக்கிய, திரைநாடகக் கலையும் முக்கிய பங்காற்றியுள்ளதைக் கடந்தகால நிகழ்வுகள் நமக்கு உணர்த்துகின்றன. மு. கருணாநிதியின் சோக்ரடீஸ் நீதிமன்ற விசாரணையும் பராசக்தி திரைப்படத்தின் வழக்குமன்றக் காட்சியும் இந்த வரிசையில் முக்கியமானவை.

சோக்ரடீஸ், பிளேட்டோ, அரிஸ்டோட்டில், வால்டேர், கார்லைல், பெர்னாட்ஷா, இங்கர்சால் போன்ற சிந்தனையாளர்களின் கருத்துகள் சாதாரண மக்கள்வரை பரந்து செல்ல திமுகவின் ஆரம்பகாலச் செயற்பாடுகள் பெரும் தூண்டுதலை வழங்கின.

தமிழகத்தில் வளர்ச்சியடைந்த பகுத்தறிவுவாதப் போக்கிற்கு கிரேக்கத் தத்துவத்தின் பங்களிப்பையும் நாம் குறைத்து மதிப்பிட முடியாது. சாதாரண மக்களிடையே சுயமரியாதையையும், சுய பண்பாட்டையும், மாற்று அரசியல் சிந்தனைகளையும் பெரியாரைத் தொடர்ந்து சி. என். அண்ணாதுரை, மு. கருணாநிதி போன்றவர்கள் தமிழ்ச் சமுதாயத்தில் எடுத்துக்கூறி வந்தனர். பகுத்தறிவுப் பரப்புரைக்கு ஒரு வளமான இடமாகத் தமிழ்நாடு திகழ்கிறது.

திமுக மூலமாக அண்ணாதுரையையும் கருணாநிதியையும் கடந்து அந்த அலை பரவியது. அ. மார்க்ஸ் குறிப்பிட்டிருப்பதைப் போல ஓர் அறிவொளிக் காலச் சிந்தனைத் தேடலும் அடுத்த கட்டத்திற்கான அல்லது நாகரிகத்திற்கான அதிர்வுகளும் அதிலிருந்தன. நவீன தமிழ் கலாசாரச் சூழலில் அதன் தாக்கம் பற்றி மிகவும் குறைவாகவே பேசப்பட்டிருக்கிறது. அந்தச் சிந்தனை இயக்கத்தின் மையப் புள்ளியாக பெரியார் விளங்கினார்.

பகுத்தறிவுவாதம், சுயமரியாதை என்ற கருத்தாக்கங்களில் நவீனத்துவம் சார்ந்த, மக்கள்சார்ந்த, விடுதலை சார்ந்த கருத்துகளும் அவற்றுடன் உள்ளடக்கப்பட்டிருந்தன. சமய விமர்சனமும் பார்ப்பனிய, பெண் அடிமைத்தனத்திற்கு எதிரான போர்க்குரலும் தமிழ்ச் சிந்தனைச் சூழலில் எதிரொலிக்கத் தொடங்கின. திமுகவின் அடுத்தகட்டத் தலைவர்களும் இதை முன்னெடுத்தனர்.

பகுத்தறிவு ஒரு முதன்மைக் கருத்தோட்டமாக தமிழில் கால்பதித்த நவீன வரலாறும் இங்குதான் தொடங்குகிறது. பெரியாரைத் தொடர்ந்து அண்ணாவின் கருத்துகளில் மீண்டும் இது இவ்வாறு எதிரொலித்தது.

'கடவுளில் நம்பிக்கை வைப்பதற்குப் பல கடவுள்கள் மீது நம்பிக்கை வைப்பதோ சடங்குகளில் ஈடுபடுவதோ அவசிய மில்லை. கடவுள் மீதான உண்மையான அன்பு என்பது சக மனிதர் மீது வைக்கும் அன்பு என்றுதான் நான் கூறுவேன். நான் ஒரு பகுத்தறிவுவாதி. கண்மூடித்தனமான கடவுள்நம்பிக்கைக்கு ஒரு முடிவு வேண்டும்' என்று 1967ஆம் ஆண்டில் ஒரு நேர்முகத்தின் போது அண்ணா கூறினார். பகுத்தறிவுப் பரப்புரை பெரியாரின் பெரிய ஆயுதமாகும். பகுத்தறிவு என்பது மனிதனுக்கு ஜீவநாடி, உயிர்நாடி ஆகும். இதில் எவ்வளவு தூரம் தாழ்ந்த நிலையில் இருக்கின்றானோ அந்த அளவுக்குக் காட்டு மிராண்டி என்று பொருள் (பெரியார், இடபெ *பெரியார்?*, 2001). சாஸ்திரம் சொல்லி இருந்தாலும் சரி, தெய்வசக்தி உள்ளவன் சொல்லி இருந்தாலும் சரி உனது பகுத்தறிவைக்கொண்டும் ஆராய்ந்து பார் என்பதுதான் பெரியாரின் பகுத்தறிவுக் குறிக்கோளாகும்.

மக்கள் சார்பிலான தமிழகச் சிந்தனைப் பாரம்பரியத்தின் தொடர்ச்சியில் ஒரு பேரலையாக எழுந்தவர் பெரியார். இந்திய-தமிழக சமூக முரண்பாடுகள் கடுமையாகப் பெரியாரிடம் பிரதிபலித்தன. இன்றுள்ள பல பிரச்சினைகளில் பெரியாரின் பாதிப்புக்கள் அழுத்தமாக உள்ளன. இவை இன்னும் நீண்ட காலத்திற்குத் தொடரும் (ஞானி, 2006).

பெரியார் ஒரு எதிர்க்கலாசாரப் போராளி. தமிழ்நாட்டில் மேற்கொள்ளப்பட வேண்டிய போராட்டம் கலாசாரத்தை எதிர்த்துத் தான் நடத்தப்பட வேண்டும் என்பதில் பெரியார் தெளிவாக இருந்தார் (அ. மார்க்ஸ், 2001). பகுத்தறிவையும் அறிவியலையும் நிராகரிக்கும் கலாசாரக் கட்டமைப்பைத் தகர்ப்பதில் பெரியார் தீவிரமாகச் செயல்பட்டார்.

வர்ணாசிரமமும் பார்ப்பனியமும் உலகின் கண் போராட்ட மாக்கப்பட்டிருந்த கருத்துச் சூழலின் போது பெரியார் அதை எதிர்த்துப் போர்க்கொடி தூக்கினார். ஒவ்வொருவனும் தன்னைப் பார்ப்பனனாக, சூத்திரனாக, பறையனாக உணரும் சூழலையும்

அதன் கட்டமைப்புக்கு உட்பட்ட வழக்காறுகளையும் அரசியலையும் மொழியையும் பெரியார் எதிர்த்தார் (அ. மார்க்ஸ், 2001).

மனிதனுக்கு ஒழுக்கத்தைப் பரப்பவேண்டும். ஒழுக்கம் பக்தியைவிட மேலானது என்று பெரியார் பேசினார். பகுத்தறிவும் சமயச் சார்பின்மையும் மனித விடுதலையும் அவருடைய வேத வாக்குகளாக இருந்தன. சோக்ரடீசைப் போல உண்மையை ஆராயு மாறும் அறிவுக்கு முதலிடம் தருமாறும் பெரியார் பேசினார். பாதைகளில் தெருவோர முனைகளில் நின்று சோக்ரடீஸ் மக்களை அறிவை நோக்கி அழைத்தது போன்று தமிழ்நாட்டில் மக்கள் மத்தியில் ஒலித்த குரலாக பெரியாரை முன்னிலைப்படுத்தலாம்.

> சகோதரர்களே! நான் சொல்வன எல்லாம் சொந்த அபிப்பிராயங்கள் தான் என்று சொல்வதோடு, நான் ஒரு சாதரண மனிதன்தான். நான் எவ்விதத் தன்மையும் பொருந்திய தீர்க்கதரிசியல்லன். ஆகையால் தனிமனிதன் என்கிற முறையில்தான் என்னுடைய கருத்துகளையும் பார்த்தும் ஆராய்ச்சி செய்தும் அனுபவத்தில் அறிந்தவற்றைத்தான் உரைக்கிறேன். 'ஒரு பெரியார் உரைத்து விட்டார்' என நீங்கள் கருதி அப்படியே கேட்டு நம்பிவிடுவீர் களானால் அப்போது நீங்கள் யாவரும் அடிமைகளே! யார் உரைப்பதையும் நாம் கேட்டு 'வேதவாக்கு' என்று அடிமைகளாக இருக்கிறோம். ஆகவே நான் உரைப்பவைகளை ஆராய்ந்து பாருங்கள். உங்களுக்கு அவை உண்மையென்று தோன்றினால், அவைகளை ஏற்றுக்கொள்ளுங்கள், இல்லாவிட்டால், தள்ளி விடுங்கள் (அ. மார்க்ஸ், *பெரியார்?*, 2016).

பெரியாருக்கு யுனெஸ்கோ விருது வழங்கிய போது அண்ணா துரை பின்வருமாறு பேசியிருந்தார்: 'தனது தீவிரத்தால் தனக்கு எதிராக மக்கள் கிளர்வார்கள் என்று அவர் பயப்படவில்லை. அல்லது மற்றவர்களுக்காகத் தன்னை மாற்றிக்கொள்ளவும் அவர் முன்வரவில்லை. புகழ்பெற்ற பத்திரிகைகளின் ஆதரவு அவருக்குக் கிடைக்கவில்லை. கடவுளையும் சமயத்தையும் தாக்க வேண்டாம், அது உன்னை அழித்துவிடும் என்ற ஆலோசனைகளுக்கும் அவர் பணியவில்லை.' மெய்யியலாளருக்கே உரிய துணிவாண்மை இது.

திரைநாடகம்

தமிழ்நாட்டில் பகுத்தறிவுவாதம் மேலோங்கிச் சென்றதில்

மு. கருணாநிதியின் எழுத்துகளுக்கும் கருத்துகளுக்கும் ஒரு முக்கியப் பங்கிருந்தது. நாடகங்களையும் திரைப்படங்களையும் அவர் இதற்காகப் பயன்படுத்தினார்.

ராஜா ராணி திரைப்படத்தில் (1956) சோக்ரடீசின் நீதி விசாரணைக் காட்சி ஒரு சிறிய நாடகமாக இடம்பெறுகிறது. இந்தப் படத்தின் வசனகர்த்தா மு. கருணாநிதி. அதில் புகழ்பெற்ற சோக்ரடீஸ் வழக்கு விசாரணையின் ஒரு பகுதியை ஒன்றிணைத்து இருக்கிறார். சோக்ரடீசின் சமுதாய, ஒழுக்க, அரசியல் சீர்திருத்தக் கருத்துகளையும் அரசியல் ஊழல், சமய எதிர்ப்பு விமர்சனங் களையும் அதில் அவர் கொண்டுவந்ததோடு, தமிழ்நாட்டின் அரசியல், சமயச் சீர்கேடுகளையும் உள்ளார்த்தமாக அதில் இணைத்திருக்கிறார். இதன் மூலம் 2500 ஆண்டுகளுக்கு முன்னர் ஏதென்சில் நிகழ்ந்த வழக்கு விசாரணையை 20ஆம் நூற்றாண்டின் தமிழச் சமூக, அரசியல், சமய பிற்போக்கு வாதங்களின் காட்டுருவாக நம்முன் கொண்டுவந்திருக்கிறார். இதனால் சோக்ரடீஸ் நாடகம், தமிழ்நாட்டின் சமூக-அரசியலைப் பிரதிபலிக்கும் விமர்சன நாடகமாகவும் அமைந்திருக்கிறது.

சுய மரியாதை, பகுத்தறிவுப் பார்வை, மாற்று அரசியல் என்ற கொள்கைக் குரல்கள் திரும்பத் திரும்ப எதிரொலிக்கக்கூடிய வகையில் அந்தத் திரைநாடகத்தின் தொடக்க வசனங்கள் அமைந் திருந்தன. 'உன்னையே நீ அறிவாய், யார் எதைச் சொன்னாலும் ஏன் எதற்காக என்று கேள்' என்ற பகுத்தறிவுக் குரலோடு சோக்ரடீஸ் திரைநாடகம் பட்டிதொட்டிகளில் எல்லாம் எதிரொலித்தது. பாடசாலை மாணவர்களும் கல்லூரி மாணவர்களும் இந்த நாடகத்தை மீண்டும் மீண்டும் மேடையேற்றி மகிழ்ந்தனர். தமிழ்நாட்டிற்கு வெளியிலும் இந்தப் பண்பாடு பரவியது. திரை நீங்கியதும் சோக்ரடீஸ் கூடியிருந்த மக்களிடம் இவ்வாறு கூறுகிறார்:

> உன்னையே நீ அறிவாய்!
> உன்னையே நீ அறிவாய்!
> கிரேக்கத்தின் புகழ் உலகம் அறியாததல்ல.
> அதற்காக இங்கு விழுந்திருக்கும் கீறல்களை மறைத்திட
> முயல்வது புண்ணுக்குப் புனுகு தடவும் வேலையைப் போல.
> அதனால்தான் உங்களைச் சிந்திக்கக்
> கற்றுக்கொள்ளுங்கள்

என்று சிரம் தாழ்த்தி அழைக்கிறேன்.
அறிவு உலகத்தின் எந்த மூலையில் இருந்தாலும்
அதைத் தேடிப் பெறுங்கள் என்று உங்களை அழைக்கிறேன்.
உன்னையே நீ அறிவாய்!
இந்த உபதேசத்தின்
உண்மைகளை அறியத்தான் ஏற்றமிகு
ஏதென்ஸ் நகர வாலிபர்களைப் பார்த்து
நாற்றமெடுத்த சமுதாயத்தை நறுமணம் கமழ்விக்க
இதோ சோக்ரடீஸ் அழைக்கிறேன்.
இதோ நான் தரும் அறிவாயுதத்தை
எடுத்துக்கொள்ளுங்கள்.
அறிவாயுதம் அகிலத்தில் அணையாத ஜோதி

குற்றச்சாடுகள்

சோக்ரடீசிற்கு எதிரான வழக்கு விசாரணையும் அதைத் தொடர்ந்த தண்டனை நிறைவேற்றமும் தொன்மைக் கிரேக்கத்தின் ஏதென்ஸ் நகரில் கிமு 399இல் நடைபெற்றது. தத்துவஞானி சோக்ரடீஸ், குழப்பம் மிகுந்த ஆனால் கடுமையான இரு குற்றச்சாட்டுகளுக்கு முகம்கொடுத்தார். இளைஞர்களைக் கெடுக்கின்றார், சமயத்தை இகழ்கின்றார் என்ற இரு இழிசெயல்கள் அவரிடம் உள்ளதாக 500 நடுவர்கள் முன்னிலையில் அவர்மீது குற்றம் சுமத்தப்பட்டது.

இது மிகவும் வெளிப்படையாகப் பெரியார், அண்ணா, மு. கருணாநிதி போன்றவர்களுக்கு எதிராக அன்று முன்வைக்கப் பட்ட குற்றச்சாட்டுகள் போலவும் அமைந்திருந்தன. (1) நகர மக்கள் வழிபடும் கடவுளர்களுக்கு மதிப்பளிக்கவில்லை என்பதோடு (2) புதிய கடவுளர்களை சோக்ரடீஸ் அறிமுகம் செய்கிறார் என்ற அடிப்படையில் சோக்ரடீஸ் ஒரு நாத்திகவாதி எனவும் குற்றம் சாட்டப்பட்டார். இந்தக் குற்றச்சாட்டுகளின் அடிப்படையில் சோக்ரடீஸ் நஞ்சூட்டிக் கொல்லப்பட வேண்டும் என்று அரச நீதிமன்றம் தீர்ப்பளித்தது.

பிளேட்டோ, ஷெனோபன், அரிஸ்தோபனீஸ் ஆகியோரின் எழுத்துகளில் வழக்கு விசாரணை விவரங்கள் பதிவு செய்யப் பட்டுள்ளன. இந்தப் பதிவுகளின் முதன்மைப் போக்கும் கருணாநிதியின் நீதி விசாரணைத் தமிழ்வடிவமும் சோக்ரடீசின்

நீதி விசாரணை பற்றிய மூலாதாரங்களின் அடிப்படைகளும் ஒத்திருப்பதைக் காணலாம். பாத்திரங்களின் இயக்கம், ஒத்திசைவு என்பனவும் எதார்த்தக் காட்சிகளை நினைவூட்டுபவையாக உள்ளன.

உண்மையில் திரையில் பத்து நிமிடங்களே இடம்பெறும் இந்த நாடகம் (1) தெருக் கோடிகளிலும் சந்தைகளிலும் சோக்ரடீஸ் செய்த போதனைகள் (2) வழக்கு விசாரணை (3) சோக்ரடீசின் குற்றமறுப்புரை (4) அவரது இறுதிநேர பிரியாவிடை உரை (5) தண்டனை நிறைவேற்றம் போன்ற முக்கிய கூறுகளை உள்ளடக்கியுள்ளது. ஆனால் உண்மையான நீதி விசாரணையில் அவர்மீது சுமத்தப்பட்ட குற்றச்சாட்டுக்கான பதிலுரை அல்லது குற்ற மறுப்புரை மாத்திரமே இதைவிட அளவில் கூடியதாகும்.

சோக்ரடீஸ் வழக்கு விசாரணையின் தெளிந்த பண்புகளும் சாரமும் தகுந்த வகையில் கிரேக்க கால அதே சூழலைப் பிரதி பலிக்கக்கூடியதாக திரைநாடகத்தில் வடிவமைக்கப்பட்டுள்ளது.

தண்டனை நியாயமானதா?

சோக்ரடீஸ் மரண தண்டனைக்கு உள்ளாக்கப்பட்டது சரியா, தவறா, அவருக்கு அநீதி இழைக்கப்பட்டுள்ளதா, அவர் செய்த குற்றம்தான் என்ன என்பன போன்ற சட்டம், நீதி தொடர்பான வினாக்களை இந்த விசாரணை தோற்றுவித்துள்ளது. புகழ்பெற்ற இந்த விசாரணை கருணாநிதியின் ஆளுமையால் தமிழ்மொழிச் சூழலில் மீண்டும் எழுப்பப்படும் நீதி பற்றிய கேள்வியாக மாறுகின்றது. அத்தோடு, சோக்ரடீசின் சமூக, ஒழுக்கப்போதனைகள், பகுத்தறிவு விசாரணைகள் கருணாநிதியின் திரைநாடக வடிவத்தில் கையாளப்பட்டுள்ள விதம் என்பன நாம் முன்னர் பார்த்த மூல வடிவத்தோடு ஒத்துச் செல்வதைக் காண முடிகின்றது.

சோக்ரடீசின் நீதி விசாரணையும் நாட்டின் சட்டத்தை அவர் எதிர்கொண்ட விதமும் அவர் மரணத் தறுவாயில் இருந்த அந்தக் கணங்களும் மரணத்தை எதிர்கொள்வதற்கு அவரிடம் காணப் பட்ட அசாத்தியமான துணிச்சலும் மனிதப் பெறுமானங்களை ஆழமாக ஊடுருவிய காட்சிகளாகும். அதே நேரத்தில் உண்மையான நீதி, ஒழுக்கம், மானுடப் பண்பு, மரணத்தின் முன் மனிதன்,

பகுத்தறிவு விசாரணைகள் ஆகியவற்றுக்கான முன்னோடிப் பாடங்களாகவும் அவை அமைந்திருந்தன. நாடகக் காட்சிகள் சுருக்கமான இருந்த போதும் இந்த உண்மைகள் எதையும் இந்தச் சிறு நாடகம் முன்வைக்கத் தவறவில்லை.

சோக்ரடீசின் புரட்சிகர சிந்தனையும் சம பலமுடைய வாழ்வும் வாழ்வு பற்றிய அவருடைய கண்ணோட்டமும்—உலகினருக்கு எடுத்துக்காட்டாக அமையக்கூடிய தத்துவங்கள் ஆகும். சோக்ரடீஸ் வாழ்வை நேசித்தார். பண்பாட்டையும் நாட்டின் சட்டத்தையும் மதித்தார். ஆனால் புரட்சியும் பகுத்தறிவும் விசாரணையும் அவருடைய தவிர்க்க முடியாத அறைகூவல்களாகவும் மனித மேம்பாட்டுக் கான அளவுகோல்களாகவும் இருந்தன. இதே நேரத்தில் பகுத்தறிவு மூலம் சிந்தனை வளர்ச்சியை நிறுவுபவ ராகவும் மனித அறிவுக் கலாசாரத்தில் காணப்பட்ட ஒழுங்கீனங் களை வெளிப்படுத்தும் விமர்சகராகவும் சோக்ரடீசைப் பார்க்க முடிகின்றது.

உண்மை என்பது என்ன, உண்மையான நன்மை என்பது என்ன என்பவற்றை அறிந்துகொள்வதற்கு சரியான அறிவுடன் மனிதன் செயல்பட வேண்டும் என்ற கருத்தை அவர் போதித்தார். சோக்ரடீஸ் 'அறிவே ஒழுக்கம்' என்றார். தன்னை உணர்வது, விசாரணையின்றி எதையும் ஏற்க மறுப்பது என்ற சிந்தனை களூடாக அவர் ஒரு புதிய தத்துவத்தை உருவாக்கினார். அது இளைஞர்களை வேகமாகக் கவர்ந்தது. கருணாநிதியின் திரை நாடகத்தில் உன்னையே நீ அறிவாய், 'யார் சொன்னாலும் அதைத் தீர விசாரணை செய்து பார்' என்ற சோக்ரடீசின் குரல் இவை அனைத்தையும் பிரதிபலிப்பதாகும்.

சோக்ரடீஸ் ஏதென்ஸ் நகரத்தில் கிமு 469இல் பிறந்தார். சோக்ரடீசின் இளமைக் காலத்தில் ஏதென்ஸ் நகரம் செல்வாக்கு உள்ளதாகவும் அதேவேளை புதிய கருத்துகள் சிந்தனைகள் முன் வைக்கப்படும் தேசமாகவும் இருந்தது. மரதோன் போரில் வலிமை வாய்ந்த பாரசீக இராணுவத்தை ஏதென்ஸ் தோற்கடித்தது. இந்த வெற்றி ஏதென்ஸ் மக்களுக்குப் பெரிய நம்பிக்கையையும் தமது நாடு பற்றிய பெருமிதத்தையும் தோற்றுவித்தது. ஏதென்சின் இந்த வளர்ச்சியும் செல்வாக்கும் சோக்ரடீசின் கிராமத்துக்கும் பரவின.

சோக்ரடீஸ் இருபது வயது இளைஞனாக இருக்கும் போது கிரேக்கம் செல்வ நாடாகவும் வளர்ச்சிபெற்ற நகரங்களைக் கொண்டதாகவும் மாறிக்கொண்டிருந்தது. ஏதென்ஸ் புதியதும் தீவிரமானதுமான அரசாங்க கட்டமைப்பு ஒன்றைப் பரிசோதனை செய்வதற்கும் ஆரம்பித்திருந்தது. 'சட்டத்தின் கீழ் சமத்துவம்' (*ஐசோனோமி: இகுவாலிடி அண்டர் த லா*) என்ற இலட்சியப் பிரகடனத் துடன் பெரும்பான்மையினர் ஆட்சியாக இது வளர்ச்சி பெற்றது.

நற்பேரறிவாளன்

இவை தவிர, சோக்ரடீசின் வாழ்க்கையை மாற்றியமைத்த சில விடயங்கள் இருந்தன. அவர் ஓர் அறிவாளியாகப் பரிணமித்ததும், பின்னர் நீதிமன்ற விசாரணை வரை அவரை இட்டுச் சென்ற அவரது புரட்சிகரப் போதனைகளும் இவற்றோடு தொடர்பு பட்டிருந்தன. முன்பொரு சமயம், வருவது உரைப்போன் (*ஓரகில்*) சோக்ரடீஸ்தான் உண்மையான அறிவாளி என்று செய்த அறிவிப்பு சோக்ரடீசின் வாழ்க்கையில் பெரும் தாக்கத்தை ஏற்படுத்தியது. வருவது உரைப்போன் பொய் சொல்லமாட்டான் என்று அவர் நம்பினார். இதைப் பொய்யாக்க வேண்டும் என்று சோக்ரடீஸ் ஒரு விசாரணையை ஆரம்பித்தார்.

கிரேக்க சமுதாயத்தில் தம்மை அறிவாளிகள் என்று கூறி வந்தவர்களை உண்மையில் அவர்கள் அறிவாளிகள்தாமா என்று ஆராய தொடங்கினார். அவருடைய இந்த ஆய்வு அரசியல் வாதிகளிடமிருந்து தொடங்கியது. தாங்கள் அறிவில்லாதவர் களாக இருந்தபோதும் தம்மை அறிவாளிகள் என்று நம்பிப் பிரபலப்படுத்திவந்த போலி அரசியல்வாதிகளைச் சோக்ரடீஸ் சமுதாயத்தின் முன் அம்பலப்படுத்தினார். இந்தப் பரிசோதனை யைத் துணிவுடன் நிகழ்த்தியதால், பல பகைவர்களை அவர் சம்பாதிக்க நேர்ந்தது.

பேச்சாற்றல், உண்மை தேடும் விசாரணை முறை, பழைமை வாதங்களை எதிர்க்கும் துணிவு என்பவற்றால் மக்களின் நன்மதிப்பையும் சோக்ரடீஸ் பெற்றுக்கொண்டார். அவருடைய பேச்சிலிருந்த பரிகாசமும் விவாதமுறைகளும் இளைஞர்களைப் பெரிதும் கவர்ந்தன. கவர்ச்சியான அவருடைய பேச்சுகளைக்

கேட்பதற்கு இளைஞர்கள் ஒன்றுகூடினர். குறிப்பாகப் பிரபுக்கள் வட்டத்தினரின் இளம் சந்ததியினர் அவருடைய வாதங்களையும் பரிகாச உரைகளையும் ஆவலுடன் ரசித்தனர். பின்னர் வழக்கு விசாரணையின் போது சோக்ரடீசின் மீது சுமத்தப்பட்ட குற்றச்சாட்டு களில் அவருடைய பேச்சுத் திறனும் அதன் மூலம் அவர் இளைஞர் களைத் தம் வசப்படுத்தினார் என்பதும் எதிரிகளால் பெருங் குற்றச் சாட்டுகளாக முன்வைக்கப்பட்டன. தமிழ்நாட்டில் நடந்தது போல சோக்ரடீசின் பேச்சுக்கு இளைஞர்கள் மனம் பறிகொடுத்தனர். புரட்சிகர செயற்பாடுகளுக்கும் தூண்டப் பெற்றனர்.

நாம் கீறிய கோட்டைத் தாண்டாத கிரேக்க இளைஞர்களை இந்தக் கிழவன் கெடுக்கின்றான் என்றும் அழகு மொழிகளால், கேட்டார் பிணிக்கும் சொற்களால், அலங்கார அடுக்குகளால், மயக்கும் வார்த்தைகளால் இளைஞர்களை இந்தக் கிழவன் வசீகரப்படுத்துகின்றான் என்றும் அனிட்டஸ் பாத்திரத்தினூடாக கருணாநிதியால் இதே கருத்துகள் வெளியிடப்படுகின்றன. திரைநாடகத்தில் மெலிட்டசின் கருத்தை ஆதரித்து அனிட்டஸ் பின்வருமாறு பேசுகிறான்.

சோக்ரடீஸ் நாட்டிலே நடமாடக்கூடாத ஆன்மா.
ஜனநாயக அரசாங்கத்தைக் குறைகூறும் அந்த ஐந்து
உடல் முழுக்க விஷம் கொண்டது.
கேட்டார் பிணிக்கும்
சொற்களால் கேடு மலிந்த கருத்துகளை
அள்ளிவழங்கி
அரசாங்கத்துக்கு விரோதமாக
ஆண்டவனுக்கு விரோதமாக
சட்டத்துக்கு விரோதமாக
இளைஞர்களைத் தூண்டிவிடும்
இழிகுலக் கிழவன் இவன்.

சோக்ரடீசுக்கு எதிரான குற்றச்சாட்டுகள் அனைத்தையும் அனிட்டஸ் ஊடாக கருணாநிதி சுருக்கமாக இதில் வெளிப்படுத்துகிறார்.

திரைநாடகத்தில் முன்வைக்கப்படும் சோக்ரடீசிற்கு எதிரான குற்றச்சாட்டுகள் சோக்ரடீசிற்கு எதிரானவை மாத்திரமல்ல. 1940களில் அண்ணாதுரை, கருணாநிதி போன்றவர்களின் கருத்து களுக்கும், அடுக்கு வசனங்களுக்கும், அலங்காரப் பேச்சுகளுக்கும்

நாட்டில் மிகுந்த வரவேற்பு இருந்தது. அவர்களின் இந்த ஆற்றல்களுக்கு எதிராளிகளால் ஈடுகொடுக்க முடியவில்லை. இதைக் கருணாநிதி ராஜாராணி திரைநாடகத்தில் வெளிப்படுத்தியுள்ளார். 'முடிந்தால் அவர்களும் பேசிப் பார்க்கட்டுமே பாவம், பேசித் தோற்றவர்கள்' என்ற வசனம் கருணாநிதி தனது எதிராளிகளுக்குக் கூறிய வார்த்தைகள். இன்னொரு வகையில் தாம் சார்ந்துள்ள அரசியலையும் இந்த உரையாடல்களில் கருணாநிதி ஒன்று கலந்துள்ளார்.

ஜனநாயக எதிர்ப்பு

சோக்ரடீஸ் ஏன் குற்றவாளியாக்கப்பட்டார் என்பது கிரேக்கத்தின் சமூக அரசியல் வரலாற்றோடு பின்னிப் பிணைந்ததாகும். தான் தவறு எனக் கருதிய அரசியல் உள்ளிட்ட பெரும்பாலும் எல்லா விடயங்களையும் அவர் விமர்சித்தார் அல்லது அவற்றை மக்களிடம் பரிகாசமாக முன்வைத்தார். அரசியலில் இது தாக்கத்தை ஏற்படுத்தியது. அரசியல்வாதிகள் அதிருப்தி அடைந்தனர். ஜனநாயகத்துக்கு எதிராக இளைஞர்களைத் தூண்டுவதாகவும் ஐயங்கள் எழுப்பப்பட்டன.

ஏதெனிய ஜனநாயகம் தற்காலிகமாகப் பெரும் பின்னடைவுக் குள்ளாகியது. ஜனநாயக விரோத நடவடிக்கைகளில் சோக்ரடீசின் முன்னாள் சீடர்களான எலிசிபியார்டஸ், கிரீட்டியாஸ் போன்றவர் களும் பங்கேற்றிருந்தனர். அரசாங்கம் இவர்களுக்கு எதிராக நடவடிக்கைகளை மேற்கொண்டது. சிலர் நாடு கடத்தப்பட்டனர். சிலர் நீதி விசாரணைக்காக வழக்குமன்றங்களின் முன் கொண்டு வரப்பட்டனர். அவருடைய சீடரான கிரீட்டியாஸ் எவ்வளவு மனித இழப்புகள் நிகழ்ந்தாலும் ஜனநாயக விரோத நடவடிக்கை மூலம் புதிய ஆட்சி மாற்றத்திற்காகப் போராடுவேன் என்று சூளுரைத்திருந்தார்.

இவ்வாறு நாட்டில் ஏற்பட்டிருந்த குழப்பங்களுக்கும் படுகொலைகளுக்கும் சோக்ரடீசின் முன்னாள் மாணவர்களும் தோழர்களும் காரணமாக இருந்தனர் என்பது பெரும்பாலும் அறியப்பட்டிருந்த விடயமாக இருந்தது. இத்தகையவர்களுக்கு எதிராக ஆட்சியாளர் கொண்டுவந்த குற்றச்சாட்டுகளிலும் குற்றங்களில் பங்கு பற்றியவர்களின் பட்டியலிலும் சோக்ரடீசின்

பெயரும் இடம்பெற்றிருந்தது. இந்தக் குழப்பங்களில் சோக்ரட்டீசின் சீடர்கள் வன்செயலில் ஈடுபட்டதாகக் குற்றச்சாட்டுகள் எழுந்தன. சோக்ரடீஸ் இந்த வன்செயல்களைத் தடுக்கவில்லை என்ற குற்றச்சாட்டும் முன்வைக்கப்பட்டது.

சோக்ரடீசை இந்த நோக்கிலிருந்து பார்த்தவர்கள் சோக்ரடீசின் போதனைகளில் தீங்குகள் இருப்பதாகக் கருதினர். அவர் ஆபத்தானவர் என்றும் சர்வாதிகாரிகளைத் தோற்றுவிக்கக் கூடியவர் என்றும் பொதுமக்களின் இலட்சியங்களுக்கு எதிராகச் செயற்படக்கூடியவர் என்றும் அவரை ஒரு குற்றவாளியாகப் பார்த்தனர். கிமு 403இல் நடைபெற்ற வழக்கு விசாரணைகளில் சோக்ரடீஸ் தொடர்புபடுத்தப்படவில்லை. ஆனால், அதன் பின்னரான நான்கு ஆண்டுகால அவருடைய நடவடிக்கைகள் போதனைகள் என்பவற்றின் அடிப்படையில்தான் அவர் குற்றவாளியாக்கப்பட்டார்.

சோக்ரடீசின் சமயக் கொள்கை

சோக்ரடீசின் சமயக் கொள்கையில் மரபு ரீதியான சமயவாதி களின் கருத்துகளுக்கு மதிப்பளிக்கப்படவில்லை. வழக்கத்திற்கு மாறான அல்லது புதிய கருத்துகளை சமயம் பற்றி அவர் வெளியிட்டார். அவர் தமது சுய ஆன்மா (தெய்வீகக் குரல்) பற்றிப் பேசினார். அவர் முன்வைத்த இந்தக் கடவுள்வாதம் ஏதென்ஸ் நகரத்தில் அதுவரை புகழ்பெற்றிருந்த கடவுளர்களை மறுக்கிறது என்று மக்கள் கருதினர். எனினும், அவர் கூறிய புதிய கடவுள் கருத்தானது ‘கடவுள்’ என்பதைவிடத் தூய்மையான தனது உள்ளுணர்வின் குரலுக்கு வசப்பட்டிருந்தார் என்றுதான் கொள்ள வேண்டும். சோக்ரடீஸ் இவ்வாறு பேசுகின்றார்.

> நான் உங்களுக்கு ஒரு வார்த்தை சொல்ல விரும்புகின்றேன். எனக்கு நேர இருக்கும் மரணம் நன்மையாகவே இருக்கப் போகின்றது. ஏனென்றால் எப்போதும் எனக்குள் ஒலிக்கும் தெய்வீகக் குரல் நான் செய்யக்கூடாத காரியம் என்றால் அதைத் தடுத்துவிடும். ஆனால் இன்று நான் பேசும்போது அந்தத் தெய்வவாக்கு அதனைத் தடுக்கவில்லை. அந்தத் தெய்வவாக்கு ஒருபோதும் தவறியதில்லை. அது எல்லா நிலைகளிலும் என்னைக் காப்பாற்றியுள்ளது.

எவ்வாறாயினும், கடவுள் விடயத்தில் சோக்ரடீஸ் குழப்பம் விளைவிக்கின்றார் என்ற கருத்தே மேலோங்கியிருந்தது. மேலும் தமது உரையாடல்களின் போது அவர் தமது சுய ஆன்மாவை சுட்டிக்காட்டும் கருத்துகளை அடிக்கடி வெளியிட்டார். உண்மையில் சோக்ரடீசின் வழக்கத்திற்கு மாற்றமான இந்தச் சமயச் சிந்தனை அரச சமயத்தை இகழ்வதாகவே கொள்ளப்பட்டது.

பொதுவாக சோக்ரடீஸ் ஏதென்ஸ்வாசிகள் கூறிவந்த கடவுளர்கள் மீது அதிகம் நம்பிக்கை கொண்டிருக்கவில்லை. இன்னொரு வகையில் கடவுள் மீது அவருக்கு நம்பிக்கை இருந்தது. ஆனால், அந்த நம்பிக்கை ஏதென்ஸ் நகர மக்களின், அரசாங்கத் தலைவர் களின் கடவுள்கள் மீதான நம்பிக்கை போன்றதாக இருக்கவில்லை. கிரேக்கரின் செயூஸ் கடவுள் பற்றியும் அவர் பெறும்தியான எந்தக் கருத்துகளையும் கூறவில்லை. ஆனால், செயூஸின் இடத்தை இயற்கைக்கும் அவர் வழங்கினார். கடவுளரைவிடப் பகுத்தறிவுக்கு அவர் முன்னுரிமை தந்தார்.

சோக்ரடீசிய நீதி விசாரணை

சோக்ரடீஸ் திரைநாடகத்தின் கருத்தைக் கவரும் உயர் இடம் சோக்ரடீஸ் வழக்கு விசாரணையாகும். சோக்ரடீஸ் காலத்து ஏதென்ஸ் நகரில் நீதி விசாரணை ஒரு வித்தியாசமான வடிவத்தைக் கொண்டிருந்தது. நடுவர்மன்றத்தில் குற்றச்சாட்டுகள் படிக்கப் பட்ட பின்னர், குற்றம் சாட்டுபவர் குற்றம் சுமத்தப்பட்டிருப்பவர் மீதான குற்றங்களை விளக்கப்படுத்த வேண்டும். பின்னர் குற்றம் சாட்டப்பட்டவர் தாம் எவ்வாறு குற்றமற்றவர் அல்லது நிரபராதி என்பதை மன்றத்தில் விளக்கமளித்துப் பதிலுரை ஆற்ற வேண்டும். இரு தரப்பினரும் தமது பேச்சுக்களைச் சம அளவில் பேசினார்களா என்பது நீர்க் கடிகாரத்தின் மூலம் அவதானிக்கப் படும். இந்தப் பேச்சுக்களின் பின்னர் நடுவர்கள், தமது தீர்ப்புகளை வழங்குவர். நீதி விசாரணையின் போது சோக்ரடீஸ் முன்னரே தயாரிக்கப்பட்ட குறிப்புரைகளோடும் குற்றங்களிலிருந்து தப்புவதற்கான பட்டியலோடும் வழக்குமன்றத்திற்கு வந்திருக்க வில்லை. அவர் எப்போதும் போல் இயல்பாகவும் தன்னம்பிக்கை யோடும் துருவி ஆராயும் கேள்விக்கணைகளோடும் பேசினார். தம்மீது குற்றம்சாட்டியவர்களை சிரிப்புக்கும் பரிகாசத்துக்கும்

உள்ளாக்கினார். அதாவது, அவர்களுடைய குற்றச்சாட்டுகள் எவ்வளவு சிறுபிள்ளைத்தனமானவை, மேலும், எவ்வளவு முட்டாள் தனமானவை என்பதைக் காட்டுவதே அவருடைய பேச்சின் துடிப்புமிக்க பாணியாக அமைந்திருந்தது.

திரைநாடகத்தில் சில நிமிடங்களே வந்து போகும் விசாரணை மன்றக் காட்சியில் சோக்ரடீஸ் (நடிகர் திலகம் சிவாஜிகணேசன்) கிட்டத்தட்ட பரிகாசத் தொனியோடும் துணிவுகலந்த முகபாவத் தோடும் குற்றம் சாட்டியவர்களை நோக்கி முன்வைக்கும் பரிகாச வார்த்தைகள் கவனத்திற்குரியவை. சிவாஜிகணேசனின் நடிப்புத் திறனால் சோக்ரடீஸ் பாத்திரம் வெகுமக்கள் நினைவுகளில் மறக்க முடியாத இடத்தைப் பெற்றது.

வழக்கு விசாரணையில் சோக்ரடீஸ் ஜனநாயகவாதிகளையும், ஜனநாயக எதிர்ப்பாளர்களையும் விமர்சித்து வந்ததாகப் பேசினார். தமது காலத்தில் மக்கள் பின்பற்றிவந்த சமயங்களைத் தாம் விமர்சித்து வந்தபோதும் கடவுளர்களைத் தாம் மதித்துவந்துள்ள தாகவும் சோக்ரடீஸ் குறிப்பிட்டார். எனினும் நடுவர்களால் எடுக்கப்பட்ட முடிவுகளின்படி சோக்ரடீஸ் குற்றவாளி எனத் தீர்ப்பளிக்கப்பட்டார்.

சோக்ரடீசுக்கு மரண தண்டனையை மெலிட்டஸ் பரிந்துரைத் தான். கிரேக்க நீதிமன்ற மரபுகளின்படி குற்றவாளி தமக்கான தண்டனைகளைப் பரிந்துரைப்பதற்கும் இடமளிக்கப்படும். தாம் மக்களுக்குச் செய்துவந்த சேவைகளுக்காக வாழ்நாள் முழுக்கத் தமக்கு உணவளிக்கப்பட வேண்டும் என்று சோக்ரடீஸ் கூறிய போது நீதிபதிகள் இதை ஒரு பரிகாசத்துக்குரிய கருத்தாக எடுத்துக் கொண்டனர். கிரேக்க மரபின்படி சோக்ரடீஸ் தாம் விரும்பிய தண்டனையையும் பரிந்துரைத்தார். ஒரு சிறிய தண்டத் தொகையை கட்ட விரும்புவதாகவும் கூறினார். எனினும் நீதி மன்றம் (நடுவர் மன்றம்) இதற்கு செவிசாய்க்காமல் சோக்ரடீசுக்கு மரண தண்டனை வழங்கியது.

அதன் பின்னரும் சோக்ரடீஸ் பேசினார். ஆனால் தம்மீது சுமத்தப்பட்டுள்ள குற்றச்சாட்டுகளுக்கு மன்னிப்பு கோரி நடுவர்களின் அனுதாபத்தைப் பெறுவதற்கு அவர் முயல வில்லை. தமது உள்ளுணர்வுக்கும் சுய ஆன்மாவின் குரலுக்கும்

கட்டுப்பட்டவனாக, விட்டுக்கொடுக்காத மனத்துணிவுடன் பேசுவதற்குத் தாம் தீர்மானித்ததாக அங்கு அவர் குறிப்பிட்டார். மேலும் மன்னிப்புக் கேட்கும் பாணியில் பேசுவது தமக்கோ தமது ஏதென்ஸ் நகரத்துக்கோ எந்த விதத்திலும் பொருத்த மானதல்ல என்றார். எந்தக் கருத்துமோதலுக்கும் அவர் தயங்க வில்லை என்பதை அவருடைய பேச்சுக்கள் தெளிவாக வெளிப் படுத்தின. உயிர்ப்பும் தீரமும் மிக்க இந்த வழக்குரையாடலை மு. கருணாநிதி தன் திரை நாடகத்திலும் பயன்படுத்தினார்.

அரசியல் மெய்யியல்

சோக்ரடீசைக் குற்றம்சாட்டியவர்களும் அவர்களின் குற்றச் சாட்டுகளும் அவற்றுக்கு எதிரான சோக்ரடீசின் வாதங்களும் அரசியல் மெய்யியலில் ஏற்பட்ட மோதலாகவே அமைந்திருந்தன. சமயம், கடவுளர், சமூகச் சீரழிவு, சீரற்ற ஆட்சி, ஒழுக்கத்தின் வீழ்ச்சி, கிரேக்கத்தின் கீர்த்தி போன்றவை இந்த உரையாடல் களில் முதன்மை இடத்தைப் பெற்றிருந்தன. இந்த உண்மை உரையாடலின் பின்னணியில் முரண்படும் பாத்திரங்களுக்கு இடையிலான ஒரு விவாதப் போரையே கருணாநிதி தமது திரைநாடகத்தின் முதுகெலும்பாக்கினார்.

ஸ்பாட்டாவின் தோல்வியோடு ஏதெனியரின் மேலாதிக்கம் வீழ்ச்சியடைந்து கொண்டிருந்தது. தோல்வியில் இருந்து தன்னை விடுவித்துக்கொள்வதற்கு ஏதென்ஸ் நகரம் முயன்றுவந்த வேளையில் சோக்ரடீசின் விமர்சனங்கள் மக்களைச் சென்றடைந்தன. இதன் ஒளியில் ஜனநாயகம் ஒரு செயல்திறன்கொண்ட அரசாங்க முறையா என மக்கள் ஐயம் கொண்டனர்.

சோக்ரடீஸ் பெரும்பாலும் ஜனநாயக அரசியலை விமர்சித்து வந்தார். இந்த அரசியல் வரலாற்றுப் பின்னணியில், தம்மீது தொடுக்கப் பட்டுள்ள குற்றச்சாட்டுகளும் இந்த வழக்கு விசாரணையும் அரசியல் போராட்ட உணர்வுகளின் வெளிப்பாடு என்று கருதலாம்.

ஏதென்ஸ் நகரில் அப்போது காணப்பட்ட ஆட்சிக்கும் மேலாதிக்கத்துக்கும் பணிந்து செல்வதற்குப் பதிலாக ஏதெனிய சமூக நீரோட்டங்களுக்கும் பிரச்சினைகளுக்கும் காரணமாக இருந்த அடிப்படைச் சக்திகளோடு சோக்ரடீஸ் மோதினார். சரியானதை

வலிமைதான் தீர்மானிக்கிறது என்று அக்கால ஏதெனியர் ஏற்றுக்கொண்டிருந்த கொள்கையை சோக்ரடீஸ் எதிர்த்தார். புதிய கேள்விகளை அவர் எழுப்பினார். மக்களிடையே நிலவிவந்த பழைமைக் கருத்துகளில் மக்களுக்கு அதிருப்தி தோன்றும் வண்ணம் தமது வாதங்களை அவர் ஒழுங்கமைத்தார். அவர் எழுப்பிய கேள்விகளும் விமர்சனக் கண்டனங்களும் ஆட்சியாளர்களுக்கும் நிர்வாகிகளுக்கும் பெரும் வெறுப்பை ஏற்படுத்தின. ஏதென்ஸ் மக்களிடையே நீதி, வழிபாடு, நல்லொழுக்கம் பற்றிய புதிய உணர்வு களை உருவாக்குவதற்காக அவர் கொண்டுவந்த திருத்தங் களும் விமர்சனங்களும்தான் அவருக்கு எதிரான குற்றச்சாட்டு களாயின.

சமூக ஒப்பந்தமும் பதிலுரையும்

கிரீட்டோவும் இதர சில நண்பர்களும் சிறையிலிருந்து தப்பிச் செல்வதற்கு ஆலோசனை வழங்கிய போது சோக்ரடீஸ் அதை ஏற்க மறுத்துவிட்டார். ஏதென்சின் சட்டத்தின் கீழ் தமது விருப்பத்தின் பேரில் அதன் குடிமகனாக வாழ்ந்து அதன் மூலம் பல பயன்களையும் பெற்று வந்துள்ள நிலையில் நாட்டைவிட்டு வெளியேற முடியாது என்றார். பிரச்சினைகளுக்கு முகம் கொடுக்கத் தயாராக இருப்பதாகக் கூறினார். சோக்ரடீசின் இந்தக் கருத்துகள்தான் சமயச் சார்பற்ற 'சமூக ஒப்பந்தக் கோட்பாடு' என்பதற்குரிய பதியப்பட்ட முதல் வரலாறாகக் கூறப்படுகிறது.

இளைஞர்களைக் கெடுத்தார் என்பது அவர் மீது சுமத்தப்பட்ட முக்கிய குற்றச்சாட்டுகளில் ஒன்று. தாம் இளைஞர்களைக் கெடுக்கவில்லை என்று தமது தற்காப்பு உரையில் ஏதென்ஸ் நகரத்தாருக்கு அவர் உறுதியாகக் கூறினார். கருணாநிதியின் திரைநாடகத்தில் இது பின்வருமாறு ஒலிக்கிறது.

இந்தக் கிழவன் கிரேக்க நாட்டு இளைஞர்களைக் கெடுத்ததாக உளமார மனமார யாராவது நம்பினால், அவர்கள் என்னை மன்னிக்கட்டும்.

நீதிமன்ற விசாரணையின் மற்றொரு கட்டத்தில் மெலிட்டஸ் விவாதிக்கும் போது, தாம் இளைஞர்களைக் கெடுக்கவில்லை என்றும் அவர்களுக்கு விவேகத்தையும் சிந்தனையையும் தூண்டும் கருத்துகளையே தாம் வழங்கியதாகவும் அவர் கூறினார்.

சில உவமான வார்த்தைகள் மூலம் கருணாநிதியின் திரை நாடகத்திலும் இதே பேச்சு அழகாக முன்வைக்கப்படுகிறது. இளைஞர்களைக் கெடுத்ததாகக் கூறப்பட்ட குற்றச்சாட்டுகளுக்கு இல்லை என்றும் பரிகாசமாகவும் நடுவர்களுக்கு சோக்ரடீஸ் விளக்குவதை திரைநாடகம் சிறப்பாக சித்திரிக்கிறது. தாம் பொய் பேசவில்லை என்றும் தமது கொள்கைகளில் உறுதியாக நிற்க விரும்புவதாகவும், சாகும் போதும் தாம் இளைஞர்களுக்கும் ஏதென்ஸ் நகரத்தாருக்கும் ஆன்ம பலம் கொண்டவன் என்பதை மெய்ப்பிக்க இருப்பதாகவும் தமது உரையில் அவர் கூறினார்.

மேடையில் மாற்றம்

சோக்ரடீஸ் நாடகம் மொத்தத் திரைப்படக் கதையோடும் இணைக்கப்பட்டிருந்தது. சோக்ரடீஸ் திரைநாடகப் பாத்திரங்கள் திரைப்படத்தின் உண்மையான பாத்திரங்களாகும். அதனால் சோக்ரடீஸ் திரைநாடகத்தைப் பொறுத்தவரை 'உன்னையே நீ அறிவாய்' என்ற சோக்ரடீசின் (சிவாஜி கணேசனின்) குரலுடன் நாடகம் ஆரம்பமாகிறது. ஆனால், *ராஜா ராணி* திரைப்படத்தோடு அதை இணைத்துப் பார்க்கையில் உடை அலங்கார அறையில் முன் வைக்கப்படும் இரு பாத்திரங்களின் உரையாடலிலிருந்துதான் திரைநாடகம் ஆரம்பமாகிறது.

துணைப் பாத்திரம்: நஞ்சைக் கொடுக்கும் பாத்திரத்தில் பாலை வைக்கவா அல்லது தண்ணீரை வைக்கவா?

சோக்ரடீஸ் பாத்திரம் (சிவாஜி கணேசன்): பாலும் வேண்டாம் தண்ணீரும் வேண்டாம். ஒரு பாத்திரத்தில் உண்மையான நஞ்சை ஊற்றிக் கொடு (சலிப்புடன் கூறுகிறார்).

எதார்த்த வாழ்க்கையில் ராஜாவும் (சிவாஜிகணேசன்) பாபுவும் (மெலிட்டஸ் பாத்திரம்=எஸ்.எஸ். ராஜேந்திரன்) எதிரிகள். ராஜாவின் நாடகக் கம்பனி சோக்ரடீஸ் நாடகத்தை மேடை ஏற்றுகிறது. பாபு மெலிட்டசாக நடிக்கிறான். சோக்ரடீஸ் நஞ்சு அருந்தும் காட்சியில் உண்மையான நஞ்சு கலப்பதற்கு ஒப்பனை அறையில் பாபு ஏற்பாடுகளைச் செய்கிறான்.

அதாவது, ராஜாவை மேடையில் கொலை செய்வதற்கு எதிரிகள் திட்ட மிடுகின்றனர். ராஜாவிடம் கொடுப்பதற்காக உண்மையான நஞ்சு ஊற்றப்பட்ட கோப்பை தயார் செய்யப்படுகிறது.

மேடையில் சோக்ரடீஸ் நஞ்சு அருந்தத் தயாராகும் போது சபையிலிருந்த சமரசம் என்ற பாத்திரமான என்.எஸ். கிருஷ்ணன் மேடைக்குத் தாவி நச்சுப் பாத்திரத்தைத் தட்டிவிட்டு, ராஜாவைக் காப்பாற்றுகிறார். அதாவது சோக்ரடீஸ் மரண தண்டனையிலிருந்து காப்பற்றப்படுகிறார். ராஜாவைக் காப்பாற்றிய சமரசம் உலகில் பேரறிஞர் ஒருவருக்கு இழைக்கப்பட்ட அநீதியை இந்த மேடையில், தமிழ்நாட்டில் நாம் மாற்றுகிறோம் என்று மன்றத்தில் கூறுவதோடு சோக்ரடீஸ் நாடகம் முடிவடைகிறது.

நல்லாட்சியும் நற்பேரறிவும்

ஏன் சோக்ரடீஸ் மரண தண்டனைக்கு உள்ளாக்கப்பட்டார். இன்றும் இது அதிர்ச்சிதரும் நிகழ்வாகவே உள்ளது. அன்றைய யுகத்தில் உலகத்தின் வேறெந்தப் பாகத்தையும்விட சுதந்திரத்தையும் ஜனநாயகத்தையும் பகுத்தறிவுவாத சிந்தனைகளையும் அனுபவித்து வந்த ஏதென்ஸ் நகரில் ஏன் சோக்ரடீசிற்கு மரணதண்டனை வழங்கப்பட்டது. மக்களை மந்தைக் கூட்டங்களைப் போலன்றி 'அவர்களுக்கு வழிகாட்டும் ஒரு நல்ல ஆட்சிமுறை வேண்டும் என்று சோக்ரடீஸ் கூறினார். ஒழுக்கம், அறிவு, சமூக முன்னேற்றம்' ஆகியவற்றை அவர் ஒன்றிணைத்தார்; ஒழுக்கமே அறிவு (*வெர்ச்சூ இஸ் நாலெஜ்*) என்பதை ஒரு கோட்பாடாக ஆக்கினார்.

சோக்ரடீசின் கொள்கைப்படி நீதி உள்பட எல்லா விதமான நற்பண்புகளும் நற்பேரறிவுக்குள் (=*விஸ்டம், ஞானம்*) அடங்குகின்றன. அதாவது நற்பண்புள்ள செயல்களானவை அழகும் நலனுமுடையவை என்பது சோக்ரடீசின் கருத்து. சோக்ரடீசின் நோக்கில் நீதி, அறிவு, நற்பேரறிவு என்ற மூன்றும் முக்கியம் வாய்ந்தவை. உண்மையான ஒழுக்கம் இந்த மூன்றையும் சுற்றிச் சுழல்வதாக சோக்ரடீஸ் கருதினார். இந்தக் கண்ணோக்கிலிருந்துதான் சோக்ரடீஸ் தமது கால ஏதென்சின் ஆட்சியாளர்களிடமும் பிரபுக்களுக்களிடமும் காணப்பட்ட நீதிக்கும், ஒழுக்கநெறிகளுக்கும், அறிவுக்கும் முரணான நடைமுறைகளையும் சிந்தனைகளையும் கடுமையாகத் தாக்கினார். சோக்ரடீசைக் கடவுள் நம்பிக்கையற்றவர் என்று மெலிட்டசும் அவருடைய தோழர்களும் குற்றம்சாட்டிய போதும் அவருடைய கடவுள் நம்பிக்கை பற்றித் தெளிவின்மைகள் இருந்தன. சந்தேகமின்றி அவர் பாரம்பரிய அல்லது வைதீகக்

கடவுள் கொள்கைகளை விமர்சித்தார். ஆனால், மாற்றமாக அவருடைய சொந்த சிந்தனைக்கு இசைவானதொரு ஒழுங்கில் கடவுள் கருத்திற்கு அவரிடம் ஒரு பெறுமானம் இருந்தது. இருந்தபோதும், சோக்ரடீஸ் விளக்க முயன்ற இந்தக் கருத்திற்கு நீதிமன்றம் மதிப்பளிக்கவில்லை.

அதிகாரபூர்வமான குற்றச்சாட்டுகளை நிராகரிப்பதற்காகவும் தமது நிலைப்பாட்டை விளக்குவதற்காகவும் அவர் முன்வைத்த பதிலுரைகள் பொருத்தமற்றவையாக இருந்தன; அல்லது எதிர்த் தரப்பினர் ஏற்றுக்கொள்ள முடியாதவையாக இருந்தன. மு. கருணா நிதியின் திரைநாடகத்தில் நாம் அடிக்கடி காண்பது போல் குற்றம்சாட்டப்பட்டவரான சோக்ரடீஸ் விசாரணை மன்றத்தில் பரிகாச வார்த்தைகளைச் சரமாரியாக வீசிக்கொண்டிருந்தார். வரலாற்றுரீதியான வழக்கிலும் அவர் அவ்வாறுதான் பேசினார். சமய விடயத்தைப் பற்றி அவர்கள் கேள்வி கேட்ட போதும் அதற்கு அவர் பரிகாசமாகவே பதிலளித்தார். திரைநாடகத்தில் வருவது போல, அவர் கூறிய உவமானங்களாலும் எடுத்துக்காட்டுகளாலும் வாதிகளும் பிரமுகர்களும் அதிகம் எரிச்சலூட்டப்பட்டனர்.

மேலும் நாட்டின் நீதித் தீர்ப்புக்குக் கட்டுப்படுவது முழுமை யாகக் கடைப்பிடிக்க வேண்டிய கடப்பாடு என்றும், அது தம்மால் இளைஞர்களுக்கு வழங்கக்கூடிய ஆன்ம பலமுள்ள கருத்தாக இருக்க முடியும் என்றும் அவர் நம்பினார். விமர்சனங்களுக்கு இடமிருந்தாலும் நாட்டின் சட்டத்தை மீறுவது தமது நாட்டுடன் தாம் செய்துகொண்டுள்ள சமூக ஒப்பந்தத்தைத் தாமே முறித்துக் கொள்வதற்குச் சமமாகும் என்ற கருத்திற்குள் சோக்ரடீசின் சிந்தனை சிறைப்பட்டிருந்ததா? தனக்கு விருப்பமான ஒரு சோக்ரடீசிய கருத்துடன் மு. கருணாநிதி நாடகத்தை பின்வருமாறு நிறைவு செய்கிறார்.

கிரிட்டோ: கடைசியாக நீங்கள் என்ன சொல்லப் போகிறீர்கள்?

சோக்ரடீஸ்: புதிதாக என்ன சொல்லப் போகிறேன், உன்னையே நீ எண்ணிப் பார்! எவர் சொன்ன சொல்லானாலும் உன் இயல்பான பகுத்தறிவால் ஆராய்ந்து பார்! உனக்கும் இந்த நாட்டுக்கும் இதைத்தான் நான் சொல்ல விரும்புகிறேன்.

12

பின்னுரை
அரசியலில் சோக்ரடீசின் மெய்யியல் கிளர்ச்சி

விசாரணை மன்றத்தில் சோக்ரடீசின் உரைகளும் வாதங்களும் ஒரு வித்தியாசமான கருத்துச் சூழலை உருவாக்கின. ஏதெனிய அரசியல் மரபுகளுடன் மோதும் நிலைப்பாட்டை சோக்ரடீஸ் ஏற்படுத்தியிருந்தார். அதாவது அரசியலுக்கும் மெய்யியலுக்கும் இடையில் ஒரு மோதல் உருவாகியிருந்தது (எம்.எஸ்.எம். அனஸ், 2011).

தொன்மைக் கிரேக்கம் அதன் ஜனநாயகம், மெய்யியல் சிந்தனை ஆகிய இரண்டுக்கும் முன்னுதாரண நாடாகக் கருதப்படுகிறது. மெய்யியலின் தோற்றமும் அதன் விசாரணை முறைகளும் சமய, சமுதாய, அரசியல் மட்டங்களில் விமர்சனங்களையும் கருத்து நெருக்கடிகளையும் ஏதென்சில் உருவாக்கி இருந்தன. இதில் சோக்ரடீசுக்கும் பங்குள்ளது. ஜனநாயக அரசு தொடர்பாகவும் நாட்டில் அதிருப்திகளும் கருத்து மோதல்களும் இருந்தன. ஜனநாயக ஆளுகையில் சோக்ரடீஸ் அதிருப்தி கொண்டிருந்தார். வாக்குகளை வழங்கும் வாக்காளர்களிடம் அறிவு, கல்வி, அரசியல் தெளிவு என்பவை இல்லாத நிலையில் வழங்கப்படும் வாக்கு பயனற்றவை என்றார். நல்ல ஆட்சியாளரைத் தேர்ந்தெடுக்கும் முயற்சிக்கு இது தடையாகும் என்றும் அவர் கருதினார்.

❦

அமைதி என்பது ஓர் ஆழமான மெல்லிசை, எல்லாச் சத்தங்களையும் தாண்டி அதைக் கேட்கக்கூடியவர்களுக்கு மட்டுமே.
  - சோக்ரடீஸ்

ஜனநாயக மக்கள் மன்றத்தினரைப் பார்த்து அரசியல் வாழ்விலிருந்து தம்மை விடுவித்துக்கொள்ள தமக்கு உரிமை இருப்பதாகச் சோக்ரடீஸ் கூறினார். தமது உரையில் 'மக்கள் பேரவையை' (அசெம்ப்ளி) அவர் சாடினார். சட்ட ரீதியற்ற செயல்கள் அங்கு நடைபெறுவதாகவும் உணர்ச்சிகளுக்கு முக்கியத்துவம் தருவதன் மூலம் ஏதெனிய நீதியில் குறைபாடுகள் நிகழ்ந்து வருவதாகவும் கூறினார். அரசியல் முறைமையில் காணப்படும் ஊழல்களுக்கு ஜனநாயக ஆட்சியின் குறைபாடுகள் காரணமாக இருப்பதாகவும் குற்றம் சாடினார்.

சோக்ரடீசின் பிரச்சினை சோக்ரடீஸ்தான். விசாரணை மன்றத்தில் சாதாரண குற்றவாளி போல் அவர் நடந்துகொள்ளவில்லை. விசாரணை மன்றமாக இருந்தாலும் உரையாட சூழ்நிலை அமைந்தால் நீதி, நியாயம், ஒழுக்கம் என்று பேசும் அவருடைய பாணியைக் கைவிடுவார் என்பது எதிர்பார்க்கக்கூடியதல்ல. அவர் பேசியவற்றுள் பல வழக்குடன் நேரடித் தொடர்பற்றவை. இவர் மீதுள்ள குற்றச்சாட்டு என்ன, இவர் எதற்காக அழைக்கப் பட்டார், ஆனால், இவர் இங்கு என்ன பேசுகிறார் என்று நடுவர்கள் நினைத்த சூழ்நிலைகள் இருக்கின்றன.

மெலிட்டசின் குற்றச்சாட்டுகளுக்கு நேரடியாகப் பதில் அளிப்பதை அவர் தவிர்த்துக்கொண்டார். ஆனால் அவர் குற்றச் சாட்டுகள் சார்பான பிரச்சினைகளின் உண்மைகளைப் பேசவும் விவாதிக்கவும் அதிக நேரத்தைச் செலவிட்டார். சாதாரண ஏதெனிய குடிமகனாகவும் அங்கு பேசப்படும் கருத்துகளை விசாரணை செய்பவராகவுமே நீதிமன்றத்தில் சோக்ரடீஸ் நடந்துகொண்டார்.

நீதிபதிகளுக்கு அவருடைய போக்கு விசித்திரமானதாக இருந்தது. தமக்கு எதிராகத் தொடுக்கப்பட்டுள்ள இந்த வழக்கு நியாய மானதா என்ற கேள்வியும் அவருக்கு இருந்தது. விசாரணை சட்டபூர்வமானது என்பதால் சோக்ரடீஸ் அதில் குறைகாண வில்லை. ஆனால் தாம் குற்றவாளியாக நடுவர் மன்றத்தில் முன்னிலைப்படுத்தப்படுவதை பிரச்சினையின் ஒரு வடிவமாகவே அவர் பார்த்தார்.

சோக்ரடீசின் மீதான பல குற்றச்சாட்டுகளுக்குப் போதுமான சான்றுகள் இருக்கவில்லை. பழிவாங்கும் நோக்கிலான அரசியல்

பின்னணிகள் பற்றிய அனுமானங்கள் அவருக்கு இருந்தன. ஏதென்ஸ் நகரம் சோக்ரடீசை ஏன் குற்றவாளிக்கூண்டில் நிறுத்தியது என்ற கேள்விக்கு அரசியலில்தான் பதில் தேட வேண்டும். தற்கால ஆய்வுகளில் அதற்கு ஒரு முக்கியத்துவம் தரப்பட்டுள்ளது.

ஏதென்ஸ் நகரத்தின் பெறுமானங்களையும் நம்பிக்கை களையும் கேள்விக்குள்ளாக்காது தளர்வான நிலைப்பாட்டை சோக்ரடீஸ் எடுத்திருந்தால் மரண தண்டனையை சோக்ரடீஸ் தவிர்த்திருக்கலாம் என்ற ஒரு கருத்து இன்று முன்வைக்கப் படுகிறது.

தாம் சொல்ல வருவது என்ன என்பதை நடுவர்களுக்கு விளக்குவதற்கு சோக்ரடீஸ் அதிக முக்கியத்துவம் தரவில்லை. தீர்ப்பிற்காக நடத்தப்பட்ட வாக்குகளின் வித்தியாசத்தைப் பார்த்தாலும் மரண தண்டனையைத் தவிர்க்கச் சூழ்நிலை இருந்ததை ஊகிக்கலாம். உணர்ச்சித் தூண்டல்களைக் குறைத்து இணக்கத்தை ஏற்படுத்தக்கூடிய உரையை ஆற்றி இருந்தாலும் தண்டனையில் மாற்றம் நிகழ்ந்திருக்கலாம் (ஜேம்ஸ் ஏ கொலாய்கோ, 2001).

ஏதெனியர் எல்லாவற்றிற்கும் மேலாக நாட்டிற்கு முன்னுரிமை தந்தனர். போர்களையும் பல அரசியல் நெருக்கடிகளையும் சந்தித்து வந்ததால், நகரின் பாரம்பரியங்களையும் சமூக கலாசார மரபுகளையும் குறைத்து மதிப்பிடுவதை அவர்கள் ஏற்றுக்கொள்ள வில்லை (பார்க்க: எம். எஸ். எம். அனஸ் 2011). அதேவேளை ஏதென்சின் மரபுகளுக்கும் இளைஞர்களின் ஒழுக்க உயர்வு களுக்கும் நேரடியாகப் பயன்படக்கூடிய கருத்துகள் எதையும் சோக்ரடீஸ் அங்கு கூறவில்லை. பதிலுக்கு ஆன்மாவை முழுமைப் படுத்துவது போன்ற தெளிவற்ற கோட்பாடுகளையே அவர் மன்றத்தில் வலியுறுத்தினார். இந்தக் கோட்பாடுகளுக்கிடையில் வேறுபாட்டை வரையறுப்பதில் கவனம் செலுத்தாததால், சோக்ரடீஸ் யார் என்பதில் ஜூரிகள் குழப்பத்திற்குள்ளாயினர் (ஜேம்ஸ் ஏ கொலாய்கோ, 2001). தண்டனையைத் தவிர்க்கும் முறைகளைப் பற்றி அவர் கவனத்தில் கொள்ளவில்லை. ஆனால் சோக்ரடீஸ் இந்த வழக்குமன்றக் காட்சியை வேறொரு கோணத் திலிருந்துதான் பார்த்தார்.

ஜனநாயகத்தையும் சட்டத்தின் ஆட்சியையும் (ரூல் ஆஃப் லா) விரும்புவோருக்கு சோக்ரடீஸ் மீதான வழக்கு விசாரணை முக்கிய கருத்துத் தூண்டலைத் தரலாம். கிரேக்கத்தின் சட்ட ஏற்பாடுகளில் ஓர் ஒழுங்கு இருந்தது. சில மரபுகள் பின்பற்றப்பட்டன. விசாரணையின் சட்டபூர்வமான ஒழுங்கமைப்பில் சோக்ரடீசுக்கு நம்பிக்கை இருந்தது. ஏதெனியக் குடிமகனாகவே சோக்ரடீஸ் அங்கு தோன்றினார். ஒரு குடிமகனாக ஏதெனிய மக்களுக்குத் தாம் செய்த சேவைகளையும் அவர் நீதிமன்றத்தில் நினைவு படுத்தினார்.

ஏதென்சின் சட்டம் தொடர்பாக சோக்ரடீஸ் வைத்திருந்த நம்பிக்கையில் சில உண்மைகள் இருந்தன. ஏதென்ஸ் நாகரிக அரச ஜனநாயகத்தின் சக்திமிக்க நிறுவனமாக நீதிமன்றம் விளங்கியது. ஒப்பீட்டளவில் ஏனைய சில நாடுகளைவிட, ரோமைவிட சமாதானத்தையும் சமூக ஒழுங்கையும் ஏற்படுத்துவதில் கிரேக்க நீதிமன்ற முறைகள் முக்கிய பங்காற்றியுள்ளன. நடுவர்களின் சத்தியப் பிரமாணம் முதல் சில வரையறுக்கப்பட்ட நீதிமன்ற நடைமுறைகள் அங்கிருந்தன.

பேரவையாலும் சபையாலும் நிறைவேற்றப்பட்ட சட்டங் களுக்கும் ஆணைகளுக்கும் பொருந்தக்கூடியதாக எனது வாக்கை அளிப்பேன். சட்டங்கள் இல்லாத இடத்தில் சலுகைகள், மாறுபாடுகள் இன்றி எனது அறிவுக்குப் பொருத்த மாக எது மிகவும் நியாயமாகத் தெரிகிறதோ, அதன்படி நடப்பேன். குற்றசாட்டுகளை மட்டுமே கவனத்தில் எடுப்பேன். குற்றம் சுமத்தப்பட்டவர் குற்றம் சாட்டுபவர் (வாதி-பிரதிவாதி) ஆகிய இருவரின் உரைகளையும் ஒரே விதமாகவே செவிமடுப்பேன் என்று அப்பலோ, செயூஸ் தெய்வங்கள் மீது சத்தியம் செய்கிறேன்.

இது நீதிமன்ற நடவடிக்கைகள் தொடங்கும்முன் நடுவர்கள் செய்யும் சத்திய ஆணை. மேலும், சில சட்ட ஒழுங்குகளும் விசாரணைக்கான நடைமுறைகளும் இருந்தன. ஆயினும் ஏதெனிய, அல்லது கிரேக்க சட்டங்களை நவீன சட்டத்துறையுடன் ஒப்பிட முடியாது. கவனத்தில் எடுக்கப்பட வேண்டிய குறைபாடுகளும் அன்றைய நீதித் துறையில் இருந்தன.

கிரேக்கச் சட்டம், நடைமுறைச் சட்டம் (*புரொஸிஜரல் லா*) என்பதில்தான் திருத்தமான வளர்ச்சியைப் பெற்றிருந்தது. வழக்கு மன்ற நடைமுறைகள் நீதியாக நடக்கின்றனவா என்பதை கண்காணிக்கப் போதிய வழிமுறைகள் இருந்தன. ஆனால், சட்ட நிபுணத்துவமும் சட்டமும் எந்த விடயத்தோடு தொடர்புபடுத்தப் பட்டுள்ளன என்பது கவனத்தில் எடுக்கப்படவில்லை. இந்த விடயம் பற்றி முடிவு எடுக்கும் அதிகாரம் நடுவர்களிடம் விடப்பட்டிருந்தது. சட்ட வல்லுநர்களின் ஆலோசனைகள் இன்றி நடுவர்கள் தீர்மானங்களை எடுத்தனர். மீறப்பட்ட அல்லது சந்தேகத்திற்குரிய நடத்தை என்ன என்பது பற்றியும் விளக்கம் தரப்படுவதில்லை (ஜோசியா ஓபர், 2006).

இந்தப் பிரச்சினைகள் வழக்குத் தொடுப்பவரிடமும் குற்றம் சாட்டப்பட்டவரிடமுமே விடப்படுகின்றன. அதனால்தான் வழக்குமன்ற உரைகள் கிரேக்கத்தில் முக்கியமானவையாக இருந்தன. சிறந்த நடுவர்மன்ற உரைகளை எழுதக்கூடிய புகழ்பெற்ற எழுத்தாளர்களும் அன்று இருந்தார்கள்.

வாதத்திறமை இல்லாதவர் பிறரால் எழுதப்பட்ட உரைகளை தமது உரைகள் போல விசாரணைகளில் பயன்படுத்தினர். நூற்றுக்கும் அதிகமான எழுதப்பட்ட உரைகள் இன்று கண்டு பிடிக்கப்பட்டிருக்கின்றன. சட்டத்துக்கான அர்த்தங்களையும் வழக்கின் முதன்மையான உண்மைகள் பற்றியும் வாதியும் பிரதிவாதிகளும்தான் விவாதித்தனர். சாட்சியங்கள் கவனத்தில் கொள்ளப்படவில்லை. இதனால், நடுவர்மன்ற தீர்ப்புகளில் பெரிய குழப்பங்கள் இருந்தன.

சோக்ரடீசுக்கு எதிரான விசாரணை, மெய்யியல் மீதான விசாரணையாக ஆனது. ஏதெனிய நகரத்தாருக்கும் சோக்ரடீசுக்கும் இடையிலான ஒரு துன்பியல் மோதலாகவும் இது குறிப்பிடப் படுகின்றது. ஏதெனியர் ஒன்று, சோக்ரடீசின் மெய்யியல் சிந்தனையை அல்லது அப்போது ஏதென்சின் நடைமுறையில் இருந்த அரசியலைத் தேர்வு செய்யுமாறு சோக்ரடீஸ் கூறிவந்ததை ஏதென்ஸ் மக்கள் அனுமதித்தனர். சோக்ரடீசின் மெய்யியல் புரட்சிக்கு ஏதெனிய சமூகத்தில் இடமிருந்தது. எழுபது வயது வரை சோக்ரடீசின் உரைகளுக்கும் விமர்சனங்களுக்கும் ஏதென்ஸ்

மக்கள் தடையாக இருக்கவில்லை. ஒரு பேச்சுச் சுதந்திரம் நடைமுறையில் இருந்துள்ளது.

ஏதெனிய சமகால அரசியலில் சோக்ரடீஸ் அதிருப்தி கொண்டிருந்தார். நீதி, ஒழுக்கம், பாரபட்சம் அற்ற ஆட்சி பற்றிய மாற்று அரசியல் கண்ணோட்டத்தை அவர் பிரதிபலித்தார். போலி அரசியல்வாதிகளையும் ஊழல் மலிந்த அரசியலையும் அவர் விமர்சித்தார். நல்லாட்சி பற்றிய அவருடைய கண்ணோட்டங்கள் ஜனநாயக எதிர்ப்பாகவும் எடுத்துக்கொள்ளப்பட்டன. ஜன நாயகத்தில் பலவீனங்கள் இருப்பதாக அவர் கருதினார். அரசியல் சீர்திருத்தத்திற்கான மறைமுகமான அழைப்பு அவருடைய உரைகளில் இருந்தது. ஆனால் மக்களின் உணர்வுகள்தான் வேறு விதமாக இருந்தன. சர்வாதிகார ஆட்சிக்கு சோக்ரடீஸ் ஆதரவு தருகின்றாரா என்ற ஓர் அச்சமும் மக்களிடையே நிலவியது. ஏனெனில் சர்வாதிகார ஆட்சிகளால், ஏதென்ஸ் நகரம் அடைந்த துன்பங்களை மக்கள் நினைவில் வைத்திருந்தனர்.

கிமு 411-404 காலப் பகுதிகளில் நடந்த சர்வாதிகார ஆட்சிகள் பற்றி ஏதெனிய மக்கள் கடும் எதிர்ப்பிலும் வெறுப்பிலும் இருந்தார்கள். ஏதென்ஸ் என்றுமே காணாத சர்வாதிகாரி கிரீட்டியாஸ் சோக்ரடீசின் மாணவன். கிரீட்டியாசின் அவனுடைய சர்வாதிகார தோழர்களின் ஆட்சியின் கொடூரம் ஐம்பது ஆண்டுகள் கடந்தும் ஏதென்சில் எதிரொலித்தது. கிரீட்டியாசுடனான சோக்ரடீசின் தொடர்புகள் சோக்ரடீஸ் மீதான நற்பெயரைக் களங்கப்படுத்தின. சோக்ரடீஸின் வழக்கு விசாரணைக்கு நான்கு ஆண்டுகள் முன்னர்தான் அந்த சர்வாதிகார ஆட்சியிலிருந்து மக்கள் விடுதலை பெற்றிருந்தனர். சோக்ரடீஸ் சார்பில் வாதிட நியாயங்கள் இருந்தபோதும் ஜனநாயகத்துக்கு எதிரான அவருடைய கருத்துகளால் மக்கள் அச்சத்துக்கும் உணர்ச்சித் தூண்டலுக்கும் உள்ளாகினர். ஏதெனிய ஜனநாயக நிறுவனங்களுக்கு சோக்ரடீஸ் மதிப்பளிக்கவில்லை.

சோக்ரடீசின் போதனைகளால் ஜனநாயக ஆட்சி தூக்கி வீசப்படலாம் என்று மக்கள் பயந்தனர். சோக்ரடீசுக்கு எதிராக மக்களை திசைதிருப்ப எதிரிகள் இதை ஓர் ஆயுதமாகப் பயன் படுத்தினர்.

நியூயோர்க் பத்திரிகைக்கு வழங்கிய நேர்காணலில் ஐ.எப். ஸ்டோன் இவ்வாறு கூறினார்: 'சோக்ரடீசுக்கு வழங்கப்பட்ட தண்டனை அவருடைய நாத்திகவாதத்துக்காகவோ இளைஞர்களைக் கெடுத்தார் என்பதற்காகவோ வழங்கப்பட்டதல்ல. சோக்ரடீசுக்கு எதிரான அந்த விசாரணை அரசியல்ரீதியானது. இளைஞர்களைக் கெடுத்தார் என்பது ஏதெனிய ஜனநாயகத்தில் இளைஞர்களுக்கு இருந்த நம்பிக்கையை சிதறடித்தார் என்ற கருத்தைத்தான் உள்ளடக்கி இருந்தது. அதற்கான சான்றுகள் உள்ளன.'

பேச்சுச் சுதந்திரம் கிரேக்க நாகரிகத்தின் கிரேக்க ஜனநாயகத்தின் தவிர்க்க முடியாத இடத்தைப் பெற்றிருந்தது. சோக்ரடீசின் போதனைகளை சகிக்க முடியாதவர்களாக ஏதென்ஸ் மக்கள் இருக்கவில்லை. ஆனால் நடந்தது என்ன என்ற ஸ்டோனின் கேள்வி கிரேக்க அரசியல் பின்னணியை நோக்கி நமது கவனத்தைத் திருப்புகிறது.

சோக்ரடீசைக் குற்றவாளிக் கூண்டில் நிறுத்தியதும் மரண தண்டனையை பெற்றுத் தந்ததும் ஏதெனியரின் ஜனநாயகம்தான். தவறு ஜனநாயகத்திலா? ஜனநாயகத்தின் போர்வையில் ஆட்சி செய்யத ஒரு சிறு குழுவினருடையதா? தமக்கு எதிரான குற்றச்சாட்டுகளை சோக்ரடீஸ் ஜனநாயகத்துக்கு எதிரானதாகக் கருதினார். அதனால் சமத்துவமற்ற ஊழல் மலிந்திருந்த ஆட்சிக்கு எதிராக அவர் பேச ஆரம்பித்தார். ஜனநாயகம் ஜனநாயகமாக இல்லை என்பது அவருடைய முக்கிய வாதமாகும்.

ஜனநாயகத்தில் ஆளும் வர்க்கம் என்பது அனைத்து மக்களையும் அல்லது எல்லாக் குடிமக்களையும் குறிக்கிறது. இது கோட்பாடு. ஆனால், நடைமுறையில் யார் பெரும்பான்மையைத் தமக்குச் சாதகமாக ஆக்கிக்கொள்கின்றார்களோ அரசாட்சி அவர்களுடையதாகிறது. அதனால் ஜனநாயகம் பெரும்பான்மை ஆட்சியாளரின் சர்வாதிபத்தியத்தை நிலைநாட்டும் சர்வாதிகார ஆட்சியாக உருவெடுக்கிறது.

செல்வந்தர்களதும் வறியவர்களதும் அரசியல் போர்க்களமாக சோக்ரடீஸ் ஜனநாயகத்தை சித்திரிக்கின்றார். இங்கு செல்வந்த வகுப்பினரிடையே ஊழல் மலிந்த தனிமனிதர்கள் தமது

செல்வங்களைத் திரட்டிக்கொள்கின்றார்கள். மற்றவர்களின் செல்வத்தில் அவர்கள் வாழ்கிறார்கள். செல்வந்தர்களிடமிருந்து ஏழைகளுக்கு செல்வங்களைப் பகிர்ந்தளிக்கும் சூழ்நிலைகள் உருவாகும் போது, செல்வந்தர்கள் ஒன்றிணைந்து ஜனநாயகத்தில் வலிமைவாய்ந்த சிறு குழு ஆட்சிமுறையை அமைத்துக் கொள்கின்றனர். ஜனநாயகத்தை இந்தக் குழுதான் வழி நடத்துகிறது. ஜனநாயகமும் குழு ஆட்சியும் ஒன்றுகலந்த ஓர் ஆட்சிமுறை தொடங்குகிறது.

இங்கு அதிக வலிமையை குழு ஆட்சி அனுபவிக்கிறது. அதனால் எல்லா வர்க்கத்தினரும் ஏதோ ஒரு வகையில் ஊழலுக்குப் பலியாகின்றனர். படிப்படியாக ஜனநாயகம் சர்வாதிகார ஆட்சிமுறையாக வடிவம் பெறுகின்றது. இதைத்தான் சோக்ரடீஸ் ஜனநாயகத்தின் போர்வையில் நிகழும் சிறு குழு ஆட்சியாகவும் பலவந்த ஆட்சியாகவும் சித்திரிக்க முயல்கிறார்.

அந்த அரசியல் சூழலில் சமய மறுப்பு ஆபத்தானதாகக் கருதப் பட்டது. சமயத்தை மறுக்கும்நிலை அரசியல் விளைவுகளைக் கொண்டுவரும் என்ற நம்பிக்கை அரசியல்வாதிகளுக்கு இருந்தது. ஏதெனிய ஜனநாயகத்தை வீழ்த்த இதுவும் உதவலாம் என்ற பயம் ஏதென்ஸ் மக்களிடம் பரவலாகக் காணப்பட்டது. ஜனநாயகத்துக்கு எதிரானவர்களுடன், சமயக் குற்றங்களைச் செய்தவர்களுடன் சோக்ரடீஸ் தொடர்புகொண்டிருந்தார் என்பதை வைத்து சோக்ரடீஸ் ஜனநாயகத்துக்கு ஆபத்தானவர் என்று நடுவர்களும் சந்தேகித்தனர். சோக்ரடீசுக்கு எதிராகக் குற்றச் சாட்டுகளை முன்வைத்த ஜனநாயகவாதி என்று கருதப்பட்ட மெலிட்டஸ், லைக்கோன் ஆகியோரும் ஏதென்சின் எதிர்கால ஜனநாயகம் ஆபத்தில் உள்ளது என்ற கருத்தை மன்றத்தில் வலியுறுத்திப் பேசினர்.

நிக்கோமேக்கியன் எதிக்ஸ் என்னும் நூலில் அரிஸ்டோடில் நல்ல மனிதன் (*குட் மேன்*) என்பது எல்லா அம்சங்களிலும் நற்குடிமகன் (*குட் சிடிசன்*) என்பதோடு ஒத்துச் செல்லக்கூடியதல்ல. இதில் வேறுபாடுகள் உள்ளன என்று கூறினார். நல்ல குடிமகனா, நல்ல மனிதனா என்பதில் ஏதெனியருக்கும் சோக்ரடீசுக்கும் இடையே கருத்துவேறுபாடுகள் இருந்தன. சுதந்திரமும் சமுதாயமும் என்பது

தான் சோக்ரடீசின் இலக்கு. சுதந்திரமா, சமுதாயமா என்றால் சோக்ரடீசின் தேர்வு சுதந்திரம். இதில் ஏதெனியரின் தேர்வு சமுதாயம்.

சுதந்திரம், கண்ணியமான வாழ்வு என்பவற்றில் சோக்ரடீசுக்கு ஒரு பிடிவாதமான மனநிலை இருந்தது. மனசாட்சியின் வழிகாட்டலுக்கு அன்றி வேறு எதற்கும் அவர் அடிபணிந்து செல்லக் கூடியவரல்ல. தம்மைப் போல அரசும் எப்போதும் நல்ல அரசாக இருக்க வேண்டும் என்று அவர் விரும்பினார். நல்ல குடிமகன் என்பதைவிட நல்ல மனிதன் என்பதையே அவர் ஏற்றுக்கொண்டார். அரசியலுக்காக ஒழுக்கவியலை அவர் ஒருபோதும் விட்டுக் கொடுக்க முன்வரவில்லை. ஜனநாயகத்தை அவர் விமர்சித்தார். ஆனால் ஜனநாயகத்தை அழித்துவிட்டு, அதன் இடத்தை சர்வாதிகாரத்தால் நிரப்பும் கருத்தை சோக்ரடீஸ் கூறியதாகக் கொள்ளமுடியாது. நல்லாட்சி பற்றிய அவருடைய தீவிரப் பார்வை ஜனநாயகத்திலும் குறைகாண்கிறது என்பதுதான் உண்மை. ஜனநாயகம் சர்வாதிகாரத்திற்கு எளிதில் பலியாகலாம் என்பதை அவர் எடுத்துக்காட்ட விரும்பினார்.

அடிப்படையில் சோக்ரடீசின் மெய்யியல் சிந்தனைகளுக்கும் கிரேக்க அரசியலுக்கும் இடையில் எழுந்த மோதல்கள்தான் இங்கு பேசப்பட வேண்டியவை. நல்ல மனிதனா, நல்ல குடிமகனா என்ற கேள்விகள் ஊடாகவும் இதை நாம் ஆராயலாம். சோக்ரடீஸ் ஏதெனிய மக்களை நோக்கிப் பேசியவை உலக அளவில் இன்று பேசப்படும் விவாதிக்கப்படும் தத்துவங்களாகிவிட்டன. கிரேக்க அரசியல் அவரை பலி கொள்ளத் திட்டமிட்டது என்று கருதுவதில் ஓர் உண்மை இருக்கின்றது. நீதிமன்றம் சட்டத்தை சரிபார்த்த அளவு சோக்ரடீசின் நீதிமன்ற விவாதங்களுக்கும் உரைகளுக்கும் முக்கியத்துவம் தரவில்லை. இதைச் சோக்ரடீசும் அறிந்திருந்தார்.

ஆழமான சிந்தனைகளைவிட, ஆதாரமற்ற குற்றச்சாட்டுகளில் நடுவர்கள் தம்மை ஏமாற்றிக்கொண்டார்களா, தேசப்பற்று அவர்களை மிரட்டியதா? பல கேள்விகள் எழுகின்றன.

இறுதியில், என்றுமே திரும்பிப் பெற முடியாத உயிர்ப்பலியை நடுவர்மன்றம் அவருக்கு பரிசாகத் தந்தது. நடுவர்மன்றத்தில் சோக்ரடீஸ் ஆற்றிய இறுதி உரை அவருடைய முடிவிலிருந்து சிறிதும் மாறவில்லை என்பதை மீண்டும் உறுதிபடுத்தியது.

‘சோக்ரடீசின் மரணம்’ (‘த டெத் ஆஃப் சோக்ரடீஸ்,’ 1787). பிரெஞ்சுப் புரட்சிக் காலத்தில் ஓவியர் ஜாக் லூயிஸ் டேவிட் வரைந்தது.

சட்ட ஒழுங்குமுறை சரியாகப் பயன்படுத்தப்பட்டு இருக்கலாம். ஆனால், உண்மைகள் கணக்கில் எடுக்கப்பட்டனவா? எந்த ஒப்புதலுக்கும் அவர் தயார் இல்லை. அதனால், ஏதென்ஸின் நடுவர் மன்றத்தின் மீது தமக்கிருந்த மனக்குறையை அவர் மறைக்கவில்லை.

என்றென்றைக்கும் உலகில் எதிரொலிக்ககூடிய ஒரு வாசகத்தை அந்த மன்றத்தில் அவர் உரக்கச் சொன்னார்:

> நான் சாகப்போகின்றேன். நீங்கள் வாழ்ந்துகொள்ளுங்கள்! நம்மில் யார் சிறந்தவர் என்பதைக் கடவுள் அறிவார்.

உசாத்துணை

அண்ணாதுரை, 1952, *புராண மதங்கள்*, வள்ளுவர் பண்ணை, சென்னை.

அனஸ் எம். எஸ். எம்., 2011, *சோக்ரடீசின் நீதி விசாரணை: ஒரு சுருக்கப் பரிசீலனை*, இட.பெற்: மெய்யியற் சிந்தனைகள், பேராசிரியர் சோ. கிருஷ்ணராஜா, நினைவுமலர், குமரன் அச்சகம், கொழும்பு.

— 2001, *தொடக்க கால இஸ்லாம்*, அடையாளம், புத்தாநத்தம்.

சுந்தரவடிவேலு நெ. து., 1979, *புரட்சியாளர் பெரியார்*, சென்னை.

ஞானி, (2006), *மார்க்ஸியம் பெரியாரியம்*, சென்னை.

பெரியார், 1929, *தத்துவ விளக்கம்*, சென்னை.

பேணற்று யோன் 1965, *ஆதி கிரேக்க மெய்யியல்*, மொ-பெ., செ.வே. காசிநாதன், கொழும்பு, இலங்கை.

மர்லின் பீரிஸ், டி.பி. பொன்னம்பெரும, 1999, *சோக்ரடீஸ் ஜீவன சரிதய*, (சோக்ரடீஸ் வாழ்க்கைச் சரிதை-சிங்களம்), கொழும்பு

மார்க்ஸ் அ., 2001, *பெரியார்?*, அடையாளம், புத்தாநத்தம், தமிழ்நாடு.

ராஜாஜி, *சோக்ரதர்*, 1971, வானதி பதிப்பகம், சென்னை.

வீரமணி கி., (தொகுப்பாசிரியர்), 1977, *பெரியார் களஞ்சியம்*, முதல் தொகுதி, சென்னை.

Adriaan Lanni (2009), 'Social norms in the court of ancient Athens,' *Journal of legal analysis*.

Arthur Fairabanks (1910), *The Hand Book of Greek Religion*, American Book.Com, New York.

Cathal Woods and Ryan Pack (Trans. 2012), *Plato Crito*, California.

Collaico James, 2001, *Socrates Against Athens: Philosophy of trail,* Ruthlege, Newyork.

Coleman Phillipson (1928), *The Trail of Socrates,* Stevens & Sons Ltd, London.

Dakyns H.G. (Translator), 2008,' *Xenophen's Apology,* Selection and Notes', www.roangelo.net.

George Tridimas, 'Religion Without Doctrine Clergy: The Case of Ancient Greece,' Cambridge Press (*Journal of international economies,* (1-15).

G.F. stone (1979), I.F Stone breaks Socrates' story.

G.S.K Rk, J.E Raven (1971), *Pre-socratic philosophers: A Critical History with a Selection of Text,* Cambridge University Press.

Josiah Ober (2006), 'Socrates and Democratic Athens: The story of the trial in its historical and legal contexts' (*Princeton - Ford working paper in classics*).

Livingston R.W, 1946, *Portrait of Socrates,* Oxford, At the clarendon Press, 1939.

Kolapn C.B, 2012, *Atheist Reformist Movement that Proseed Periyar,* The Hindu.

Macdonald Francis, 1932, *Principlum Saientae: The Origin of Greek Philosophical Thought,* Cambridge University Press.

Masih. Y, 2002, *A Crittical History of Western Philosophy,* Delhi.

Nersesyants N.V, 1986, *Political Thought of Ancient* Greece, Progress, Publishers ASIN.

Norman Gulley, 1968, *The Philosophy of Socrates,* London.

Paul Jhonson (2011), *Socrates a Man for Our Times,* Penguin group, New York.

Perumal. R, 1999, *Periyar A Comparative Study,* Chennai.

Quack Johannes 2012, *Rationalism and Criticism of Religion in India,* Oxford.

Robin waterfield (2009), *Why Socrates Died: Dispelling the myths;* W.W. Norton & com, New York.

Romano Guardini, 1948, *The Death of Socrates,* New York.

Russell bertrand 1966, *A histroy Western Philosophy,* New York.

Samuel Enoch Stumpf, 1994, *Philosophy: History and Problems*, New York.

'Selection from the phaedo by plato' (*Introduction to western philosophy, The phaedo-2*).

Stace W.T, 1950, *A Critical Study of Greek Philosophy*, Landon.

Thomas G. West (Reprinted), 1979, *Plato's Apology of Socrates*, Cornell University Press.

Veeraswami. K, 2017, 'Periyar self respect a Universal philosophy', *Modern Rationalist.com*.

Walter F. Otto (1954), *The Homeric Gods: The spiritual significance of Greek religion*, Thams & Hudson, London.

இணையதளம்

David Xevier, 2018, 'What Rules and Laws Does Socrates Obey'.

http://www. sparknotes.com/drama/theclouds.

The failure of democracy, http://faculty frostierg.edu flato.

http://www. sparknotes.com/drama/theclouds.

http: // faculty frostierg.edu flato; the failure of democracy.

Kazutaka Kondo (2011), Socrates' 'Understanding of His Trail: The Political Presentation of Philosophy', Boston College Thesis.

Plato, The Apology of Socrates (Edited E.E. Gayvin, 2013).

Plato, *Phaedo* (360 BCE), Trans. Benjamin Jowett (*The internet classic Archive Phaedo*).

Roderic T. Long, 'Ancient Greece's Legacy for Liberty: Economic freedom in the Athens', 2015.

Selections from the Pheado by plato.

Suginos Miclio, 2019, 'Can We Preserve democracy terminal in ancient world.'

Xenophan, memorabilia, E.C. Marchant ed.

சுட்டி

அக்னோஸ்டிசிசம் 34
அசெச்சிலஸ் 48
அண்ணாதுரை, சி.என்., 201, 202, 209, 210-213, 218
அப்பலோ 46, 63, 149, 167, 168, 184
அப்பலோடரஸ் 180, 181
அப்போலொஜி 56, 57, 63-68, 88, 97, 108, 119, 141, 166, 186, 199
அரிஸ்டோட்டில் 2, 49, 74, 76, 209, 234
அரிஸ்தோபனீஸ் 37, 38, 41, 49, 50, 70, 71, 72, 98, 136, 214,
அல்-கஸ்ஸாலி 175
அனிட்டஸ் 67, 68, 94, 95, 96, 99, 120, 121, 217, 218
அனெக்சிமாந்தர் 13, 14
அனெக்சிமினிஸ் 13, 79
அனெக்சகோரஸ் 15-17, 45, 71, 80-82, 105-107, 110, 111, 116
அஸ்ச்சினஸ் 89
அஸெச்செனீஸ் 128
ஆர்க்கோன் 57, 58, 92
ஆர்ச்சலஸ் 80, 107
ஆவி 175
இங்கர்சால், ரோபர்ட் 202-206, 209
இயக்கவியல் 36, 42, 43, 86, 155, 160, 161
இயேசு, கிறிஸ்து 191
இருமைவாதம் 176
இலியட் 167
இறையியல் 30
உரையாடலியல் 36
எக்லீஸியாஸ்டீஸ் 171
எக்லேசியா 52
எக்ஸ்லெப்பியாஸ் 167, 168, 169
எட்றியா 30
எப்டேறியா 26
எப்பலோடரஸ் 160, 188
எபிக்கூரஸ் 74, 116
எம்பிடோக்ளஸ் 173
எயரிப்பிட்ஸ் 48
எல்லுசிடஸ் 160
எலிசிபியார்டஸ் 56, 90, 91, 97, 129, 130, 218
என்டிபோன் 29, 128
என்டிஸ்தனீஸ் 160
எஸ்கிலோப்பியாஸ் 84
எஸ்ச்சினஸ் 160
ஏதென்ஸ் 1, 4-6, 10, 18, 26, 28, 31, 35, 36, 38, 44-50, 53-55, 75
ஏஜியன் கடல் 11
ஓர்பிக்வாதம் 173
ஒலிம்பஸ் 20, 193
ஓர்பிக் 81, 175
ஓரிறைவாதம் 13
ஃபிலோ 173
கருணாநிதி, மு., 201, 202, 209, 212-215, 217, 218, 222-226
கார்ல் மார்க்ஸ் 205
கார்லைல் 209
கிங் ஜேம்ஸ் 172
கிரிட்டியாஸ் 88-97, 122, 129, 218, 232
கிரீட்டியாஸ் 218, 232

கிரீட்டோ 56, 66, 108, 128, 149-151, 153-162, 165, 167-169, 177-182, 184, 188, 197-200, 223,
கிருஷ்ணன். என். எஸ் 224
குர்ஆன் 174
கொலிஸ்வெல்ஸ் 169
கோர்டானோ.எம் 115
கோல்மன் பிலிப்சன் 49, 69, 75-77, 88, 95, 97, 114, 130, 163, 166, 185, 190
கோலப்பன். பி 204
சங்கத்திருவுரை 171, 172
சமூக நீதி 203
சாமிடஸ் 129
சார்ல்ஸ்டன் 26
சித்திலெப்பை 175, 176
சிம்போசியம் 108
சில்லோராட்சி 30, 47, 52, 55
சிவாஜிகணேசன் 221, 224
சின்னாசியா 4, 13, 19, 20
சுந்தர வடிவேலு. நெ. து 204
சுயமரியாதை இயக்கம் 203, 209, 212
சூனியவாதம் 34
செக்ஸ்டன் எம்பிரிக்ஸ் 79
செயூஸ் 61, 63, 103, 119, 152, 220, 230
செல்வந்தராட்சி 8
சென்னை இலெளகீகச் சங்கம் 204
செனுரபனீஸ் 13
சொபரோனிக்க்ஸ் 95
சோக்ரட்டீஸ் மீதான விசாரணை 183
சோபாக்களிஸ் 45, 48
சோபிஸ்ட் 10, 11, 25-27, 29, 30-38, 40-43, 45, 49, 56, 71-73, 76, 82, 84, 87, 97, 105, 121-124, 142, 196, 197
சோலோன் 6, 7, 8
ஞானி 206, 210
டயோர்ஜினீஸ் வெயார்டியஸ் 68
டார்வின் 204
டிமோக்ரஸி 8
டியோனிசஸ் 174

டெமோக்கரஸி 8
டெமோடோக்ஸ் 128
டெல்ஃபிக், அப்பலோ 2, 197
டேவிட் சேவியர் 197
டோடலிடேரியன் ஸ்டேட் 51
தத்துவ விவேகினி 204
தபேஸ் 2
தன்னை அறிதல் 23
தாராண்மை ஜனநாயகம் 53
திமுக 209
தியாகு 171, 173
தியோடோட்டஸ் 128
திருச்சபை எதிர்ப்பு இயக்கம் 205
திரேசி மாக்கஸ் 26, 29
தீண்டாமை எதிர்ப்பு 203
தெசாலியா 84
தெய்வீக மனிதன் 19
தேலிஸ் 13-15, 18, 19, 105, 106
தோமஸ் பெயின் 204
நடைமுறைச் சட்டம் 231
நப்ஸ் 174-176
நற்பேரறிவு 225
நாத்திகவாதம் 203
நார்மன் குல்லி 36, 37, 43
நிக்கோமேக்கியன் எதிக்ஸ் 234
நிக்கோஸ்ட்ராட்டஸ் 128
நீட்ஷே, ப்ரெட்ரிக் 168, 169 171
நீதிக் கட்சி 203
நீர்த் தத்துவம் 14
நெக்சோஸ் 60
நெபஸ் (நெபெஸ்) 171, 172
நெர்சியன்ஸ், வி. எஸ் 25, 30, 34
பகுத்தறிவு 203, 208, 209, 212
பராசக்தி 209
பரிணாமவாதக் கோட்பாடு 204
பல்லிறைவாதம் 13
பழைய ஏற்பாடு 172
பார்ப்பனியம் 210
பாரசீகப் போர் 9

பிரபுத்துவ ஆட்சி 30
பிளேட்டொனியவாதம் 166
பிளேட்டோ 2, 17, 18, 36, 42, 43, 49,
    50, 52-57, 64, 67-69, 72-74, 77-79, 90,
    104, 118, 141, 159, 161, 169, 173-176,
    181, 183, 186, 188, 207, 209, 214,
பீடிப்படெஸ் 38-40
பீடோ 56, 64, 68, 161, 166, 169, 174,
    180, 181, 183, 64, 68
புரட்டகோரஸ் 13, 105, 26, 29, 30, 31,
    32, 37, 41, 42
புராண மதங்கள் 202
பெண் விடுதலை 203
பெரிக்கிளிஸ் 45, 47, 90
பெலப்போனேசியன் போர் 10, 38,
    45-49, 53, 55, 64, 77
பேட்ரன்ட் ரசல் 78, 80, 173
பைதகரஸ் 12, 14, 173
மக்கள் பேரவை 228
மகாத்மா 191
மசிஹ். ஒய் 15
மர்ம அகக்குரல் 104
மர்லின் பீரிஸ் 64, 67
மார்க்ஸ். அ 209-211
மீமெய்யியல் 189
மெட்ராஸ் செகுயூலர் சொசைடி 204
மெமரொபிலியா 69, 109, 119
மெலிட்டஸ் 57, 58, 61, 66, 92-96, 100-
    107, 109-113, 124-129, 131, 136, 137,
    142-144, 187, 217, 221-225, 228
மெனோ 83-85, 90
மேகங்கள், நாடகம் 37-41, 70-72, 98
மைலீசியா, சிந்தனை 13, 18. 82
யூக்கிளிடஸ் 89
யூசுப் அலி 174, 175
யூதிப்ரோ 56-60, 62, 63

யோன் பேணற்று 11, 12, 80
ராமசாமி, ஈ. வெ., 202, 203, 206, 208,
    210, 211, 213, 201
ராஜா ராணி 212, 224
ரூஸோ 191
ரூஹ் 175
ரொட்னி நீதாம் 116
ரோடெரிக் டி லாங் 5
ரோபர்ட் இங்கர்சால் 205
ரோமனோ குவாரடினி 65, 67
லைக்கோன் 67, 94-96
லைசிமாக்கஸ் 88
வர்ணாசிரமம் 210
வால்டேர் 204, 209
விதண்டாவாதம் 36, 37
விதவைக் கொடுமை 204
வீரமணி. கே 203
வெற்றுவாதம் 36
வைக்கம் போராட்டம் 203
ஜாக் லூயிஸ் டேவிட் 236
ஜேம்ஸ் ஏ கொலாய்கோ 229
ஜோர்ஜ்குரோட் 41
ஜோர்ஜியாஸ் 26, 29, 32--34, 84
ஜோஹன்னஸ் குவாக் 205
ஷெனோபன் 5, 17, 20, 36, 49, 67-70,
    76, 78, 89, 92, 97, 105, 109, 115, 119,
    135, 197, 214
ஷெனோபனீஸ் 20
ஸ்டென்ப்சியாடஸ் 38-40, 72
ஸ்பாட்டா 2, 4, 47, 51, 65, 70, 197, 222
ஹிப்போக்ரட்டீஸ் 168
ஹெசியோட் தியோக்னிஸ் 97
ஹெரடோடஸ் 45, 48
ஹெராக்கிளிட்டஸ் 13, 14, 79
ஹோமோஜனிஸ் 93
ஹோமர் 12, 97,106, 167